ಹಣೆಗೆ ಗುಂಡಿಟ್ಟರು...

ಕಲ್ಲಿಕೋಟೆಯ ಸಮುದ್ರ ತೀರದಲ್ಲಿ ಸಾಹಿತ್ಯ ಉತ್ಸವ ಎಂದು ಗೊತ್ತಾದಾಗ ನನ್ನ ಮೈ 'ಜುಂ' ಎಂದಿತ್ತು. ಸಮುದ್ರ ತೀರದಲ್ಲಿ ನಮ್ಮ ನೆಚ್ಚಿನ ಸಾಹಿತಿಗಳ ಮಾತು ಕೇಳುತ್ತಾ, ಮರದ ಕೆಳಗೆ ನಮಗೆ ಬೇಕಾದ ಸಾಹಿತಿಗಳ ಪುಸ್ತಕ ಓದುತ್ತಾ, ಬೇಕೆಂದಾಗ ಅವರಿಂದಲೇ ಪುಸ್ತಕಕ್ಕೆ ಸಹಿ ಹಾಕಿಸಿಕೊಳ್ಳುತ್ತಾ, ಅಲ್ಲಿದ್ದ ವಿಸ್ತಾರವಾದ ಪುಸ್ತಕ ಪ್ರದರ್ಶನದಲ್ಲಿ ಬೇಕಾದ ಪುಸ್ತಕಗಳನ್ನು ಕೊಳ್ಳುತ್ತಾ.. ಎಷ್ಟು ಸುಂದರ!

ಹಾಗಾಗಿಯೇ ನಾನು ಮರುಯೋಚನೆಯನ್ನೂ ಮಾಡದೇ ಕಲ್ಲಿಕೋಟೆಗೆ ಹಾರಿದೆ. ಈ ಎಲ್ಲಾ ಸಂಭ್ರಮವನ್ನೂ ಅನುಭವಿಸುತ್ತಾ, ನನ್ನ ನೆಚ್ಚಿನ 'ವೈಕಂ'ರ ಮನೆ ಹುಡುಕುತ್ತಾ, ಅಲ್ಲಿನ ಪ್ರಮುಖ ವೃತ್ತಗಳಲ್ಲಿ ವೈಕಂರ 'ಪಾತುಮ್ಮನ ಆಡು' ಕೃತಿಯ

ಮೇಕೆಯನ್ನು ಪ್ರತಿಮೆಯಾಗಿ ನಿಲ್ಲಿಸಿರುವುದನ್ನು ನೋಡಿ ಅಚ್ಚರಿಗೊಳ್ಳುತ್ತಾ ಅಡ್ಡಾಡುತ್ತಿದ್ದೆ. ಆಗಲೇ ಸಾಹಿತ್ಯ ಉತ್ಸವದ ಪುಸ್ತಕ ಅಂಗಳದಲ್ಲಿ ಇದ್ದ ಪುಸ್ತಕವೊಂದು ಥಟ್ಟನೆ ಗಮನ ಸೆಳೆಯಿತು.

ಆ ಪುಸ್ತಕದ ಎದೆಗೆ ಯಾರೋ ಗುಂಡು ಹೊಡೆದಿದ್ದಾರೆ ಎನ್ನುವಂತೆ ಆ ಪುಸ್ತಕದ ಮಧ್ಯೆ ಬುಲೆಟ್‌ನ ಗುರುತಿತ್ತು. ಅಷ್ಟೇ ಅಲ್ಲ, ಆ ಬುಲೆಟ್ ಪುಸ್ತಕದ ಹಿಂಬದಿಯಿಂದ ತೂರಿ ಹೋಗಿದೆ ಎನ್ನುವುದಕ್ಕೆ ಸಾಕಷ್ಟು ಸಾಕ್ಷ್ಯ ಒದಗಿಸುವಂತೆ ಇಡೀ ಪುಸ್ತಕದ ಎಲ್ಲಾ ಹಾಳೆಗಳಲ್ಲೂ ರಂಧ್ರವೊಂದಿತ್ತು. ಆರೆ! ನಾನು ಬೆಕ್ಕಸಬೆರಗಾಗಿ ಹೋದೆ. ಪುಸ್ತಕವನ್ನು ಹೀಗೂ ವಿನ್ಯಾಸ ಮಾಡಬಹುದಾ ಎನ್ನುವುದೇ ನನ್ನ ಅಚ್ಚರಿ. ‘ಬಹುರೂಪಿ’ ಒಳ್ಳೆಯ ಕೃತಿಗಳನ್ನು ಪ್ರಕಟಿಸುವುದು ಮಾತ್ರವಲ್ಲ, ಅದನ್ನು ಅತ್ಯುತ್ತಮ ವಿನ್ಯಾಸದೊಂದಿಗೆ ಪ್ರಕಟಿಸುವುದಕ್ಕೆ ಸದಾ ಒತ್ತು ಕೊಡುತ್ತದೆ. ಹಾಗಾಗಿಯೇ ಈ ಪುಸ್ತಕದ ವಿಶೇಷವಾದ, ವಿಭಿನ್ನವಾದ ವಿನ್ಯಾಸ ನನ್ನ ಮನಸ್ಸನ್ನು ಇನ್ನಿಲ್ಲದಂತೆ ಸೆಳೆದುಬಿಟ್ಟಿತು. ಪುಸ್ತಕ ಯಾವುದು? ಬರೆದವರು ಯಾರು? ಏನೂ ಗೊತ್ತಿಲ್ಲದೆ ಆ ಪುಸ್ತಕವನ್ನು ಕೊಂಡುತಂದೆ.

ಮಲಯಾಳಂ ಗೊತ್ತಿರುವ, ಬಹುರೂಪಿಯ ಶ್ರೀಜಾ ಅವರ ಕೈಗೆ ಪುಸ್ತಕವಿಟ್ಟಾಗ ಅವರು ಓಹ್! ಎನ್ನುವ ಉದ್ಘಾರ ಎತ್ತಿದರು. ಆ ಪುಸ್ತಕ ಕಂಡಾಗ ನಾನೂ ಅಂತಹದ್ದೇ ಉದ್ಘಾರ ಎತ್ತಿದ್ದ ಕಾರಣ ನನಗೆ ಆದೇನೂ ಆ ವೇಳೆಗೆ ವಿಶೇಷ ಎನಿಸಲಿಲ್ಲ. ಆದರೆ ಅವರು ಮತ್ತೆ ಓಹ್! ಎನ್ನುವ ಉದ್ಘಾರ ಹೊರಡಿಸಿದಾಗ ಏನು? ಎನ್ನುವಂತೆ ನೋಡಿದೆ. ‘ಇದು ಎಂ ಎಂ ಕಲಬುರ್ಗಿಯವರ ಹತ್ಯೆಯ ಎಳೆ ಹೊಂದಿರುವ ಪುಸ್ತಕ’ ಎಂದರು. ಆಗ ಮತ್ತೆ ಓಹ್! ಎನ್ನುವ ಸರದಿ ನನ್ನದಾಗಿತ್ತು.

ಆ ಪುಸ್ತಕ, ಅದಕ್ಕೆ ಬಿದ್ದ ಗುಂಡು ಎಲ್ಲವೂ ನನಗೆ ಇನ್ನಷ್ಟು ಚೆನ್ನಾಗಿ ಅರ್ಥವಾಯಿತು. ಪುಸ್ತಕವನ್ನು ಮತ್ತೆ

ಮತ್ತೆ ಕೈಗೆತ್ತಿಕೊಂಡೆ. 'ಭಗವಾಂಟೆ ಮರಣಂ' ಎನ್ನುವ ಹೆಸರಿನ ಆ ಕಾದಂಬರಿ ನನ್ನೊಳಗೆ ಕೃತಿಕಾರರ ಬಗ್ಗೆ ಇನ್ನಿಲ್ಲದ ಪ್ರೀತಿಯನ್ನೂ, ಹತ್ಯೆಯ ಬಗ್ಗೆ ಕಂಪನವನ್ನೂ ಉಂಟುಮಾಡಿತ್ತು. 'ಭಗವಂತನ ಸಾವು'– ನನಗೆ ಗೊತ್ತಿಲ್ಲದಂತೆಯೇ ಒಂದು ನಿಟ್ಟುಸಿರು ಹೊರಚೆಲ್ಲಿತು.

ಪುಸ್ತಕವನ್ನು ಕೆಳಗಿಡದೆ ಒಂದೇ ಗುಕ್ಕಿಗೆ ಓದಿ ಮುಗಿಸಿದ ಶ್ರೀಜಾ ಅವರು ಇದು ನಾವೇ ಪ್ರಕಟಿಸಬೇಕಾದ ಕೃತಿ ಎನ್ನುವುದನ್ನು ನಿರ್ಧರಿಸಿಬಿಟ್ಟಿದ್ದರು. ಮಲಯಾಳ ಸಾಹಿತ್ಯ ಲೋಕದ ನೋಟವೇ ಹಾಗೆ. ಅದು ಯಾವ ಕಾಲಕ್ಕೂ ಎಲ್ಲರಿಗಿಂತ ನಾಲ್ಕು ಹೆಜ್ಜೆ ಮುಂದೆಯೇ ಇದೆ. ಕಲಬುರ್ಗಿಯವರ ನೆಲದಲ್ಲಿ ಕಲಬುರ್ಗಿಯವರ ಹತ್ಯೆಯ ಬಗ್ಗೆ ಯಾವುದೇ ಕೃತಿ ಹೊರಬರುವ ವರ್ಷಗಳು ಮೊದಲೇ ಕೆ ಆರ್ ಮೀರಾ ಅದನ್ನು ಹಿನ್ನೆಲೆಯಾಗಿಸಿಕೊಂಡ ಒಂದು ನೀಳ್ಗತೆ ಬರೆದು ಮುಗಿಸಿದ್ದರು. ಪ್ರಕಟವಾಗಿ ಮಾರುಕಟ್ಟೆಗೆ ಬಂದಾಗ ಜನ ಮುಗಿಬಿದ್ದು ಕೊಂಡಿದ್ದರು.

ಆ ವೇಳೆಗೆ ಪ್ರಜಾವಾಣಿಯಲ್ಲಿ ಕ್ರೀಡಾ ವರದಿಗಾರರಾಗಿದ್ದ ವಿಕ್ರಂ ಕಾಂತಿಕೆರೆ ಅವರು ಒ ಕೆ ಜೋಣಿ ಅವರ 'ಕಾವೇರಿಯೋಡೊಪ್ಪಂ ಎಂಡೆ ಯಾತ್ರಗಳ್' ಕೃತಿಯನ್ನು 'ಕಾವೇರಿ ತೀರದ ಪಯಣ' ಎನ್ನುವ ಹೆಸರಿನಲ್ಲಿ ಕನ್ನಡಕ್ಕೆ ತಂದಿದ್ದರು. ಅದು ಸಾಕಷ್ಟು ಮನ್ನಣೆಗೆ ಪಾತ್ರವಾಗಿತ್ತು. ಹಾಗಾಗಿ ವಿಕ್ರಂ ಅವರಿಗೆ ಅನುವಾದ ಮಾಡುವಂತೆ ವಿನಂತಿಸಿದೆ. ಅವರು ಕಳಿಸಿದ ಅನುವಾದವನ್ನು ಓದಿ ಮುಗಿಸಿದಾಗ ಅಲುಗಾಡಿ ಹೋಗಿದ್ದೆ. ದೂರದಲ್ಲಿರುವ ಮೀರಾ ಅಸಂಖ್ಯ ವಚನಗಳ ರಾಶಿಯಿಂದ ತಮಗೆ ಬೇಕಾದದ್ದನ್ನೇ ಹೆಕ್ಕಿ ತೆಗೆದು ಕಥೆಯನ್ನು ಪೋಣಿಸಿದ್ದ ರೀತಿ ಇದೆಯಲ್ಲಾ ಅದು..

ನಾನು ಹೇಳುವುದೇನಿದೆ.. ಈಗ ನೀವೇ ಪುಸ್ತಕ ಓದುತ್ತೀರಲ್ಲ.

ಇದರಲ್ಲಿ 'ಸಂಘಣ್ಣ' ಎನ್ನುವ ಕಥೆಯೊಂದಿದೆ, ಇದಕ್ಕೆ 'ಸ್ವಚ್ಛ ಭಾರತಿ' ಕಥೆಯನ್ನೂ ಸೇರಿಸಿದರೆ 6 ಕಥೆಗಳ

ಪೈಕಿ ಈ ಕಥೆಗಳದ್ದೇ ಒಂದು ವಿಶೇಷ ಗುಚ್ಚ. ದೇಶವನ್ನು ಎರಡಾಗಿ ಸೀಳಿಬಿಡುವ ದಾಹದ ಮಧ್ಯೆ ಈ ಕಥೆಗಳು ನಮ್ಮ ಮನಸ್ಸಾಕ್ಷಿಯನ್ನು ಪ್ರಶ್ನಿಸುತ್ತವೆ.

*

‘ಇವರು ಮಲಯಾಳಂ ಸಾಹಿತ್ಯ ಲೋಕದ ಮಹಾರಾಣಿ..’

ಬೆಂಗಳೂರಿನಲ್ಲಿ ಹಮ್ಮಿಕೊಂಡಿದ್ದ ಕಾರ್ಯಕ್ರಮವೊಂದರಲ್ಲಿ ನಿರೂಪಕರು ಕೆ ಆರ್ ಮೀರಾ ಅವರನ್ನು ಪರಿಚಯಿಸಿದ್ದು ಹೀಗೆ. ಆ ಮಾತನ್ನು ಅಲ್ಲಿಯೇ ತುಂಡರಿಸಿದ ಮೀರಾ ‘ಮಲಯಾಳಂ ಲೋಕದ ಮಹಾರಾಜ’ ಎಂದು ತಿದ್ದಿದ್ದರು.

ಇದು ಹೌದು ಎನ್ನುವುದಕ್ಕೆ ಸಾಕಷ್ಟು ಪುರಾವೆಗಳಿವೆ. ಇಂದು ಮಲಯಾಳಂನಲ್ಲಿ ಅತ್ಯಂತ ಹೆಚ್ಚು ಮಾರಾಟ ಆಗುವ ಕೃತಿಗಳಲ್ಲಿ ಕೆ ಆರ್ ಮೀರಾ ಅವರದ್ದು ಪ್ರಥಮ ಸಾಲಿನಲ್ಲಿ ನಿಲ್ಲುತ್ತದೆ. 3 ತಿಂಗಳಲ್ಲಿ 15 ಸಾವಿರಕ್ಕೂ ಹೆಚ್ಚು ಪ್ರತಿ ಮಾರಾಟ ಆಗುವ ಓದುಗ ಲೋಕ ಇವರ ಬೆನ್ನ ಹಿಂದೆ ಇದೆ.

ಅದೆಲ್ಲಾ ಪಕ್ಕಕ್ಕಿರಲಿ ಈ ಕಥೆಗಳನ್ನು ಓದಿ..
ನಿಮಗೂ ಹಾಗೇ ಅನಿಸುತ್ತದೆ.

–ಜಿ ಎನ್ ಮೋಹನ್

ಭಗವಂತನ ಸಾವು

ಕಥಾ ಸಂಕಲನ

ಕೆ ಆರ್ ಮೀರಾ

ಕನ್ನಡಕ್ಕೆ: **ವಿಕ್ರಂ ಕಾಂತಿಕೆರೆ**

ಬಹುರೂಪಿ

ಆರ್ ಪಿ ರಿಜೆನ್ಸಿ, ಎಫ್‌–1, 2ನೇ ಮಹಡಿ,
50/7, ಪಿ ಅಂಡ್ ಟಿ ಕಾಲೋನಿ, ಆರ್ ಟಿ ನಗರ,
ಬೆಂಗಳೂರು–560 032
ದೂರವಾಣಿ: 70191 82729

BHAGAVANTANA SAAVU A collection of Short Stories By Noted Writer **K R MEERA** translated directly from Malayalam to Kannada By **VIKRAM KANTIKERE**

Originally published as
BHAGAVANTE MARANAM in Malayalam.

Published By **Bahuroopi**
R P Regency, F-1, 2nd Floor, No.50/7, P&T Colony,
R T Nagar, Bangalore - 560 032

editor@bahuroopi.in

Mobile | WhatsApp Bookstore: **70191 82729**

online book store: **bahuroopi.in**

ISBN: 978-81-977367-7-3
First Edition: November 2024
Pages: 96 | Price: Rs. 150
Paper Used: 70 GSM N.S.Maplitho

Cover and Inside Design: **Bahuroopi**
Cover Art: **Ravi Palette**

Printed by
Kamadhenu Print-N-Pack,
Bangalore

ಕೆ ಆರ್ ಮೀರಾ

ಪತ್ರಕರ್ತೆ, ಸಾಹಿತಿ ಕೆ.ಆರ್. ಮೀರಾ ಜನಿಸಿದ್ದು ಕೇರಳದ ಕೊಲ್ಲಂ ಜಿಲ್ಲೆಯ ಶಾಸ್ತಾಂಕೋಟದಲ್ಲಿ, 1970ರಲ್ಲಿ. ತಂದೆ ಕೆ.ಎನ್. ರಾಮಚಂದ್ರನ್ ಪಿಳ್ಳ. ತಾಯಿ ಎ.ಜಿ. ಅಮೃತಕುಮಾರಿ. ಕೇರಳ ವಿಶ್ವವಿದ್ಯಾಲಯದಲ್ಲಿ ಪದವಿ ಓದಿದ ಅವರು ಗಾಂಧಿಗ್ರಾಂ ಗ್ರಾಮೀಣಾಭಿವೃದ್ಧಿ ಸಂಸ್ಥೆಯಿಂದ ಸ್ನಾತಕೋತ್ತರ ಪದವಿ ಗಳಿಸಿದ್ದಾರೆ.

1993ರಲ್ಲಿ 'ಮಲಯಾಳ ಮನೋರಮ'ದಲ್ಲಿ ಪತ್ರಕರ್ತೆಯಾಗಿ ಸೇರಿದರು. ಮುಖ್ಯ ಉಪಸಂಪಾದಕಿಯಾಗಿದ್ದ ಸಂದರ್ಭದಲ್ಲಿ 2006ರಲ್ಲಿ ರಾಜೀನಾಮೆ ನೀಡಿದರು.

2001ರಿಂದಲೇ ಕಥೆಗಳನ್ನು ಬರೆಯುತ್ತಿದ್ದಾರೆ. ಅವರ 'ಅವ್ವೆ ಮರಿಯಾ'ಗೆ ಕೇರಳ ಸಾಹಿತ್ಯ ಅಕಾಡೆಮಿ ಪ್ರಶಸ್ತಿ ಲಭಿಸಿದೆ. ಗೀತಾ ಹಿರಣ್ಯನ್ ಪ್ರಶಸ್ತಿ, ಲಲಿತಾಂಬಿಕಾ ಅಂದರ್ಜನಂ ಸ್ಮಾರಕ ಪ್ರಶಸ್ತಿ, ಅಂಗಣಂ ಪ್ರಶಸ್ತಿ, ತೋಪ್ಪಿಲ್ ರವಿ ಸ್ಮಾರಕ ಪ್ರಶಸ್ತಿ, ಪಿ.ಪದ್ಮರಾಜನ್ ಸ್ಮಾರಕ ಪ್ರಶಸ್ತಿ, ವಿ.ಪಿ.ಶಿವಕುಮಾರ್ ಸ್ಮಾರಕ ಕೇಳಿ ಪ್ರಶಸ್ತಿಗಳು ಲಭಿಸಿವೆ. ಅವರ 'ಆರಾಚ್ಚಾರ್' ಕಾದಂಬರಿ, ವಯಲಾರ್ ಪ್ರಶಸ್ತಿ, ಓಡಕ್ಕುಳಲ್ ಪ್ರಶಸ್ತಿ, ಕೇರಳ ಸಾಹಿತ್ಯ ಅಕಾಡೆಮಿ ಪ್ರಶಸ್ತಿ, ಕೇಂದ್ರ ಸಾಹಿತ್ಯ ಅಕಾಡೆಮಿ ಪ್ರಶಸ್ತಿ ಹಾಗೂ ನೂರನಾಡ್ ಹನೀಫ್ ಪ್ರಶಸ್ತಿಗೆ ಭಾಜನವಾಗಿದೆ. ಇಂಗ್ಲಿಷ್ ಮತ್ತು ತಮಿಳು ಭಾಷೆಗಳಿಗೆ ಕಥೆಗಳು ಅನುವಾದಗೊಂಡಿವೆ.

'ಬಹುರೂಪಿ' ಪ್ರಕಟಿಸಿರುವ ಈ ಕೃತಿ ಕೆ.ಆರ್. ಮೀರಾ ಅವರ ಕನ್ನಡಕ್ಕೆ ಅನುವಾದಗೊಂಡಿರುವ ಮೊದಲ ಕೃತಿ.

ವಿಕ್ರಂ ಕಾಂತಿಕೆರೆ

ಕಾಸರಗೋಡು ಜಿಲ್ಲೆಯ ಕೂಡ್ಲು–ರಾಮದಾಸನಗರ ಸಮೀಪದ ಕಾಂತಿಕೆರೆ ಗ್ರಾಮದಲ್ಲಿ ಜನನ. ಕೂಡ್ಲು ಶ್ರೀ ಗೋಪಾಲಕೃಷ್ಣ ಹೈಸ್ಕೂಲ್‌ನಲ್ಲಿ ಶಾಲಾ ಶಿಕ್ಷಣ, ಕಾಸರಗೋಡು ಸರ್ಕಾರಿ ಕಾಲೇಜಿನಲ್ಲಿ ಪಿಡಿಸಿ (ಪ್ರಿ–ಡಿಗ್ರಿ ಕೋರ್ಸ್), ಪದವಿ ಮತ್ತು ಸ್ನಾತಕೋತ್ತರ ಪದವಿ. ಅದೇ ಕಾಲೇಜಿನ ಪ್ರಾದೇಶಿಕ ಭಾಷಾ ಅಧ್ಯಯನ ಕೇಂದ್ರದಲ್ಲಿ ಎಂ.ಫಿಲ್. (ವಿಷಯ: ಕನ್ನಡ ಮತ್ತು ಮಲಯಾಳದ ಮೊದಲ ಘಟ್ಟದ ಕಾದಂಬರಿಗಳು).

ಮೈಸೂರಿನ ಆಂದೋಲನದಲ್ಲಿ ವೃತ್ತಿ ಆರಂಭ. ಈಗ ಪ್ರಜಾವಾಣಿಯಲ್ಲಿ ಹಿರಿಯ ವರದಿಗಾರ. ಕ್ರೀಡಾ ಪತ್ರಕರ್ತ.

ಕರ್ನಾಟಕ ಮಾಧ್ಯಮ ಅಕಾಡೆಮಿ, ಚರಕ, ರಾಜ್ಯ ಪತ್ರಕರ್ತರ ಸಂಘ ಸೇರಿದಂತೆ ಹಲವು ಮಹತ್ವದ ಪ್ರಶಸ್ತಿಗಳು ಸಂದಿವೆ. ಒ.ಕೆ.ಜೋಣಿ ಅವರ 'ಕಾವೇರಿಯೋಡೊಪ್ಪಂ ಎಂಡೆ ಯಾತ್ರಗಳ್'ಪ್ರವಾಸ ಕಥನವನ್ನು 'ಕಾವೇರಿ ತೀರದ ಪಯಣ' ಎಂಬ ಹೆಸರಿನಲ್ಲಿ ಅನುವಾದ ಮಾಡಿದ್ದಾರೆ. ಉಳ್ಳೂರ್ ಪರಮೇಶ್ವರ ಅಯ್ಯರ್ ಅವರ 'ಉಮಾಕೇರಳಂ' ಮಹಾಕಾವ್ಯವನ್ನೂ ಕನ್ನಡಕ್ಕೆ ತಂದಿದ್ದಾರೆ. ಕನ್ನಡ ಕವಿತೆಗಳು, ಜಿ.ಎನ್.ಮೋಹನ್ ಅವರ 'ನನ್ನೊಳಗಿನ ಹಾಡು ಕ್ಯೂಬಾ' ಕೃತಿಯನ್ನು ಮಲಯಾಳಂಗೆ ಅನುವಾದ ಮಾಡಿದ್ದಾರೆ.

ಈ ಸಂಕಲನದ ಕಥೆಗಳೆಲ್ಲವೂ ಕಾಲ್ಪನಿಕ.

ಬದುಕಿರುವ ಅಥವಾ ಕಾಲವಾಗಿರುವ ಯಾವುದಾದರೂ ವ್ಯಕ್ತಿಗಳ ಜೊತೆ ಇಲ್ಲಿನ ಪಾತ್ರಗಳು ಹೋಲುತ್ತವೆ ಎಂದಾದರೆ ಅದಕ್ಕೆ ನಾವು ಬದುಕುತ್ತಿರುವ ಕಾಲವೇ ಕಾರಣ.

ಭಗವಂತನ ಸಾವು

ಬಸವಣ್ಣನ ವಚನ ಅಮರ ಮೊದಲು ಕೇಳಿದ್ದು ಪ್ರೊಫೆಸರ್‌ನ್ನು ಕೊಲೆ ಮಾಡಲು ಹೋದ ದಿನ. ಅದು ಮಳೆಗಾಲದ ಒಂದು ಬೆಳಗು, ಸೋಮವಾರ. ರಾತ್ರಿ ಕರಿತೈಲದಲ್ಲಿ ಮಿಂದಿದ್ದ ಹಗಲು ಆಗ ತಾನೆ ತಿಳಿಗೊಳ್ಳುತ್ತ ಮುಂಜಾವದ ಮೂಲಕ ನಗೆಬೀರಲು ಹಾತೊರೆಯುತ್ತಿತ್ತು.

'ಹಾಲು ಕರೆಯುವ ಕೃಷ್ಣ ಕರುವಿನಂತಿದ್ದ ಅರ್ಜುನನನ್ನು ಬಿಟ್ಟು ಉಪನಿಷತ್ತುಗಳಿಂದ ಕಡೆದು ತೆಗೆದದ್ದು ಗೀತಾಮೃತ. ಅದರ ಬಗ್ಗೆ ಕೆಟ್ಟದಾಗಿ ಮಾತನಾಡಿದ ಆ ಮುದಿಗೂಬೆಯನ್ನು ಹೊಡೆದು ಹಾಕಿ ಬಾ. ನಿನ್ನ ಮದುವೆ ನಾನು ನಡೆಸಿಕೊಡುವೆ...' ಮಲ್ಲಪ್ಪ ಶಪಥ ಮಾಡಿದ್ದೇ ತಡ, ಅಮರ ಅತ್ಯುತ್ಸಾಹದಿಂದ ಅಂದು ಕಾರ್ಯಾಚರಣೆಗೆ ಇಳಿದಿದ್ದ. ಪೂರ್ವನಿರ್ಧಾರದಂತೆ ಬ್ರಾಹ್ಮಿ ಮುಹೂರ್ತದಲ್ಲೇ ಅಮರ ಆ ಕೆಲಸ ಮುಗಿಸಬೇಕಾಗಿತ್ತು. ಆದರೆ ಮಲೆಬೆನ್ನೂರು ತಲುಪುವಷ್ಟರಲ್ಲಿ ವಾಹನ ಕೈಕೊಟ್ಟದ್ದು ಆತನ ಯೋಜನೆಯನ್ನು ಬುಡಮೇಲು ಮಾಡಿತು. ಹೇಗೂ ಆಯಿತಲ್ಲ, ಮತ್ತೊಂದು ದಿನ ಬರೋಣ ಎಂದು ಶಿವಪ್ಪ ಹೇಳಿದ. ಆದರೆ ಮಲ್ಲಪ್ಪ ಬಿಡಬೇಕಲ್ಲ!

ಪ್ರೊಫೆಸರ್ ಮನೆಯನ್ನು ಕೆಲ ದಿನಗಳ ಹಿಂದೆಯೇ ಆರ್ಯ ಗೊತ್ತುಮಾಡಿದ್ದ. ಆದರೂ ಅಂದು ಮುಂಜಾನೆ ದಾರಿ ತಪ್ಪಿತು. ಅರಳಿ ಕಟ್ಟೆಯಿಂದ ಬಲಕ್ಕೆ ತಿರುಗಿ 10 ಕಿಲೋಮೀಟರ್ ಮುಂದೆ ಹೋದನಂತರವಷ್ಟೇ ಅದು ಬೇರೆ ಕಡೆಗಿರುವ ದಾರಿ ಎಂದು ತಿಳಿದದ್ದು. ವಾಪಸ್ ಬಂದು ಕಟ್ಟೆಯಿಂದ ತಿರುಗುವಷ್ಟರಲ್ಲಿ ಧಾರಾಕಾರ ಮಳೆ ಸುರಿಯಿತು. ಅಮರ ಚಳಿಯಿಂದ ನಡುಗಿದ. ಕಾವೇರಿಯ ನೆನಪು ಬಿಸುಪು ನೀಡಿತು. ಆದರೇನು ಮಾಡುವುದು, ಆರ್ಯ ಮತ್ತೆ ಎಡವಟ್ಟು ಮಾಡಿಕೊಂಡ. ಪ್ರೊಫೆಸರ್ ಮನೆಯನ್ನು ಸ್ಪಷ್ಟವಾಗಿ ಗುರುತಿಸಲು ಆಗುತ್ತಿಲ್ಲ ಎಂದು ಹೇಳಿ ಗೊಂದಲ ಉಂಟುಮಾಡಿದ. ಆತನ ಅಜ್ಜ, ಮುತ್ತಜ್ಜ, ಮುತ್ತಾತನ ಸಂಬಂಧಿಕರನ್ನೆಲ್ಲ ಸೇರಿಸಿ ಶಿವಪ್ಪ ಹೊಲಸು ಬಾಷೆಯಲ್ಲಿ ಮನಸ್ಸಿನಲ್ಲೇ ಬೈದ. ಹುಡುಕುತ್ತ ಸಾಗುವಾಗ ದೊಡ್ಡಕೆರೆ ಬದಿಯಲ್ಲಿ ಜಾಜಿ-ಮೊಲ್ಲೆ ಅರಳಿನಿಂತ ದಾರಿಯ ಕೊನೆಯಲ್ಲಿದ್ದ ಮನೆಯಲ್ಲಿ ಮಾತ್ರ ಬೆಳಕು ಕಾಣುತ್ತಿತ್ತು. ಕಾಂಪೌಂಡ್‌ನ ಗೇಟಿಗೆ ನೇತುಹಾಕಿದ್ದ ಫಲಕದಲ್ಲಿ ಪ್ರೊಫೆಸರ್ ಹೆಸರು ಬರೆದಿತ್ತು. ಗಂಟೆ ಆಗಲೇ ಐದೂವರೆ ದಾಟಿತ್ತು. ಗ್ರಿಲ್ಸ್ ಹಾಕಿದ ಜಗಲಿಯ ಮೂಲೆಯಲ್ಲಿ ಕುರ್ಚಿಯಲ್ಲಿ ಕುಳಿತಿದ್ದ ಪ್ರೊಫೆಸರ್ ಕೈಯಲ್ಲಿ ಪುಸ್ತಕವಿತ್ತು.

'ಸುಂದರಣ್ಣ...ನಿಮಗಂತೂ ನಿದ್ದೆ ಇಲ್ಲ. ಪಾಪ, ಆ ಗೋಮಾತೆಗಳನ್ನಾದರೂ ಮಲಗಲು ಬಿಡಬಾರದೇ...? ಎಂಬ ಪ್ರಶ್ನೆಯೊಂದಿಗೆ ಬಾಗಿಲು ತೆರೆಯಿತು. ಪ್ರೊಫೆಸರ್ ಮುಂದೆ ಬಂದರು. ಆಗಲೇ ಅವರ ನಿಜರೂಪ ಅಮರನ ಕಣ್ಣಿಗೆ ಬಿದ್ದದ್ದು. ಎತ್ತರದ ನಿಲುವು, ಕೆಂಪು ಪಟ್ಟಿಯಿರುವ, ಖಾದಿಯಿಂದ ತಯಾರಿಸಿದ ಧೋತಿ ಹಾಗೂ ಬನಿಯನ್ ತೊಟ್ಟಿದ್ದ ಪ್ರೊಫೆಸರ್ ಕುತ್ತಿಗೆಯಲ್ಲಿ ಇಷ್ಟಲಿಂಗವಿತ್ತು. ವಯಸ್ಸು ಎಂಬತ್ತು ಆಗಿದ್ದರೂ ಮೇಲ್ನೋಟಕ್ಕೆ 30ರ ಹರಯ. ದಪ್ಪನೆಯ ಬಿಳಿ ಮೀಸೆ, ಕಪ್ಪು ಪಟ್ಟಿಯುಳ್ಳ ಕನ್ನಡಕ.

ಅಪರಿಚಿತ ಅಮರ ಮುಂಜಾನೆ ಬಾಗಿಲ ಬಳಿ ನಿಂತಾಗ ಒಮ್ಮೆ ಅಚ್ಚರಿಪಟ್ಟ ಪ್ರೊಫೆಸರ್ ತಕ್ಷಣ ಸುಧಾರಿಸಿಕೊಂಡು 'ಒಳಗೆ ಬನ್ನಿ, ಕುಳಿತುಕೊಳ್ಳಿ' ಎಂದು ಕರೆದರು. 'ಹಾಲಿನವ ಮತ್ತು ಪೇಪರ್ ಹಾಕುವವ ಸದ್ಯದಲ್ಲೇ ಬರುವರು. ಮಳೆ ಕಡಿಮೆಯಾಯಿತೆಂದರೆ ಪಕ್ಕದ ಡಿಸ್ಪೆನ್ಸರಿಯ ಡಾಕ್ಟರ್ ಇದೇ ದಾರಿಯಲ್ಲಿ ವಾಕಿಂಗ್ ಹೋಗುತ್ತಾರೆ..' ಅಮರ ಕೇಳದೇ ಇದ್ದರೂ ಪ್ರೊಫೆಸರ್ ವಿವರಿಸಿದರು.

'ಮುದುಕನಿಗೆ ನಾನು ಯಾರೆಂದು ಗೊತ್ತಾಗಲಿಲ್ಲ...' ಅಮರ ಮನಸ್ಸಿನಲ್ಲೇ ಅಂದುಕೊಂಡ. ವಾಸ್ತವದಲ್ಲಿ ಗೊತ್ತಾಗದೇ ಇದ್ದದ್ದು ಆತನಿಗೆ. ಪುಸ್ತಕಗಳಿಂದ ತುಂಬಿದ್ದ ಕೋಣೆಯ ಒಂದು ಭಾಗದಲ್ಲಿ ಮೂರು ಕಾಲುಗಳುಳ್ಳ ಏಣಿಯನ್ನು ಹಿಡಿದುಕೊಂಡು ಪ್ರೊಫೆಸರ್ ಹೇಳಿದರು:

ಆನೆ ಅಂಕುಶಕ್ಕೆ ಅಂಜುವುದೇ ಅಯ್ಯಾ
ಮಾಣದೆ ಸಿಂಹದ ನಖವೆಂದು ಅಂಜುವುದಲ್ಲದೆ
ಆನೀ ಬಿಜ್ಜಳಂಗಂಜುವೆನೆ ಅಯ್ಯಾ
ನೀನು ಸರ್ವಜೀವದಯಾಪಾರಿಯಾದ ಕಾರಣ
ನಿನಗಂಜುವೆನಲ್ಲದೆ ಕೂಡಲಸಂಗಮದೇವಾ

ಅಮರ ವಿಚಲಿತನಾಗಲಿಲ್ಲ. 'ಮುದುಕನ ಭಂಡತನಕ್ಕಿಷ್ಟು ಮಣ್ಣು ಹಾಕ' ಎಂದು ಮನಸ್ಸಿನಲ್ಲಿ ಅಂದುಕೊಳ್ಳುತ್ತಲೇ ಬಂದೂಕು ತೆಗೆದು ಪ್ರೊಫೆಸರ್ ಹಣೆಗಿಟ್ಟ, ಪ್ರೊಫೆಸರ್ ಒಂದಿನಿತೂ ಕದಲಲಿಲ್ಲ.

'ಗೆಳೆಯಾ ಧರ್ಮಗಳೆಲ್ಲವೂ ಮನುಷ್ಯನ ರಕ್ತ ಹೀರುವ ಜೀವಿಗಳು. ದೀನ-ದಲಿತರ, ಬಡವರ ಮತ್ತು ಅಧಿಕಾರ ಇಲ್ಲದವರ ರಕ್ತವನ್ನಷ್ಟೇ ಅವು ಬಯಸುತ್ತವೆ' ಎಂದು ಹೇಳಿ ಅವರು ನಸುನಕ್ಕ ಆ ಘಳಿಗೆಯನ್ನು ನೆನೆದಾಗ ಅಮರ ಈಗ ನಡುಗಿದ, ಬೆಚ್ಚಿ ಬಿದ್ದ.

'ನೀನು ಒಬ್ಬಳು ಪರಿಶಿಷ್ಟ ಸಮುದಾಯದ ಹೆಣ್ಣುಮಗಳನ್ನು ಮದುವೆಯಾದರೆ ನಿನ್ನ ಜಾತಿ ಆಕೆಯ ರಕ್ತ ಹೀರಲಿದೆ. ಮೇಲ್ವರ್ಗದವಳನ್ನು ಮದುವೆಯಾದರೆ ಅವರ ಜಾತಿ ನಿನ್ನ ರಕ್ತ ಹೀರಲಿದೆ. ನಿನ್ನೆ ಬಸವಣ್ಣ, ಇಂದು ನಾನು. ಹೌದು, ಇಂದು ನಾನು, ನಾಳೆ ನೀನು... ಕೂಡಲಸಂಗಮದೇವಾ...'

ಇಷ್ಟು ಕೇಳುತ್ತಲೇ ಅಮರನ ಕಪಾಳಕ್ಕೆ ಬಲವಾಗಿ ಚಚ್ಚಿದಂತಾಯಿತು. 'ಮುದುಕನಿಗೆ ಎಲ್ಲವೂ ಗೊತ್ತಿದೆಯೇ' ಎಂಬ ಸಂದೇಹ ಅವನನ್ನು ಕಾಡತೊಡಗಿತು. ಒಂದು ಕ್ಷಣ ದಿಗ್ಭ್ರಮೆಯಾಯಿತಾದರೂ ಸುಧಾರಿಸಿಕೊಂಡಾಗ ಕೋಪ ಮತ್ತಷ್ಟು ಹೆಚ್ಚಾಯಿತು.

'ಗುರಿ ಇಡುವಾಗ, ದ್ರೌಪದಿ ಸ್ವಯಂವರದಲ್ಲಿ ಅರ್ಜುನನಿಗಿದ್ದಂಥ ತಾದಾತ್ಮ್ಯ ಇರಬೇಕು. ಅರ್ಜುನ ಅಂದು ತಿರುಗುವ ಚಕ್ರದತ್ತ ಲಕ್ಷ್ಯ ವಹಿಸದೆ ಮಧ್ಯದಲ್ಲಿದ್ದ ಪಕ್ಷಿಯ ಕಣ್ಣಗುಡ್ಡೆಯ ಮೇಲಷ್ಟೇ ಗಮನ ಇರಿಸಿದ್ದ. ನೀನು ಕೂಡ ಬಂದೂಕಿನ ಕುದುರೆಯನ್ನು ಎಳೆಯುವಾಗ ಚಂಚಲನಾಗಬೇಡ...' ಎಂದು ಮಲ್ಲಪ್ಪ ಹೇಳಿದ ಮಾತು ಅಮರ ಮರೆತ. ಗುಂಡು ಹಾರಿಸದೆ, ಎಡಗೈ ಬೆರಳುಗಳಲ್ಲಿ ಪ್ರೊಫೆಸರ್ ಗಂಟಲನ್ನು ಹಿಡಿದು ಅಮುಕಿದ. ಪ್ರತಿಭಟಿಸಲು ತಾಕತ್ತಿಲ್ಲದ ಆ ವೃದ್ಧ ಪುಸ್ತಕಗಳು ತುಂಬಿದ ಕಪಾಟಿಗೆ ಒರಗಿದ. ದೇಹಭಾರಕ್ಕೆ ಕಪಾಟು ಅಲುಗಾಡಿತು. ಪುಸ್ತಕಗಳು ಬಿದ್ದವು. ಕಪಾಟು ಕೂಡ ನೆಲಕ್ಕೆ ಒರಗಿತು.

ಪ್ರಜ್ಞೆ ಬಂದಾಗ ಅಮರ ಸರ್ಕಾರಿ ಡಿಸ್ಪೆನ್ಸರಿಯಲ್ಲಿದ್ದ. ಮುರಿದ ಬಲಗಾಲು ಮತ್ತು ಗಾಯದಿಂದ ಉಬ್ಬಿದ ಕಣ್ಣರೆಪ್ಪೆಗೆ ಚಿಕಿತ್ಸೆಗಾಗಿ ಅಲ್ಲಿ ದಾಖಲಿಸಲಾಗಿತ್ತು. ಪಕ್ಕದಲ್ಲೇ ಕುರ್ಚಿಯಲ್ಲಿ ಕುಳಿತಿದ್ದ ಪ್ರೊಫೆಸರ್ ಪುಸ್ತಕ ಓದುತ್ತಿದ್ದರು. ಆತಂಕಗೊಂಡ ಅಮರ ಗಡಿಬಿಡಿಯಿಂದ ಎದ್ದು ಕುಳಿತುಕೊಳ್ಳಲು ಪ್ರಯತ್ನಿಸಿದ. ಪುಸ್ತಕ ಹಿಡಿದಿದ್ದ ಕೈ ಎತ್ತಿದ ಪ್ರೊಫೆಸರ್ 'ಏಯ್, ಮಲಗಲ್ಲಿ. ಇದರಲ್ಲಿ ಒಂದು ಬಿಗೀತೀನಿ ನೋಡು, ಪುಸ್ತಕಕ್ಕಿಂತ ದೊಡ್ಡ ಅಸ್ತ್ರವಿಲ್ಲ ಗೊತ್ತೇನು?' ಎಂದು ಗದರಿದರು.

ಬಂದೂಕು ಹಿಡಿದುಕೊಂಡು ಕೊಲ್ಲಲು ಬಂದವನಿಗೆ ಪುಸ್ತಕದಿಂದ ಹೊಡೆದು ಬುದ್ಧಿ ಕಲಿಸಲು ಪ್ರಯತ್ನಿಸಿದ ಪ್ರೊಫೆಸರ್... ಅಂದಿನ ಆ ಪ್ರಸಂಗ ನೆನೆದಾಗ ಅಮರನಿಗೆ ನಗು ಬಂತು. ಆಸ್ಪತ್ರೆಯ ತುಕ್ಕು ಹಿಡಿದ ಮಂಚದಲ್ಲಿ ಮಲಗಿದ್ದ ಅಮರ ಬಾಲ ಕತ್ತರಿಸಿದ ಹೋತದಂತಾಗಿದ್ದ. ಆತನ ಪ್ರೇಮಪ್ರಸಂಗದ ನಿರ್ಣಾಯಕ ದಿನವಾಗಿತ್ತು ಅದು. ಮೂರು ಗಂಟೆಗೆ ದಾವಣಗೆರೆ ರೈಲು ನಿಲ್ದಾಣಕ್ಕೆ ತಲುಪಬೇಕಿತ್ತು. ಕಾವೇರಿಯೊಂದಿಗೆ ಮಧುರೆಗೆ ತೆರಳಲು ಬೆಂಗಳೂರು ಎಕ್ಸ್‌ಪ್ರೆಸ್ ಏರಬೇಕಾಗಿತ್ತು. ಮಧುರೆಯಲ್ಲಿ ಅವರ ಮದುವೆಗೂ ಉಳಿದುಕೊಳ್ಳುವುದಕ್ಕೂ ವ್ಯವಸ್ಥೆಯಾಗಿತ್ತು. ಮೂರು ತಿಂಗಳ ಪ್ರಯತ್ನ ಕೊನೆಯಲ್ಲಿ... ಛೇ, ಅಮರನಿಗೆ ಸಹಿಸಲಾಗಲಿಲ್ಲ.

ಪ್ರೊಫೆಸರ್ ಈಗಾಗಲೇ ಪೊಲೀಸರಿಗೆ ದೂರು ನೀಡಿರಬಹುದು ಎಂದು ಆತ ಬೆದರಿದ. ಹಾಗೇನಾದರೂ ಆದರೂ ಮಲ್ಲಪ್ಪ ಬಿಡಿಸುತ್ತಾನೆ. ಆದರೆ ಮೂರು ಗಂಟೆಗೆ ರೈಲು ನಿಲ್ದಾಣ ತಲುಪುವುದು ಹೇಗೆ...?

ಆತನ ದುಗುಡ ಹೆಚ್ಚಿತು. ಅಷ್ಟರಲ್ಲಿ ವೃದ್ಧ ಡಾಕ್ಟರ್ ಬಂದರು. ಡಿಸ್ಪೆನ್ಸರಿಯ ಪಕ್ಕದಲ್ಲೇ ಅವರ ವಾಸ. ಅಮರನ ಕಾಲಿನ ಮೇಲೆ ಕೈಯಾಡಿಸುತ್ತ ಕಣ್ಣು ಮುಚ್ಚಿ ಬೆರಳಿನಲ್ಲಿ ಎಲುಬು ಒತ್ತುತ್ತ ಮುರಿದ ಭಾಗ ಪತ್ತೆ ಮಾಡಿದರು. ಪ್ಲಾಸ್ಟರ್ ಹಾಕಿದರು. ಒಂದು ವಾರದ ಪೂರ್ಣ ವಿಶ್ರಾಂತಿ ಬೇಕೇಬೇಕು ಎಂದು ಸಲಹೆ ನೀಡಿದ ನಂತರ 'ಸರ್, ಈತ ನಿಮ್ಮ ಹೊಸ ಶಿಷ್ಯನೇ' ಎಂದು ಕೇಳಿದರು. 'ಇಲ್ಲ, ಆತನ ಶಿಷ್ಯನಾಗಲು ನಾನು ತಯಾರಾಗುತ್ತಿದ್ದೇನೆ..' ಪ್ರೊಫೆಸರ್ ಹೇಳಿದರು.

ಅಯ್ಯಾ ನೀನು ನಿರಾಕಾರನಾದಲ್ಲಿ
ನಾನು ಜ್ಞಾನವೆಂಬ ವಾಹನವಾಗಿರ್ದೆ ಕಣಾ
ಕೂಡಲಸಂಗಮದೇವ...

ಎಂಬ ವಚನ ಕೇಳಲಿಲ್ಲವೇ ಡಾಕ್ಟರ್ ನೀವು ಎಂದು ನಕ್ಕರು.

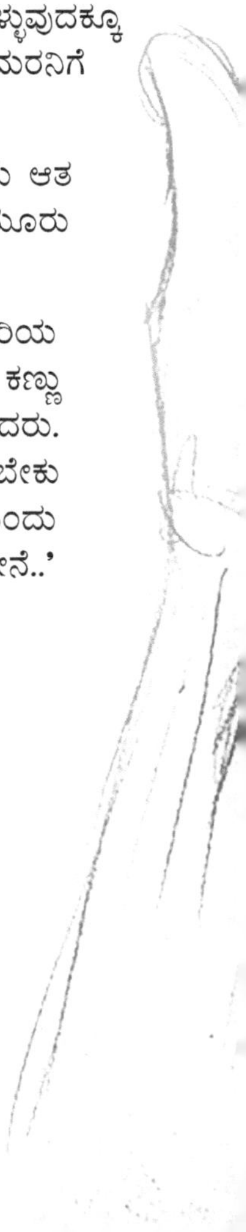

ಹಳೆಯ ಬಟ್ಟೆಯನ್ನು ಹರಿದು ಬಿಸಾಕಿದಂತೆ ಅಂಗಾಂಗವನ್ನು ಸೀಳಿ ಹೊಲಿದರೆ ಮತ್ತೆ ಪೌರುಷವೆಂಬುದು ಇರುವುದಿಲ್ಲ ಎಂಬ ಸತ್ಯ ಅರಿತ ಆ ಕ್ಷಣವನ್ನು ನೆನೆದುಕೊಂಡು ಅಮರ ನಗೆಸೂಸಿದ. ಡಿಸ್ಪೆನ್ಸರಿಯಲ್ಲೊ ಪ್ರೊಫೆಸರ್‌ನ್ನು ಸಾಯಿಸಬೇಕು ಎಂದೆನಿಸಿತ್ತು. ಅಷ್ಟರಲ್ಲಿ ಕೆಲವು ಜನರು ಬಂದು ಅಮರನನ್ನು ಹೊತ್ತುಕೊಂಡು ಟೆಂಪೊವೊಂದರಲ್ಲಿ ಹಾಕಿಕೊಂಡು ಹೋದರು. ಟೆಂಪೊ ಪ್ರೊಫೆಸರ್ ಮನೆಯ ಮುಂದೆ ನಿಂತಿತು. ಬಾಗಿಲ ಬಳಿ ಬಂದೂಕು ಹಿಡಿದ ಇಬ್ಬರು ಪೊಲೀಸರು ಇದ್ದರು. ಅವರೊಂದಿಗೆ ತಮಾಷೆ ಮಾತನಾಡಿ ಪ್ರೊಫೆಸರ್ ನಕ್ಕರು. ಒಳಗೆ ಹೋಗಿ ಗಾಲಿಕುರ್ಚಿಯೊಂದನ್ನು ತೆಗೆದುಕೊಂಡು ಬಂದರು. ಅಂಬಿಕಾ ತೀರಿಕೊಂಡ ನಂತರ ಈ ಕುರ್ಚಿ ಈಗ ಉಪಯೋಗಕ್ಕೆ ಬಂತು ಎಂದುಕೊಂಡರು. ಟೆಂಪೊದಲ್ಲಿ ಬಂದವರ ನೆರವಿನೊಂದಿಗೆ ಅಮರನನ್ನು ಒಳಗೆ ಕರೆದುಕೊಂಡು ಹೋದರು. ಮಗುಚಿಬಿದ್ದ ಪುಸ್ತಕಗಳ ಕಪಾಟನ್ನು ದಾಟಿ ಪಕ್ಕದ ಕೋಣೆಯಲ್ಲಿರುವ ಮಂಚದಲ್ಲಿ ಮಲಗಿಸಿದರು. ಮೂಗುದಾರ ಬಿಗಿದು ಕಂಬಕ್ಕೆ ಕಟ್ಟಿಹಾಕಿದ ಕೋಣದಂತೆ ಅಮರ ಕಣ್ಣು ಪಿಳಿ ಪಿಳಿ ಮಾಡುತ್ತ ಸುತ್ತಲೂ ನೋಡಿದ.

ಸೀಮೆಸುಣ್ಣ ಬಳಿದ ಸಣ್ಣದೊಂದು ಕೊಠಡಿಯಾಗಿತ್ತು ಅದು. ಅಮರನ ಮುಂದೆ ಬಾಗಿಲು, ಹಿಂದೆ ಮತ್ತು ಬಲಭಾಗದಲ್ಲಿ ಕಿಟಕಿಗಳು. ಬಲಭಾಗದ ಕಿಟಕಿಯ ಬದಿಯಲ್ಲಿ ಸಣ್ಣದೊಂದು ಮಂಚವಿತ್ತು. ಮಲಗಿದ್ದ ಅಮರನಿಗೆ ಪುಸ್ತಕಗಳ ರಾಶಿಯ ಪಕ್ಕದಲ್ಲಿ ಅಡುಗೆ ಮನೆಯ ಕಡೆಗಿರುವ ಬಾಗಿಲು ಮತ್ತು ಪಕ್ಕದ ಗೋಡೆಯಲ್ಲಿ ಕೆಂಪು ಬಿಳುಪು ಚಿತ್ರವೊಂದು ಕಾಣಿಸಿತು. ಸ್ನಾನ ಮಾಡಿ ಬಿಳಿ ಬನಿಯನ್ ಮತ್ತು ಧೋತಿ ಸುತ್ತಿಕೊಂಡು ಬಂದ ಪ್ರೊಫೆಸರ್ ಬೆಳ್ಳಿ ಕೂದಲು ಬಾಚಿ ಒಪ್ಪವಾಗಿಸಿದರು. ಬಾಗಿಲು ಮತ್ತು ಸಣ್ಣ ಕೊಠಡಿಯ ನಡುವಿನ ಗೋಡೆಯಲ್ಲಿ ತೂಗುಹಾಕಿದ್ದ ಬಸವಣ್ಣನ ಚಿತ್ರ ಆಗಷ್ಟೇ ಅಮರನ ಕಣ್ಣಿಗೆ ಬಿತ್ತು. ಸಣ್ಣದೊಂದು ದೀಪ ಹಚ್ಚಿದ ಪ್ರೊಫೆಸರ್ ನಿಮಿಷಗಳ ಕಾಲ ಧ್ಯಾನಸ್ಥರಾದರು. ನಂತರ ಅಮರನ ಕಡೆಗೆ ತಿರುಗಿ 'ಇವರು ಯಾರೆಂದು ಗೊತ್ತಾ...' ಎಂದು ಕೇಳಿದರು. ಅಮರನಿಗೆ ಕೋಪ ಬಂತು. 'ಬಸವಣ್ಣನನ್ನು ತಿಳಿಯದವರುಂಟೇ..' ಎಂದು ವಾಪಸ್ ಪ್ರಶ್ನೆ ಹಾಕಿದ. 'ಶಹಬ್ಬಾಸ್... ನಿನಗೆ ಬಸವಣ್ಣ ಗೊತ್ತು. ಆದರೆ ವಚನಗಳು ಗೊತ್ತಿಲ್ಲ. ಆ ಬಗ್ಗೆ ಬೇಸರ ಇಲ್ಲ; ಗೊತ್ತಿರುವವರ ಮೇಲೆ ಗೌರವವೂ ಇಲ್ಲ...'

ಅಮರನಿಗೆ ಮೊದಲೇ ಹುಚ್ಚು ಹಿಡಿದಂತಾಗಿತ್ತು. ಈ ಮಾತು ಕೇಳಿ ಇನ್ನಷ್ಟು ಚಡಪಡಿಸಿದ. 'ನಿಲ್ಲಿಸು ನಿನ್ನ ನಾಟಕ. ನನಗೆ ಈಗಲೇ ಹೋಗಬೇಕು' ಎಂದು ಹೇಳುತ್ತಲೇ

ಹಾಸಿಗೆಯಿಂದ ಏಳಲು ಪ್ರಯತ್ನಿಸಿದ. ಪ್ರೊಫೆಸರ್ ನಕ್ಕು ಹೇಳಿದರು: 'ಹೊರಗೆ ಪೊಲೀಸರನ್ನು ನೋಡಿಲ್ಲವೇ? ಈ ಹಿಂದೆಯೇ ನ್ಯಾಯಾಲಯದ ಸೂಚನೆಯಂತೆ ಇಲ್ಲಿ ಪೊಲೀಸರನ್ನು ನಿಯೋಜಿಸಲಾಗಿತ್ತು. ಈಗ ಮತ್ತೆ ಅವರನ್ನು ಕರೆಸಿದ್ದು ಯಾಕೆ ಗೊತ್ತೇ..? ನೀನು ಇಲ್ಲಿದ್ದೀಯ ಎಂದು ಯಾರಿಗೂ ಗೊತ್ತಾಗಲಾರದು'

'ನೀಲಮ್ಮಾ...' ಪ್ರೊಫೆಸರ್ ಕರೆದಾಗ ಹೂ ಮುಡಿದುಕೊಂಡಿದ್ದ, ಸೀರೆಯುಟ್ಟ ಮೂವತ್ತರ ಆಸುಪಾಸಿನ ಮಹಿಳೆ ಒಳಮನೆಯಿಂದ ಬಂದಳು. ಕೈಯಲ್ಲಿದ್ದ ತಾಟಿನಲ್ಲಿ ಹಬೆಯಾಡುವ ನೀರು ದೋಸೆ ಮತ್ತು ತೆಂಗಿನಕಾಯಿಯ ಚಟ್ನಿ. ಅಮರನ ಪಕ್ಕದಲ್ಲಿ ಸ್ಟೂಲೊಂದನ್ನು ಇರಿಸಿದ ಪ್ರೊಫೆಸರ್ ದೋಸೆ ಮುರಿದು ಆತನ ಬಾಯಿಗಿಟ್ಟರು. ಅಮರನಿಗೆ ಮೈಯೆಲ್ಲ ನಡುಗಿದಂತಾಯಿತು. ಬಾಯಲ್ಲಿ ಪಸೆ ಬತ್ತಿದಂತಾಯಿತು. ಎದುರಾಳಿಗೆ ಮಣಿದ ಹೋರಾಟಗಾರನಂತೆ ಸಪ್ಪೆ ಮೋರೆ ಹಾಕಿದ. ಪ್ರೊಫೆಸರ್ ಒತ್ತಾಯಕ್ಕೆ ಬಾಯಿ ತೆರೆದು ದೋಸೆಯನ್ನು ಜಗಿಯತೊಡಗಿದ. ಆಹಾ... ಎಂಥ ರುಚಿ...!

ನೆರಿಗೆ ಬಿದ್ದ ಪ್ರೊಫೆಸರ್ ಹಣೆಯಲ್ಲಿ ಬೆಳಿಗ್ಗೆ ತಾನು ಬಂದೂಕು ಒತ್ತಿ ಹಿಡಿದಾಗ ಉಂಟಾದ ಕಲೆಯನ್ನು ಆತ ಕಂಡ. ಬೇಟೆಯಾಡಲು ಬಂದ ಮಿಕದ ಕೈಯಿಂದಲೇ ಆಹಾರ ಸೇವಿಸುವ ಪರಿಸ್ಥಿತಿ ಬಂತಲ್ಲಾ ಎಂದು ಕೊರಗಿದ ಆತನ ಕಣ್ಣುಗಳು ಕೆಂಪಾದವು; ನಾಲ್ಕು ಹನಿ ನೀರು ಜಿನುಗಿತು. ಪ್ರೊಫೆಸರ್ ನಕ್ಕರು. ನಂತರ ಪ್ರೀತಿಯಿಂದ ನುಡಿದರು:

ಆನೆ ಅಂಕುಶಕ್ಕೆ ಅಂಜುವುದೇ ಅಯ್ಯಾ
ಆನೀ ಬಿಜ್ಜಳಂಗಂಜುವೆನೆ ಅಯ್ಯಾ
ನೀನು ಸರ್ವಜೀವದಯಾಪಾರಿಯಾದ ಕಾರಣ
ಕೂಡಲಸಂಗಮದೇವಾ

'ಬಿಜ್ಜಳ ಯಾರೆಂದು ನಿನಗೆ ಗೊತ್ತೇ...?' ಇಲ್ಲ, ಅಮರನಿಗೆ ಗೊತ್ತಿರಲಿಲ್ಲ. 'ಬಿಜ್ಜಳ ರಾಜನಾಗಿದ್ದ. ಬಸವಣ್ಣ ಬರೀ ಮಂತ್ರಿ. ಆದರೂ ಬಿಜ್ಜಳನಿಗೆ ಹೆದರುವೆನೇ ಎಂದು ಕೇಳುವಷ್ಟು ಧೈರ್ಯ ಬಸವಣ್ಣನಿಗಿತ್ತು' ಎಂದು ಹೇಳುತ್ತಲೇ ಆತನ ಬಾಯಿ ತೊಳೆದ ಪ್ರೊಫೆಸರ್ ಮುಖ ಒರೆಸಿ, ಕೂದಲು ಸರಿ ಮಾಡಿದರು. ಅಮರನಿಗೆ ಅಮ್ಮನ ನೆನಪಾಯಿತು. ಆತನ ಕಣ್ಣುಗಳನ್ನೇ ದಿಟ್ಟಿಸಿದ ಪ್ರೊಫೆಸರ್ ಹೇಳಿದರು. 'ಭಯಕ್ಕಿಂತ ಹೆಚ್ಚು ಬಲ ದಯೆಗೆ ಇದೆ. ಧರ್ಮಗಳು ಮರೆತಿರುವುದು ಅದನ್ನೇ. ವಾಪಸ್ ಹೋದ ಮೇಲೆ, ನಿನ್ನನ್ನು ಇಲ್ಲಿಗೆ ಕಳುಹಿಸಿದವನಿಗೆ ನೀನು ಈ ಮಾತು ಹೇಳಬೇಕು...'

ಪ್ರೊಫೆಸರ್ ಆಡುವ ಮಾತಿನ ಗೂಢಾರ್ಥ ಅಮರನಿಗೆ ನಿಧಾನಕ್ಕೆ ಸ್ಪಷ್ಟವಾಗತೊಡಗಿತು. ಅಂದು, ಈ ಮುದುಕ ದೋಸೆ ಮತ್ತು ಚಹಾ ಕೊಟ್ಟು ತನ್ನ ಮನಪರಿವರ್ತನೆ ಮಾಡಲು ಪ್ರಯತ್ನಿಸುತ್ತಿದ್ದಾನೆ ಎಂದುಕೊಂಡಿದ್ದ ಅಮರ ಬಂದೂಕೇ ಬೇಕೆಂದೇನೂ ಇಲ್ಲ, ಚಾಕು ಸಿಕ್ಕಿದರೂ ಈತನ ಹಣೆಯನ್ನು ಸೀಳಿ ಎದೆಸೆಟೆದು ನಿಂತು ಹಲ್ಲು ಕಡಿಯುತ್ತಾ 'ಏ ಮುದಿ ಗೂಬೆ... ನಾನು ನಿನ್ನ ಯಮ ಗೊತ್ತೇನು, ಕಾಲನೊಂದಿಗೆ ನಿನ್ನ ಆಟ ಬೇಡ' ಎಂದು ಹೇಳಬೇಕೆಂದು ಅನಿಸಿತ್ತು. ಆದರೆ ಅಷ್ಟರಲ್ಲಿ ಕಾರು-ಬೈಕುಗಳಲ್ಲಿ ಪ್ರೊಫೆಸರ್ ಶಿಷ್ಯಂದಿರು ಬಂದಿದ್ದರು. ನಾಲ್ವರು ಹಿಂದುಗಳು, ಒಬ್ಬ ಕ್ರೈಸ್ತ, ಇಬ್ಬರು ಮುಸ್ಲಿಮರು. ಇಬ್ಬರು ಹುಡುಗಿಯರು. ಎರಡು ವಾರಗಳಿಗೊಮ್ಮೆ ಶುಕ್ರವಾರ ಮನೆಗಳಿಗೆ ತೆರಳಿ ಸೋಮವಾರ ವಾಪಸಾಗುವ ಶಿಷ್ಯಂದಿರೊಂದಿಗೆ ಪ್ರೊಫೆಸರ್ ವಾಸವಾಗಿದ್ದಾರೆ ಎಂದು ಮಲ್ಲಪ್ಪ ಹೇಳಿದ್ದು ನೆನಪಾಯಿತು. ಶನಿವಾರ ಮತ್ತು ಭಾನುವಾರ ಪ್ರಯಾಣದಲ್ಲಿರುತ್ತಾರೆ. ಆದ್ದರಿಂದ ಅವರನ್ನು ಹೊಡೆದುರುಳಿಸಲು ಸೋಮವಾರ ಮುಂಜಾನೆ ಸರಿಯಾದ ಸಮಯ ಎಂದು ಹೇಳಿದ್ದೂ ನೆನಪಾಯಿತು.

ಸಮಯ ಸಾಗಿದಂತೆ ಶಿಷ್ಯಂದಿರ ಸಂಖ್ಯೆ ಹೆಚ್ಚಾಯಿತು. ಮನೆಯೊಳಗೆ ಜೀವಕಳೆ ಮೂಡಿತು.

ಶಿಷ್ಯಂದಿರು ಮಾತಿನ ಮಧ್ಯೆ ಒಮ್ಮೆ ಹಾಸ್ಯ ಚಟಾಕಿ ಹಾರಿಸುತ್ತ ಮತ್ತೊಮ್ಮೆ ಗಂಭೀರ ವಿಷಯಗಳ ಚರ್ಚೆ ನಡೆಸುತ್ತ ಪುಸ್ತಕದ ಕಪಾಟು, ಛಾವಣಿಯ ಮೆಟ್ಟಿಲುಗಳನ್ನು ಶುಚಿಗೊಳಿಸಿದರು. ನೆಲದ ಮೇಲೆ ಬಿದ್ದಿದ್ದ ಪುಸ್ತಕಗಳನ್ನು ಜೋಡಿಸಿಟ್ಟು ಕೊಠಡಿಯನ್ನು ಪೂರ್ವಸ್ಥಿತಿಗೆ ತಂದ ನಂತರ ಪ್ರೊಫೆಸರ್ ಅವರಿಂದ ಕೆಲವು ಕೃತಿಗಳನ್ನು ಓದಿಸಿದರು. ಕಾವ್ಯ ವಾಚನ ಮಾಡಿದರು. ಆಗಾಗ ಬಂದು ಅಮರನ ಆರೋಗ್ಯದ ಬಗ್ಗೆ ವಿಚಾರಿಸಿದರು. ರಾತ್ರಿ ನೀಲಮ್ಮ ಸೇರಿದಂತೆ ಎಲ್ಲರೂ ಅಮರನ ಸುತ್ತ ಸೇರಿದರು. ನೆಲದ ಮೇಲೆ ಚಾಪೆ ಹಾಸಿ ಹುಡುಗರು ಹುಡುಗಿಯರೆಲ್ಲ ಹತ್ತಿರ ಹತ್ತಿರ ಕುಳಿತರು. ಪರಸ್ಪರ ಬಡಿಸಿಕೊಂಡು ಊಟ ಮಾಡಿದರು. ಗಂಭೀರ ವಿಷಯಗಳನ್ನು ಚರ್ಚಿಸುತ್ತಿರುವಾಗಲೇ ಪ್ರೊಫೆಸರ್ ಅಮರನ ಬಾಯಿಗೆ ತುತ್ತು ನೀಡಿದರು.

ಸದಾ ಹಸನ್ಮುಖಿಯಾಗಿದ್ದ ಶಹೀದ್ ಹೇಳಿದ: 'ಹಸು ನನಗೂ ಗೋಮಾತೆಯೇ. ಮೈಮೇಲೆ ಚುಕ್ಕಿಗಳಿದ್ದ ಸುಂದರಿ ಎಂಬ ಹಸುವಿನ ಹಾಲು ಮಾರಿ ಅಮ್ಮ ನನಗೆ ಶಿಕ್ಷಣ ಕೊಡಿಸಿದ್ದಳು...'

ಮಧ್ಯಪ್ರವೇಶಿಸಿದ ಪ್ರೊಫೆಸರ್ 'ಧರ್ಮಗಳೆಲ್ಲ ಹಸುವಿನಂತೆ. ಒಂದು ಕುಟುಂಬವನ್ನು ಸಾಕಲು ಬೇಕಾದಷ್ಟು ಹಾಲು ನೀಡುವ ಸಾಮರ್ಥ್ಯ ಹಸುವಿಗಿದೆ. ಆದರೆ ಅದು

ಎಲ್ಲರಿಗೂ ಒಂದೇ ಪ್ರಮಾಣದಲ್ಲಿ ಹಾಲು ಸುರಿಸುವುದಿಲ್ಲ. ತನಗಾಗದವರ ಮೇಲೆ ಆಕ್ರಮಣ ಮಾಡಿ ನೆಲಕ್ಕುರುಳಿಸುತ್ತದೆ' ಎಂದರು.

ಅಷ್ಟರಲ್ಲಿ ನೀಲಮ್ಮ 'ಗೋಮಾತೆ ತಿವಿದು ಯಾರೂ ಈವರೆಗೆ ಸತ್ತಿದ್ದಿಲ್ಲ' ಎಂದರು. 'ಯಾರೆಂದರು ನಿಮಗೆ... ಅಮೆರಿಕದಲ್ಲಿ ಕೂಡ ಹಸುವಿನ ತಿವಿತಕ್ಕೆ ಒಳಗಾಗಿ ಪ್ರತಿ ವರ್ಷ 22 ಮಂದಿ ಸಾಯುತ್ತಿದ್ದಾರೆ ಗೊತ್ತಾ..' ಕನ್ನಡಕ ಸರಿ ಮಾಡುತ್ತ ಅನುಷಾ ಹೇಳಿದಳು.

'ಮನುಷ್ಯರಂತೆಯೇ ಹಸುಗಳು ಕೂಡ ಹಲವು ಬಗೆ. ವಿವೇಕ ಇರುವವು, ಹೇಳಿದ್ದು ಕೇಳದವು, ಶುಚಿಯಾಗಿರುವವು, ಎಲ್ಲೆಲ್ಲೋ ಅಲೆಯುವವು, ಹಗೆ ಸಾಧಿಸುವವು, ಸ್ವಂತ ಕರುವಿಗಿಂತ ಯಜಮಾನನನ್ನು ಪ್ರೀತಿಸುವವು... ಹೀಗೆ...' ಪ್ರೊಫೆಸರ್ ವಿವರಿಸಿದರು.

ನಗುನಗುತ್ತಾ ಎಲ್ಲರೂ ನಿದ್ದೆ ಮಾಡಲು ಹೋದರು. ಪ್ರೊಫೆಸರ್ ಒಬ್ಬರೇ ಉಳಿದರು. 'ಹತ್ತು ವರ್ಷಗಳ ಹಿಂದೆ ಅಂಬಿಕ ಮರೆಯಾದ ನಂತರ ನಿನ್ನೆಯವರೆಗೂ ಈ ಕೋಣೆಯಲ್ಲಿ ನಾನು ಒಟ್ಟಂಟಿಯಾಗಿ ಮಲಗಿದ್ದೆ. ಆಕೆಗಾಗಿ ನಿರ್ಮಿಸಿದ ಮೇಲೆ ಕೆಳಗೆ ಮಾಡಬಲ್ಲ ವಿಶೇಷ ಮಂಚದಲ್ಲಿ ನೀನೀಗ ಮಲಗಿದ್ದೀಯಾ' ಎನ್ನುತ್ತ ಪ್ರೊಫೆಸರ್ ಗೋಡೆಗೆ ನೇತು ಹಾಕಿದ್ದ ಚಿತ್ರವನ್ನು ತೋರಿಸಿ 'ನೋಡು, ಇವಳೇ ಅಂಬಿಕ. ನಿವೃತ್ತಿಯಾದಾಗ ಪಿಂಚಣಿಗೆ ಅರ್ಜಿ ಸಲ್ಲಿಸುವುಕ್ಕಾಗಿ ತೆಗೆದ ಚಿತ್ರ ಇದು. 25 ವರ್ಷಗಳಾದವು' ಎಂದರು.

ಚಿತ್ರದಲ್ಲಿದ್ದ ಗಂಭೀರ ವದನೆ ಪತ್ನಿಯನ್ನು ನೋಡುತ್ತ ಭಾವುಕರಾದ ಪ್ರೊಫೆಸರ್ ದಿಂಬಿನ ಕೆಳಗೆ ಕೈ ಹಾಕಿ ಏನನ್ನೋ ತೆಗೆದರು. ಅವರ ಕೈಯಲ್ಲಿ ತನ್ನ ಬಂದೂಕು ನೋಡಿ ಅಮರನ ನೆತ್ತರು ಕುದಿಯಿತು. ನಸುನಕ್ಕ ಪ್ರೊಫೆಸರ್ 'ಗಡಿಬಿಡಿ ಬೇಡ ಮಗನೇ, ಎಲುಬು ಮುರಿಯುವುದೂ ಪ್ರೇಮ ಮುರಿದು ಬೀಳುವುದೂ ಒಂದೇ. ಎರಡಕ್ಕೂ ಮದ್ದಿಲ್ಲ. ಅದನ್ನು ಸರಿಪಡಿಸಲು ಕಾಯಲೇಬೇಕು. ಆದ್ದರಿಂದ ಕಾಲವೇ ಅದಕ್ಕಿರುವ ಔಷಧ' ಎಂದರು.

'ಸದ್ಯ ಸೋಲೊಪ್ಪಿಕೊಳ್ಳದೇ ನಿನಗೆ ಬೇರೆ ದಾರಿ ಇಲ್ಲ. ಆರು ವಾರಗಳ ನಂತರ ಎಲ್ಲ ಸರಿಹೋಗಲಿದೆ. ಸ್ವಂತ ಕಾಲಮೇಲೆ ನಡೆದು ಬಂದು ತೆಗೆಯಲು ಸಾಧ್ಯವಾಗುವ ವರೆಗೂ ಈ ಬಂದೂಕು ಇಲ್ಲೇ ಇರಲಿ...' ಬಂದೂಕನ್ನು ಮತ್ತೆ ದಿಂಬಿನಡಿಯಲ್ಲಿರಿಸಿ ಅವರು ಹಾಸಿಗೆ ಮೇಲೆ ಮೈ ಚೆಲ್ಲಿದರು.

'ಆ ಬಂದೂಕು ತೆಗೆಯುವ ದಿನ....' ಅಮರನಲ್ಲಿ ಮತ್ತೆ ರೋಷ ಉಕ್ಕಿತು. ದೀಪ ನಂದಿತು. ಸ್ವಲ್ಪ ಹೊತ್ತಿನಲ್ಲಿ ಪ್ರೊಫೆಸರ್ ಹೇಳಿದರು: 'ಇಲ್ಲ ಮಗನೇ ಆ ಬಂದೂಕು ತೆಗೆಯುವ ದಿನದಿಂದ ನೀನು ಯಾರ ತಲೆಯನ್ನೂ ತೆಗೆಯಲಾರೆ.

ಅರಿವಿಲ್ಲದ ಕಾಯವುಂಟೇ
ಅರಿವಿಲ್ಲದ ಪ್ರಾಣವುಂಟೇ
ಅರಿವಿಲ್ಲದ ನಿಲವುಂಟೇ
ಭಾವವಿಲ್ಲದ ಭಕ್ತಿಯುಂಟೇ
ಕೂಡಲಸಂಗಮದೇವಾ
ನೀವು ಪರಿಪೂರ್ಣರಾಗಿಪ್ಪಿರೆ
ಅವಗುಣಕ್ಕೆ ತೆರಹಿಲ್ಲ

ಹೊರಗೆ ಜೋರಾಗಿ ಮಳೆ ಸುರಿಯುತ್ತಿದ್ದ ಆ ರಾತ್ರಿ ಹಲ್ಲು ಕಿರಿಯುತ್ತ ದಿಂಬನ್ನು ಅಮುಕಿ ಹಿಡಿಯುತ್ತ, ಎಡಗೈಯಲ್ಲಿ ಎಡಗಾಲಿನ ತೊಡೆಯನ್ನು ಕೆರೆಯುತ್ತ ಒದ್ದಾಡಿದ್ದನ್ನು ನೆನೆದಾಗ ಅಮರನ ಮುಖದಲ್ಲಿ ನಗೆ ಮೂಡಿತು.

ಅಂದು ಪ್ರೊಫೆಸರ್‌ಗೆ ಬೇಗನೇ ನಿದ್ದೆ ಹತ್ತಿತ್ತು. ಆದರೆ ಅಮರ... ಕೆಂಪು ಬಣ್ಣ ಕಂಡು ಚಡಪಡಿಸಿದ ಹೋರಿಯಂತಾಗಿತ್ತು ಆತನ ಸ್ಥಿತಿ. ಎದ್ದೇಳಲು ಪ್ರಯತ್ನಿಸಿದ. ಆದರೆ ಎಲುಬು ಮುರಿದರೆ ಅದು ಮತ್ತೆ ಸೇರುವವರೆಗೆ ಕಾಯುವುದೇ ಒಳಿತಲ್ಲವೇ ಎಂದುಕೊಂಡು ಸುಮ್ಮನಾದ. ಕೈಕಾಲುಗಳಲ್ಲಿ ಅಸಹನೀಯ ನೋವು. ಹೃದಯದಲ್ಲಿ ತಳಮಳ. ತಾನು ಪ್ರೊಫೆಸರ್ ಮನೆಯಲ್ಲಿ ಬಂಧಿಯಾಗಿರುವ ವಿಷಯ ಮಲ್ಲಪ್ಪನಿಗೆ ತಿಳಿಯದೇ ಇರುತ್ತದೆಯೇ? ಬೈಕಿನಲ್ಲಿ ತನ್ನನ್ನು ಬಿಟ್ಟುಹೋದ ಶಿವಪ್ಪ ಮತ್ತು ಆರ್ಯ ಆತನಿಗೆ ವಿಷಯ ತಿಳಿಸದೇ ಇರುತ್ತಾರೆಯೇ? ಕಾವೇರಿ ರೈಲು ನಿಲ್ದಾಣಕ್ಕೆ ಬಂದಿರಬಹುದೇ? ತಾನೊಬ್ಬ ಮೋಸಗಾರ ಎಂದು ಆಕೆ ಅಂದುಕೊಂಡಿರಬಹುದೇ? ಹೂವಿನಂಥ ಆಕೆಯ ಮನಸ್ಸು ಛಿದ್ರವಾಗಿರುವುದೇ...? ಪ್ರಶ್ನೆಗಳು ಒಂದರ ಮೇಲೊಂದು ಕಾಡತೊಡಗಿದಾಗ ಆತನ ರೋಷವೆಲ್ಲ ಇಳಿದು ಹೋಯಿತು. ಕಣ್ಣಿಂದ ಹನಿ ನೀರು ಹರಿಯಿತು.

ಅಯೋಧ್ಯೆಗೆ ತೀರ್ಥಯಾತ್ರೆಗೆ ಹೋದ ಅಪ್ಪ ಮತ್ತು ಮಾವನವರ ಸುಟ್ಟು ಕರಕಲಾದ ದೇಹಗಳನ್ನು ಕಂಡ ಎಂಟನೇ ವಯಸ್ಸಿನಲ್ಲಿ ಆತನ ಕಣ್ಣೀರು ಬತ್ತಿತ್ತು. ಅಲ್ಲಿಂದ ಇಲ್ಲಿಯವರೆಗೆ ಆತ ಅತ್ತಿರಲಿಲ್ಲ. ಕೋಣೆಯಲ್ಲಿ ಬೆಳಕು ಮೂಡಿತು. ಪ್ರೊಫೆಸರ್ ಎದ್ದು ಬಂದು ಅಮರನ ಹತ್ತಿರ ಕುಳಿತು ಕಣ್ಣುಗಳನ್ನೇ ದಿಟ್ಟಿಸಿದರು. ಆತನಿಗೆ ಮುಜುಗರವಾಯಿತು. ಆ ಮುಜುಗರ ಒಂದರೆ ಕ್ಷಣಗಳಲ್ಲಿ ಕೋಪವಾಗಿ ಮಾರ್ಪಟ್ಟಿತು. ಆದರೂ ತನ್ನನ್ನು ದಿಟ್ಟಿಸಿದ ಪ್ರೊಫೆಸರ್ ಅವರ ವಯಸ್ಸಾದ ಕಣ್ಣುಗಳಲ್ಲಿನ

ವಾತ್ಸಲ್ಯ ಆತನನ್ನು ಕರಗಿಸಿತು. ಆತನ ಎಡಗೈ ಹಿಡಿದು, ಕಣ್ಣು ಒರೆಸುತ್ತ ಪ್ರೊಫೆಸರ್ ಹೇಳಿದರು: 'ಅಬ್ಬಬ್ಬ... ಕೊಲ್ಲಲು ಬಂದಾತ ಆಟದಲ್ಲಿ ಸೋತ ಮಗುವಿನಂತೆ ಅಳುವುದೇ? ಬಂದೂಕಿಗೆ ಬದಲು ನೀನು ಮಾತು ಬಳಸಬೇಕು ಎಂಬುದು ನನ್ನ ಆಸೆಯಾಗಿತ್ತು. ಕೂಡಲಸಂಗಮದೇವಾ ಸ್ಥಾವರಕ್ಕಳಿವುಂಟು, ಜಂಗಮಕ್ಕಳಿವಿಲ್ಲ ಎಂದು ಬಸವಣ್ಣ ಹೇಳಿದ್ದು ಸುಳ್ಳೇ? ನಿರಂತರವಾಗಿ ಚಲಿಸುವುದನ್ನು ಬಿಟ್ಟು ನಿಂತಲ್ಲೇ ನಿಲ್ಲುವ ಕೋಣಗಳು ಧರ್ಮಗಳು. ಚಲಿಸುವ ಗಾಡಿಯನ್ನು ಹಿಂದಿಕ್ಕಿ ಓಡುವುದನ್ನು ಬಿಟ್ಟು ಗಾಡಿಯ ಚಕ್ರಗಳನ್ನು ಮುರಿಯುವುದರಲ್ಲೇ ಅವುಗಳಿಗೆ ಆಸಕ್ತಿ. ಅಳಬೇಡ...'

'ಬಂದೂಕು ಮನುಷ್ಯನನ್ನು ಕೆಡವುತ್ತದೆ. ಕಟ್ಟುವ ಸಾಮರ್ಥ್ಯ ಇರುವುದು ಮಾತುಗಳಿಗೆ ಮಾತ್ರ' ಎಂದು ಹೇಳುತ್ತಿದ್ದಾಗಲೇ ಪ್ರೊಫೆಸರ್ ಕೈಬೆರಳುಗಳು ಅಮರನ ಕೆನ್ನೆ ಸವರಿದವು.

ಅಬ್ಬ ಎಂಥ ರಾತ್ರಿಯಾಗಿತ್ತು ಅದು... ನೆನಪಿಸಿಕೊಂಡು ಅಮರ ಅಚ್ಚರಿಯೊಂದಿಗೆ ನಕ್ಕ. ಮಾತು ಮನುಷ್ಯನನ್ನು ಸೃಷ್ಟಿಸುವುದು ಹೇಗೆ ಎಂಬುದು ಅಂದು ಅತನ ಅನುಭವಕ್ಕೆ ಬಂದಿತ್ತು. ವಾಸ್ತವದಲ್ಲಿ ಅದು ಸೃಷ್ಟಿಯಲ್ಲ, ಮರುಸೃಷ್ಟಿ. ಆದ್ದರಿಂದಲೇ ಬಸವಣ್ಣ ಬದುಕಿನ ಕುರಿತ ಒಳನೋಟಗಳನ್ನು 'ವಚನ' ಎಂದು ಕರೆದದ್ದು. ಎಷ್ಟೋ ದಿನಗಳ ನಂತರ ಅಮರನಿಗೆ ಚೆನ್ನಾಗಿ ನಿದ್ದೆ ಹತ್ತಿತು.

ಸ್ವಲ್ಪ ಹೊತ್ತು ಕಳೆದಾಗ ಪ್ರೊಫೆಸರ್ ಯಾರೊಂದಿಗೋ ಜೋರಾಗಿ ಮಾತನಾಡುವುದು ಕೇಳಿಸಿತು. 'ಧರ್ಮದ ನಶೆ ತಲೆಗೇರಿದವರು ಹಾಗೇನೇ... ಅವರು ಕೆಲವರ ನೆತ್ತರು ಹೀರುವರು. ಕೆಲವರಿಗೆ ಹಣ ನೀಡುವರು' ಎಂದು ಹೇಳುತ್ತಿದ್ದ ಪ್ರೊಫೆಸರ್ ಮಾತುಗಳಲ್ಲಿ ಬೇಸರವೂ ಕೋಪವೂ ಅಡಗಿತ್ತು.

'ಪತ್ರಿಕೆ ತೆರೆದು ನೋಡಲು ಭಯವಾಗುತ್ತದೆ. ಬಡವರ ಬಟ್ಟೆ ಕಳಚಿ ಬೀಳುವಂತೆ, ಚರ್ಮ ಕಿತ್ತು ಬರುವಂತೆ ಲಾಠಿ ಬೀಸುವ ಪೊಲೀಸರ ಚಿತ್ರ ಅಥವಾ ಕೊಂದು ಬೀದಿಗೆಸೆದ ಹೆಣ್ಣುಮಕ್ಕಳ ಚಿತ್ರಗಳನ್ನು ನೋಡುತ್ತಿದ್ದರೆ ಕರುಳು ಕಿತ್ತು ಬರುತ್ತದೆ. ಇಲ್ಲಿ ನೋಡಿ, ಈ ಯುವತಿ ಸತ್ತು ಬಿದ್ದಿರುವ ಚಿತ್ರ– ಈಕೆಯನ್ನು ಕೊಂದವರು ಯಾರು? ಇಂಥ ಹತ್ಯೆಗಳ ವಿರುದ್ಧವೇ ನಾನು ಇಷ್ಟು ದಿನ ಮಾತನಾಡುತ್ತಿದ್ದದ್ದು. ತಾನೇ ಸೃಷ್ಟಿಸಿದವರನ್ನು ಹಣಿಯುವ ದೇವರು ದೇವರಾಗುವುದಾದರೂ ಹೇಗೆ?

ಬಸವಣ್ಣನ ವಚನ ಕೇಳಿಲ್ಲವೇ?

ನೆಲವೊಂದೇ ಹೊಲಗೇರಿ ಶಿವಾಲಯಕ್ಕೆ
ಜಲವೊಂದೇ ಶೌಚಾಚಮನಕ್ಕೆ

ಕುಲವೊಂದೇ ತನ್ನ ತಾನರಿದವಂಗೆ
ಫಲವೊಂದೇ ಷಡದರ್ಶನ ಮುಕ್ತಿಗೆ
ಬಿಲವೊಂದೇ ಕೂಡಲ ಸಂಗಮದೇವ ನಿಮ್ಮನರಿದವಂಗೆ

ಆ ಮುಂಜಾವವನ್ನು ನೆನೆದು ಅಮರ ನಿಟ್ಟುಸಿರು ಬಿಟ್ಟ. ಶಹೀದ್ ಮತ್ತು ಕಿರಣ್ ಅವನಿಗೆ ನಿತ್ಯಕರ್ಮಗಳನ್ನು ಪೂರೈಸಲು ನೆರವಾದರು. 'ಹೊರಗೆ ನಿಂತಿದ್ದಾರಲ್ಲ, ಅವರೆಲ್ಲರೂ ದಾವಣಗೆರೆ ಬಳಿ ನಡೆದ ದಲಿತರ ಮೇಲಿನ ದೌರ್ಜನ್ಯಕ್ಕೆ ಸಂಬಂಧಿಸಿ ಅಭಿಪ್ರಾಯ ತಿಳಿದುಕೊಳ್ಳಲು ಬಂದಿರುವ ಮಾಧ್ಯಮದವರು...' ಎಂದು ಅಮರನಿಗೆ ತಿಳಿಸಿದರು. ಅಷ್ಟರಲ್ಲಿ ಪ್ರೊಫೆಸರ್ ಬಂದರು. ಮೇಘನಾಥನ ಸಹಾಯದೊಂದಿಗೆ ಆತನ ದೇಹವನ್ನು ಒದ್ದೆ ಬಟ್ಟೆಯಿಂದ ಒರೆಸಿದರು; ತಿಂಡಿ ತಿನ್ನಿಸಿದರು.

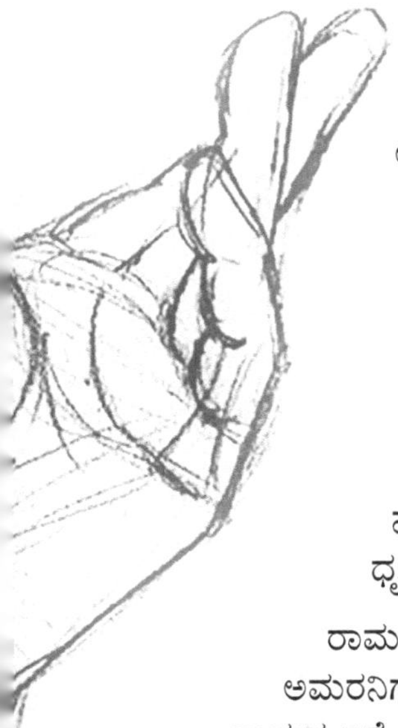

ಆತನಿಗಾಗಿ ಹೊಸ ಬಟ್ಟೆ ಖರೀದಿಸಲಾಗಿತ್ತು. ಆತನ ಮಂಚವನ್ನು ಪ್ರೊಫೆಸರ್ ತರಗತಿ ಕೊಠಡಿಗೆ ಸ್ಥಳಾಂತರಿಸಲಾಯಿತು. ಶಾಲೆ ತೊರೆದ ನಂತರ ಅಮರ ಅದೇ ಮೊದಲು ತರಗತಿಯೊಂದರಲ್ಲಿ ಕುಳಿತ; ಅಲ್ಲ ಮಲಗಿದ. ಅಲ್ಲಿ ಹೇಳಿದ್ದು ಯಾವುದೂ ಆತನಿಗೆ ಅರ್ಥವಾಗುತ್ತಿರಲಿಲ್ಲ. ಆದರೆ ಪಾಠ ಕೇಳುತ್ತ ಕುಳಿತ ಶಿಷ್ಯರಿಗೆ ಪ್ರೊಫೆಸರ್ ಮೇಲೆ ಇದ್ದ ಪೂಜ್ಯ ಭಾವ ಗಮನಿಸಿದ. ಅವರ ಸಂದೇಹಗಳು, ಅದಕ್ಕೆ ಪ್ರೊಫೆಸರ್ ನೀಡುವ ವಿವರಣೆಯನ್ನೂ ಆಲಿಸಿದ. ಸಾಮಾನ್ಯವಾಗಿ ಹೆಚ್ಚೇನೂ ಮಾತನಾಡದ ಸೂರಜ್ ಏಕಾಏಕಿ ಅಮರನ ಬಳಿ ಹೆಸರು ಕೇಳಿದ.

'ನನ್ನದೇ ಹೆಸರು; ಭಗವಂತ...' ಪ್ರೊಫೆಸರ್ ತಕ್ಷಣ ಉತ್ತರಿಸಿದರು. 'ನಾನು ಬರೆದಿರುವ ನೂರು ಪುಸ್ತಕಗಳೇ ನನ್ನ ಮಕ್ಕಳು. ಈತ ನೂರಾ ಒಂದನೇ ಸಂತತಿ. ಈಗ ನಾನು ಧೃತರಾಷ್ಟ್ರನಾದೆ...' ಎಲ್ಲರೂ ಗೊಳ್ಳೆಂದು ನಕ್ಕರು.

ರಾಮ–ಕೃಷ್ಣ ಮುಂತಾದವರು ಬದುಕಿದ್ದರೇ ಎಂಬುದನ್ನು ತಿಳಿಯಲು ಅಮರನಿಗೆ ಕುತೂಹಲವಿತ್ತು. ಪ್ರೊಫೆಸರ್ ನಗುತ್ತಾ ಹೇಳಿದರು 'ನಮಗೆ ರಾಮನ ಬಗ್ಗೆ ಮೊದಲು ತಿಳಿದದ್ದು ವಾಲ್ಮೀಕಿ ರಾಮಾಯಣದ ಮೂಲಕ. ಅಲ್ಲಿ ಚಿತ್ರಿಸಿರುವ ರಾಮ ಒಬ್ಬ ಮನುಷ್ಯ. ಆ ರಾಮನನ್ನು ಹಿನ್ನೆಲೆಯಾಗಿರಿಸಿಕೊಂಡು ಜನರೇ ಸೃಷ್ಟಿಸಿದ ದೇವರು ಈಗ ನಮ್ಮ ಮುಂದೆ ಇರುವ ರಾಮ. ಮನುಷ್ಯ ತಾನಷ್ಟೇ ಅನುಭವಿಸಬಲ್ಲ ಕೆಲವೊಂದು ಭಾವಗಳಿವೆ. ಹಸಿವು, ಪ್ರೀತಿ, ಮೈಥುನ, ಸಾವು ಇತ್ಯಾದಿಗಳನ್ನು ಬೇರೆಯವರೊಂದಿಗೆ ಹಂಚಿಕೊಳ್ಳಲು ಸಾಧ್ಯವಿಲ್ಲ. ನಿನ್ನ

ಹಸಿವಿನ ಸಂಕಟ ನಿನಗೆ ಮಾತ್ರ ಸೀಮಿತ. ದೇವರೂ ಹಾಗೇನೆ. ದೇವರನ್ನು ವೈಯಕ್ತಿಕವಾಗಿ ಅನುಭವಿಸಬೇಕು. ಮನುಷ್ಯ, ಆತನಿಗೆ ಅಗತ್ಯ ಇರುವ ದೇವರನ್ನು ಸೃಷ್ಟಿಸಿಕೊಂಡಿದ್ದಾನೆ. ವಿಭಿನ್ನ ಕಾಲದಲ್ಲಿ ಹೀಗೆ ಸೃಷ್ಟಿಯಾದ ದೇವರುಗಳ ಪೈಕಿ ಎಷ್ಟೋ ಕಾಲವಾಗಿ ಹೋಗಿವೆ. ಈಗ, ಅಧಿಕಾರಕ್ಕಾಗಿ ನಡೆಯುವ ಸ್ಪರ್ಧೆಯಲ್ಲಿ ಗೆದ್ದ ದೇವರುಗಳಷ್ಟೇ ಉಳಿದುಕೊಂಡಿವೆ...'

'ಹ್ಞಾಂ...ಇನ್ನೊಂದು ಮಾತು, ಈಗ ಇರುವ ದೇವರುಗಳ ಪೈಕಿ ಯಾವುದನ್ನೂ ದೇವರು ಸೃಷ್ಟಿಸಿಲ್ಲ. ಮಾನವ ಇತಿಹಾಸದಲ್ಲಿ ಹೆಣ್ಣು ಅಧಿಕಾರ ಕಳೆದುಕೊಂಡಂತೆಲ್ಲ ಆಕೆ ಸೃಜಿಸಿದ ದೇವರುಗಳ ಶಕ್ತಿಯೂ ಕುಂದಿತು...'

ಚಂದ್ರೋದಯಕ್ಕೆ ಅಂಬುಧಿ ಹೆಚ್ಚುವುದಯ್ಯ
ಚಂದ್ರ ಕುಂದೆ ಕುಂದುವುದಯ್ಯ
ಚಂದ್ರಂಗೆ ರಾಹು ಅಡ್ಡ ಬಂದಲ್ಲಿ
ಅಂಬುಧಿ ಬೊಬ್ಬಿಟ್ಟಿತ್ತೇ ಅಯ್ಯ?
ಅಂಬುಧಿಯ ಮುನಿ ಆಪೋಶನವ ಕೊಂಬಲ್ಲಿ
ಚಂದ್ರಮನಡ್ಡ ಬಂದನೆ ಅಯ್ಯ?
ಆರಿಗಾರೂ ಇಲ್ಲ, ಕೆಟ್ಟವಂಗೆ ಕೆಳೆಯಿಲ್ಲ
ಜಗದ ನಂಟ ನೀನೇ ಅಯ್ಯ ಕೂಡಲಸಂಗಮದೇವಯ್ಯ

ಅಂದು ರಾತ್ರಿ ಆತನಿಗೆ ಔಷಧಿ ನೀಡುವಾಗ ಪ್ರೊಫೆಸರ್ ಕೇಳಿದರು: 'ನನಗೆ ಒಂದು ವಿಷಯ ತಿಳಿಯಬೇಕಾಗಿತ್ತು...' ಅಮರ ತಕ್ಷಣ ಹೇಳಿದ 'ನನ್ನ ಹೆಸರಲ್ಲವೇ...' ಪ್ರೊಫೆಸರ್ ಹೇಳಿದರು: 'ಇಲ್ಲ, ನನಗೆ ಅದರ ಅಗತ್ಯವಿಲ್ಲ. ನನ್ನ ಮನಸ್ಸಿನಲ್ಲಿ ನಿನ್ನ ಹೆಸರು ಭಗವಂತ ಎಂದು ಅಚ್ಚಾಗಿದೆ. ನನಗೆ ತಿಳಿಯಬೇಕಾಗಿರುವುದು, ಇದಕ್ಕೂ ಮೊದಲು ನೀನು ಎಷ್ಟು ಮಂದಿಗೆ ಮೋಕ್ಷ ನೀಡಿದ್ದೀಯಾ ಎಂಬುದು...'

ಅಮರ ಒಂದು ಕ್ಷಣ ನಡುಗಿದ. ಎಡಗೈಯನ್ನು ಮೆತ್ತಗೆ ಮೇಲೆತ್ತಿ ಮೂರು ಬೆರಳುಗಳನ್ನು ಎಬ್ಬಿಸಿ ತೋರಿಸಿದ. ಪ್ರೊಫೆಸರ್ ಬೆಚ್ಚಿದರು. ಅವರನ್ನು ಸಮಾಧಾನಪಡಿಸುವಂತೆ ಆತ ತಕ್ಷಣ ಹೇಳಿದ: 'ಆದರೆ ಒಂದೇ ಒಂದು ಪ್ರಕರಣದಲ್ಲೂ ನಾನು ಅಪರಾಧಿಯಲ್ಲ...' ದೀರ್ಘವಾಗಿ ಉಸಿರೆಳೆದುಕೊಂಡ ಪ್ರೊಫೆಸರ್ ಕೇಳಿದರು: 'ಅಪರಾಧಿಯಲ್ಲ ಎಂಬ ಮಾತ್ರಕ್ಕೆ ಆ ಕೊಲೆಗಳನ್ನು ನೀನು ಮಾಡಿದ್ದು ಅಲ್ಲ ಎಂದು ಹೇಳಲಿಕ್ಕಾಗುತ್ತದೆಯೇ? ಆ ನರಹತ್ಯೆ ಹತ್ಯೆಯಲ್ಲದೇ ಆಗುತ್ತದೆಯೇ? ನಿನಗೆ ಅದನ್ನು ಮಾಡಲು ಹೇಗೆ ಮನಸ್ಸು ಬಂತು..?' ಪ್ರೊಫೆಸರ್

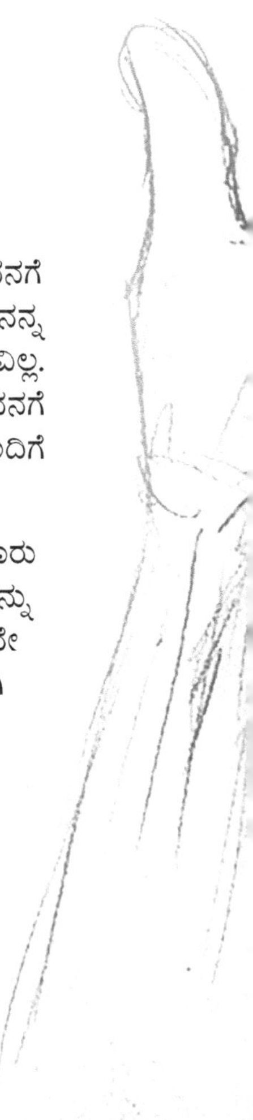

ನಡುಗುವ ಕೈಗಳು ಆತನ ಕೈಯನ್ನು ಗಟ್ಟಿಯಾಗಿ ಹಿಡಿದುಕೊಂಡವು. ಕೆಲಹೊತ್ತು ಅವರಿಗೆ ಮಾತು ಬರಲಿಲ್ಲ. ನಂತರ ಅಸ್ಪಷ್ಟ ದನಿಯಲ್ಲಿ...

ಅಯ್ಯಾ ನೀನೆನ್ನ ಭವದ ಕೊಂದಿಹೆನೆಂದು
ಜಂಗಮ ಲಾಂಛನನಾಗಿ ಬಂದಲ್ಲಿ
ನಾನು ಭಕ್ತನೆಂಬ ವಾಹನವಾಗಿರ್ದೆ ಕಣಾ
ಕೂಡಲಸಂಗಮದೇವಾ

'ಎಲ್ಲ ಕೊಲೆಗಳನ್ನೂ ಬಂದೂಕು ಬಳಸಿ ಮಾಡಿದ್ದೇ? ಹಣೆಯ ಮೇಲೆ ಗುಂಡು ಹಾರಿಸಿದ್ದೇ...? ನಿನ್ನೆ ಒಂದು ನಿಮಿಷ ತಡವಾದರೂ ಈ ಮನೆಯಲ್ಲಿ ಕೆಂಪು ನಕ್ಷತ್ರವೊಂದು ಉದಿಸುತ್ತಿತ್ತು ಅಲ್ಲವೇ...' ಎಂದು ಕೇಳಿ ಪ್ರೊಫೆಸರ್ ಮಂದಹಾಸ ಬೀರಿದರು.

'ಕೆಂಪು ನಕ್ಷತ್ರ...?' ಅಮರ ಗಾಬರಿಯಿಂದ ಕೇಳಿದ.

'ನೋಡು, ಇದುವೇ ನಿಮ್ಮಗಳ ಸಮಸ್ಯೆ. ಗುಂಡು ಹಾರಿಸಲು ಮಾತ್ರ ನಿಮಗೆ ಗೊತ್ತು. ಆದರೆ ಮೈಮೇಲೆ ಬಂದೂಕು ಒತ್ತಿ ಕುದುರೆಯನ್ನು ಎಳೆದಾಗ ಗುಂಡು ನುಗ್ಗಿದ ಜಾಗದಲ್ಲಿ ನಕ್ಷತ್ರದ ಆಕಾರದಲ್ಲಿ ಗಾಯವಾಗುವ ಬಗ್ಗೆ ಗೊತ್ತಿಲ್ಲ. ಲೇ ಮೂಢ, ಬಂದೂಕಿನ ಗುಂಡು ಮೊದಲು ಚರ್ಮವನ್ನು ಕಿತ್ತು ನುಗ್ಗುತ್ತದೆ. ನಂತರ ತಲೆಬರುಡೆಯನ್ನು ಛಿದ್ರಗೊಳಿಸುತ್ತದೆ. ಅಷ್ಟರಲ್ಲಿ ಒಂದು ಧೂಮ್ರವಲಯ ಸೃಷ್ಟಿಯಾಗುತ್ತದೆ. ಹತ್ತಿರದಿಂದ ಗುಂಡು ಹಾರಿಸಿದರೆ ಸಣ್ಣ ಶಬ್ದವಷ್ಟೇ ಕೇಳಿಸುತ್ತದೆ. ಅದು ಹೊರಬರಲು ಸ್ವಲ್ಪ ಸಮಯ ಬೇಕಾಗುತ್ತದೆ...'

ಅಮರ ಅವರನ್ನೇ ದಿಟ್ಟಿಸಿದ. ಪ್ರೊಫೆಸರ್ ನಗುತ್ತ ಆತನ ಹಣೆಯ ಮೇಲೆ ಕೈಯಾಡಿಸಿದರು. ನಂತರ 'ಇನ್ನೂ ಒಂದು ಪ್ರಶ್ನೆ ಇದೆ, ಹೀಗೆಲ್ಲ ಮಾಡಬೇಡ ಎನ್ನುವಷ್ಟು ಪ್ರೀತಿಪಾತ್ರರು ನಿನಗೆ ಯಾರೂ ಇಲ್ಲವೇ...?'

ಕೇವಲ ಮೂರೇ ದಿನಗಳಲ್ಲಿ ಪ್ರೊಫೆಸರ್ ಮೇಲಿನ ಶತೃತ್ವ ಕಳೆದುಹೋಯಿತಲ್ಲ ಎಂಬುದನ್ನು ನೆನೆದುಕೊಂಡ ಅಮರನ ಹೃದಯ ಆರ್ದ್ರವಾಯಿತು. ಆತನಿಗೆ ಅದು ಸ್ವಂತ ಮನೆಯಂತೆ ಭಾಸವಾಗತೊಡಗಿತು. ಬದುಕಿನಲ್ಲಿ ಶಿಸ್ತು ಮೂಡುತ್ತಿರುವಂತೆ ತೋರಿತು. ಕವಿತೆ ಅರ್ಥೈಸಿಕೊಳ್ಳುವಷ್ಟು ಮತ್ತು ಕಥೆ ಕೇಳಿದರೆ ಭಾವುಕನಾಗುವಷ್ಟು

ವೈಶಾಲ್ಯ ಬೆಳೆಯಿತು. ಅನುಷ ಮತ್ತು ಫರೀದಾ ಜೊತೆ ಮಾತನಾಡುವಾಗ ಸಹೋದರಿ ಭಾವನೆ ಮೂಡತೊಡಗಿತು. ಅಲ್ಲಿಯವರೆಗೆ ಕಾವೇರಿಯನ್ನು ಹೊರತುಪಡಿಸಿ ಬೇರೆಲ್ಲ ಹೆಣ್ಣಲ್ಲೂ ಆತನಿಗೆ ಮೊಲೆ ಮತ್ತು ನಿತಂಬಗಳು ಮಾತ್ರ ಕಾಣುತ್ತಿದ್ದವು. ಶಹೀದನ ಹಾಸ್ಯ ಚಟಾಕಿಗೆ ಅಮರ ನಗತೊಡಗಿದ. ಸ್ಟ್ಯಾನ್ಲಿಯ ಬುದ್ಧಿಶಕ್ತಿಯನ್ನು ಮೆಚ್ಚತೊಡಗಿದ. ಮನೆಕೆಲಸದಾಕೆ ನೀಲಮ್ಮಳ ಮಾತುಗಳನ್ನು ಕೇಳತೊಡಗಿದ.

ನಾಲ್ಕನೇ ದಿನ ಪ್ರೊಫೆಸರ್ ಕೇಳಿದರು: 'ಬದುಕಿನಲ್ಲಿ ನೀನೆಷ್ಟು ಪುಸ್ತಕಗಳನ್ನು ಓದಿದ್ದೀಯಾ...?' ಈ ಪ್ರಶ್ನೆ ಕೇಳಿದ್ದೇ ತಡ, ಅಮರ ಸಂಪೂರ್ಣ ಕುಗ್ಗಿ ಹೋದ. ಪ್ರೊಫೆಸರ್ ಮುಖ ಕೆಂಪಾಯಿತು. ಕಣ್ಣುಗಳು ತುಂಬಿದವು. 'ಈ ವರೆಗೆ ಸಾಯಿಸಿದ್ದಕ್ಕೂ ಕೈ ಕತ್ತರಿಸಿದ್ದಕ್ಕೂ ನಾನು ನಿನ್ನನ್ನು ಖಂಡಿತ ಶಿಕ್ಷಿಸುವೆ' ಎಂದು ಹೇಳಿದ ಅವರು ಒಳಗೆ ಹೋಗಿ ಪುಸ್ತಕವೊಂದನ್ನು ತೆಗೆದುಕೊಂಡು ಬಂದರು. ವಾಲ್ಮೀಕಿ ರಾಮಾಯಣದ ಕನ್ನಡಾನುವಾದ. 'ರಾಮನ ಹೆಸರಿನಲ್ಲಿ ಮತ್ತೊಮ್ಮೆ ಕೊಲೆ ಮಾಡಲು ಹೋಗುವ ಮುನ್ನ ನೀನಿದನ್ನು ಓದಬೇಕು' ಎಂದರು. 'ಇಷ್ಟು ದೊಡ್ಡ ಪುಸ್ತಕವನ್ನು ಓದುವುದೇ...?' ಆಮರನ ಶಕ್ತಿಯೆಲ್ಲ ಕುಂದಿದಂತೆ ಕಂಡಿತು. ಅಂದಿನಿಂದ ಪ್ರೊಫೆಸರ್ ಆತನಿಗೆ ಪುಸ್ತಕ ಓದಲು ಕಲಿಸಿದರು, ಪಾಠ ಮಾಡಿದರು. ಬ್ಯಾಂಡೇಜ್ ಹಾಕಿದ್ದ ಕಾಲು ನೆಲದ ಮೇಲೆ ಊರಿ ನಡೆಯಲು ಪ್ರಾರಂಭಿಸಿದಾಗ ಆತನನ್ನು ಹೊರಗಿನ ಕೋಣೆಗೆ ಕರೆದುಕೊಂಡು ಹೋಗಿ ಗೋಡೆಯಲ್ಲಿ ನೇತು ಹಾಕಿದ್ದ ಕಪ್ಪು-ಬಿಳುಪು ಚಿತ್ರ ತೋರಿಸಿದರು. ಅದು ಗಾಂಧೀಜಿ ಚಿತ್ರ. ನೋಡು ಎದೆಯ ಮೇಲೆ ಗುಂಡು ತಾಗಿತ್ತು. ಈ ಮನುಷ್ಯ ಹೇಗೆ ನಿಂತರೂ ಗುಂಡು ಎದೆಗೇ ಬೀಳುವಂತಿದೆ ಅಲ್ಲವೇ...?' ಎಂದರು.

ದಿಂಬಿನ ಕೆಳಗೆ ಇರಿಸಿದ್ದ ಬಂದೂಕನ್ನು ಅಂದು ರಾತ್ರಿ ಪ್ರೊಫೆಸರ್ ಮೇಲೆ ತೆಗೆದಿರಿಸಿ 'ಬಾ ಇದನ್ನು ತೆಗೆದುಕೋ' ಎಂದರು. ಅಮರನಿಗೆ ಕಸಿವಿಸಿಯಾಯಿತು. ಬಂದೂಕು ಮತ್ತೆ ದಿಂಬಿನ ಕೆಳಗೆ ಇರಿಸಿದ ಪ್ರೊಫೆಸರ್ 'ಅಗತ್ಯವಿದ್ದಾಗ ತೆಗೆದುಕೊಳ್ಳಬಹುದು. ನಾನು ಎಚ್ಚರ ಇರುವಾಗ ಬೇಡ. ಆಗ ತೆಗೆದರೆ ನನ್ನ ಬಾಯಲ್ಲಿ ಬಸವಣ್ಣನ ವಚನಗಳು ಬರುವ ಸಾಧ್ಯತೆ ಇದೆ. ಆ ಮಾತುಗಳನ್ನು ಮಣಿಸಲು ನಿನ್ನ ಬಂದೂಕಿಗೆ ಸಾಧ್ಯವಾಗದೇ ಇರಬಹುದು.

ಒಲೆ ಹತ್ತಿ ಉರಿದಡೆ ನಿಲಬಹುದಲ್ಲದೆ
ಧರೆ ಹತ್ತಿ ಉರಿದಡೆ ನಿಲಲು ಬಾರದು
ಕೂಡಲಸಂಗಮದೇವಾ...

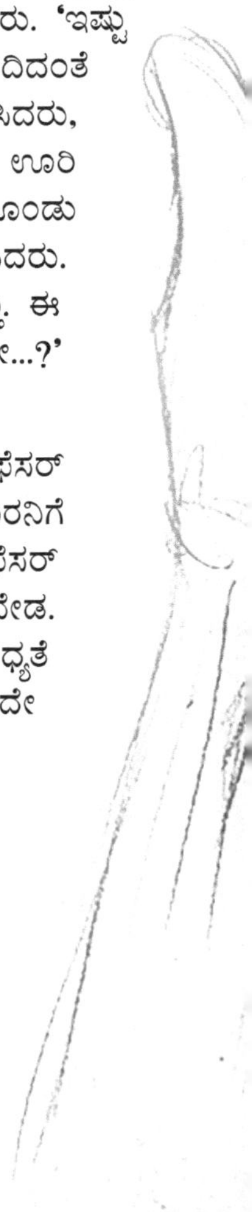

ಕಾವೇರಿಯ ಬಗ್ಗೆ ಮೊದಲ ದಿನವೇ ಪ್ರೊಫೆಸರ್ ಬಳಿ ಹೇಳಲು ಮನಸ್ಸು ಬಾರದೇ ಇದ್ದುದನ್ನು ನೆನೆದು ಅಮರನಿಗೆ ಈಗ ಪಶ್ಚಾತ್ತಾಪವಾಯಿತು. ಅಂದು ಊರಿಗೆ ಹೋಗಲು ಅನುಮತಿ ಕೇಳಿದಾಗ ಪ್ರೊಫೆಸರ್, 'ನೀನು ಯಾರನ್ನಾದರೂ ಪ್ರೀತಿಸುತ್ತಿದ್ದೀಯಾ' ಎಂದು ಕೇಳಿದ್ದರು. ದೀಪ ಆರಿತ್ತು. ಕತ್ತಲಲ್ಲಿ ನಾಚುತ್ತ ಕಾವೇರಿಯ ಕುರಿತು ಅಮರ ಹೇಳಿದ್ದ. ದೇವಸ್ಥಾನದ ಒಳಗೆ ಹೋದ ದಲಿತರನ್ನು ಹೊಡೆಯಲು ಹೋದ ದಿನ ಆಕೆಯ ಮೇಲೆ ಕೈಮಾಡಿದ, ಅದಕ್ಕೆ ಪ್ರತಿಯಾಗಿ ಆಕೆ ಅಪ್ಪಿ ಹಿಡಿದು ಮುತ್ತುಕೊಟ್ಟು ಆತನನ್ನು ಅಶುದ್ಧ ಮಾಡಿದ ಕಥೆ ಕೇಳಿ ಪ್ರೊಫೆಸರ್‌ಗೆ ದಿಗ್ಭ್ರಮೆಯಾಯಿತು.

ಅಂದು ಆಕೆ ಅಮರನ ಬಾಯೊಳಗೆ ತನ್ನ ನಾಲಿಗೆಯನ್ನು ಹಾಕಿ ಹಾಳಾಗಿ ಹೋಗು ಎಂದು ಹೇಳಿದ್ದಳು. ಆಕೆಯನ್ನು ಕೊಲ್ಲಲು ಅಮರ ನಿರ್ಧರಿಸಿದ. ಒಂದು ವಾರ ಬೀದಿ ಬೀದಿಯಲ್ಲಿ ಅಲೆದು ಆಕೆಯನ್ನು ಪತ್ತೆ ಮಾಡಿದ. ಗುಡಿಸಲಿನ ಮುಂದೆ ಇರುವ ಜಗಲಿಯಲ್ಲಿ ಕುಳಿತು ಆಕೆ ಮಕ್ಕಳಿಗೆ ಪಾಠ ಮಾಡುತ್ತಿದ್ದಳು. ಅಮರ ಅಂಗಳದಲ್ಲೇ ನಿಂತ. ಆಕೆ ದೂರದಿಂದಲೇ ಭಾರತದ ಸಂವಿಧಾನ ಶಿಲ್ಪಿ ಯಾರು ಎಂದು ಕೇಳಿದಳು. ಆತನಿಗೆ ಉತ್ತರ ಗೊತ್ತಿರಲಿಲ್ಲ. ಆಕೆಯೂ, ಮಕ್ಕಳೂ ಗೊಳ್ಳೆಂದು ನಕ್ಕರು. ಒಂದೇ ನೆಗೆತಕ್ಕೆ ಅಮರ ಆಕೆಯ ಮೇಲೆರಗಿದ. ಆಕೆ ಹೆದರಲಿಲ್ಲ. 'ಭಾರತ ಸಂವಿಧಾನದಲ್ಲಿ ಪ್ರಸ್ತಾಪಿಸಿರುವ ವ್ಯಕ್ತಿಯ ಎಂಟು ಹಕ್ಕುಗಳನ್ನು ತಪ್ಪದೆ ಹೇಳಿದರೆ ನಿನ್ನ ಪೌರುಷವನ್ನು ನಾನು ಒಪ್ಪುವೆ. ಹೆಣ್ಣಿನ ಮೇಲೆರಗಲು ಎಂಥ ನಾಯಿಗೂ ಸಾಧ್ಯ. ಧೈರ್ಯವಿದ್ದರೆ ಜ್ಞಾನದ ಮೂಲಕ ನನ್ನನ್ನು ಎದುರಿಸು. ಹಾಗೆ ಮಾಡಿದರೆ ಖುಷಿಯಿಂದ ಬಂದು ನಿನ್ನೊಂದಿಗೆ ಮಲಗುವೆ' ಎಂದಳು.

ಆತ ಆಕೆಗೆ ಹೊಡೆದ. ಆಕೆ ಜೋರಾಗಿ ನಕ್ಕಳು. ಕೆಲವು ದಿನ ಆಕೆಯ ಹಿಂದೆಯೇ ಅಲೆದು ಹೆದರಿಸಲು ಪ್ರಯತ್ನಿಸಿದ. ಆಕೆ ನಿರಂತರವಾಗಿ ಹಂಗಿಸಿದಳು. ದಿನ ಕಳೆದಂತೆ ಅಮರನಿಗೆ ಆಕೆಯ ಮೇಲೆ ಪ್ರೀತಿ ಮೂಡಿತು. ಅದು ಪ್ರಾಮಾಣಿಕವಾದ ಪ್ರೀತಿಯಲ್ಲ ಎಂದು ಆಕೆ ದೂರಿದಳು. ಕೊನೆಗೆ ಅವಳು ಕರಗಿದಳು. ಹೀಗಿರಲು ಒಂದು ದಿನ ಆಕೆಯ ಅಪ್ಪನಿಗೆ ಅಮರನ ಅಕ್ಕನ ಗಂಡ ಹೊಡೆದ. ಅಕ್ಕ, ಕಾವೇರಿಗೂ ಹೊಡೆದಳು. ಮಲ್ಲಪ್ಪನಿಗೆ ಭಾವನ ಮೂಲಕ ವಿಷಯ ತಿಳಿಯಿತು.

'ಬಳಸಿ ಬಿಸಾಕು ಆ ರಂಡೆಮಗಳನ್ನು' ಎಂದು ಅಮರನಿಗೆ ಮಲ್ಲಪ್ಪ ಹೇಳಿದ. ಅಮರನಿಗೆ ಬೇಸರವಾಯಿತು. ಮಲ್ಲಪ್ಪ ರಾಜಿಗೆ ಮುಂದಾದ. ಮದುವೆ

ಮಾಡಿಕೊಡುವೆ ಎಂದು ಹೇಳಿದ. ಇದೇ ವೇಳೆ ಪ್ರೊಫೆಸರ್, ಭಗವದ್ಗೀತೆಗೆ ಬೆಂಕಿ ಹಚ್ಚಬೇಕು ಎಂದು ಹೇಳಿದ ವಿಷಯ ಮಲ್ಲಪ್ಪನ ಕಿವಿಗೆ ಬಿತ್ತು.

ಕಥೆ ಕೇಳುತ್ತ ಪ್ರೊಫೆಸರ್ ನಿಟ್ಟುಸಿರು ಬಿಟ್ಟರು. ಅಮರನ ಕರುಳು ಕಿತ್ತು ಬಂದಂತಾಗಿತ್ತು. 'ಕಾವೇರಿ ಅಂದು ರೈಲು ನಿಲ್ದಾಣಕ್ಕೆ ಬಂದು ನನ್ನನ್ನು ಕಾದಿರಬಹುದು. ವಾಪಸ್ ಹೋಗುವಾಗ ನನ್ನ ಮನೆ ಮಂದಿ ಆಕೆಯ ಮೇಲೆ ಆಕ್ರಮಣ ಮಾಡದೇ ಇದ್ದರೆ ಸಾಕಿತ್ತು' ಎಂದ.

'ಯಾವ ರೈಲು ನಿಲ್ದಾಣ...?' ಪ್ರೊಫೆಸರ್ ಕೇಳಿದರು. ತಕ್ಷಣ ಕತ್ತಲನ್ನೂ ಲೆಕ್ಕಿಸದೆ ಒಳಗಿನ ಕೋಣೆಗೆ ಧಾವಿಸಿ ಹಳೆಯ ಪತ್ರಿಕೆಯೊಂದನ್ನು ತೆಗೆದುಕೊಂಡು ಬಂದರು. ಬಲ್ಬಿನ ಸ್ವಿಚ್ ಒತ್ತಿ ಪತ್ರಿಕೆಯಲ್ಲಿದ್ದ ಚಿತ್ರವೊಂದನ್ನು ತೋರಿಸಿ 'ಇವಳು ಆಕೆ ಅಲ್ಲವಲ್ಲ...' ಎಂದು ಕೇಳಿದರು.

ಅನಿರೀಕ್ಷಿತವಾಗಿ ಕೋಣೆಯಲ್ಲಿ ಬೆಳಕು ಹರಡುತ್ತಿದ್ದಂತೆ ಅಮರನ ಕಣ್ಣು ಕೆಂಪಾಯಿತು. ಪತ್ರಿಕೆಯಲ್ಲಿದ್ದ ಚಿತ್ರವನ್ನು ನೋಡಿದ ಆ ಘಳಿಗೆ ನೆನೆದಾಗ ಈಗಲೂ ಅಮರನ ಮೈ ನಡುಗಿತು. ಯುವತಿಯೊಬ್ಬಳು ಕಾಲುಗಳನ್ನು ಅಗಲಿಸಿ ನೆಲಕ್ಕೆ ಮುಖಮಾಡಿ ಬಿದ್ದುಕೊಂಡಿದ್ದಾಳೆ. ಸೊಂಟದಿಂದ ಪಾದದವರೆಗೆ ಕೆಂಪು ರೇಷ್ಮೆ ಸೀರೆ ಹೊದಿಸಿದಂತೆ ನೆತ್ತರು ಚೆಲ್ಲಿದೆ. ಕಪ್ಪು ಮೊಲೆಗಳ ಸುತ್ತಲೂ ನೆತ್ತರು ಹರಿದಿದೆ. ತಲೆ ಛಿದ್ರವಾಗಿದೆ.

'ಸ್ಪಷ್ಟವಾಗುತ್ತಿಲ್ಲ...' ಅಮರ ನಡುಗುವ ಧ್ವನಿಯಲ್ಲಿ ಹೇಳಿದ. ನಂತರ 'ನನಗೇನೂ ಗೊತ್ತಾಗುತ್ತಿಲ್ಲ' ಎಂದು ಜೋರಾಗಿ ಚೀರಿದ. ಮಂಚದಿಂದ ಏಳಲು ಪ್ರಯತ್ನಿಸಿದ. ಪ್ರೊಫೆಸರ್ ಆತನ ಎದೆಯ ಮೇಲೆ ನಯವಾಗಿ ಒತ್ತಿದರು. ಪಕ್ಕದ ಕೋಣೆಯಲ್ಲಿ ಮಲಗಿದ್ದ ಸ್ಟ್ಯಾನ್ಲಿ ಮತ್ತು ಶಹೀದ್ ಎದ್ದು ಬಂದರು. ಅವರಿಗೆ ಪ್ರೊಫೆಸರ್ ವಿಷಯ ತಿಳಿಸಿದರು.

ಚಿತ್ರದಲ್ಲಿದ್ದಾಕೆ ಕಾವೇರಿ. ಆಕೆಯ ಮನೆಯನ್ನು ಸುಡಲಾಗಿತ್ತು. ತಂದೆ ಮತ್ತು ಅಕ್ಕನ ಮಕ್ಕಳು ಸುಟ್ಟು ಕರಕಲಾಗಿದ್ದರು. ಆದರೆ ಯಾರ ಮೇಲೆಯೂ ಪ್ರಕರಣ ದಾಖಲಾಗಲಿಲ್ಲ. ಪ್ರೊಫೆಸರ್ ಪತ್ರಿಕಾಗೋಷ್ಠಿ ಏರ್ಪಡಿಸಿದರು. 'ಅತ್ಯಾಚಾರಿಗಳ' ವಿರುದ್ಧ ಗುಡುಗಿದರು. ಪ್ರೊಫೆಸರ್ ಮನೆಯ ಮೇಲೆ ಕಲ್ಲೆಸೆತ ಉಂಟಾಯಿತು. ಅನುಷಳ ಹಣೆಗೆ ಗಾಯವಾಯಿತು. ಸೂರಜನ ಸ್ಕೂಟರ್ ಬೆಂಕಿಗೆ ಆಹುತಿಯಾಯಿತು. ಶಹೀದನಿಗೆ ಕೊಲೆ ಬೆದರಿಕೆ ಹಾಕಿದರು. ಅಮರ ಸಂಪೂರ್ಣ ಕುಸಿದುಹೋದ. ಡಿಸ್ಪೆನ್ಸರಿಯ ವೈದ್ಯರನ್ನು ಕರೆಸಿ ಆತನಿಗೆ ನಿದ್ದೆ ಬರಿಸುವ ಚುಚ್ಚುಮದ್ದು ನೀಡಲಾಯಿತು. ಮಡಿಲಲ್ಲಿ ಮಲಗಿದ್ದ ಅಮರನ ಹಣೆಯ

ಮೇಲೆ ಕೈಯಾಡಿಸುತ್ತ ಪ್ರೊಫೆಸರ್ ರಾತ್ರಿ ಪೂರ್ತಿ ಎಚ್ಚರವಾಗಿಯೇ ಕುಳಿತರು. ಮನೆಯ ತುಂಬ ಆತನಿಗೆ ಕಾವಲು. ಕಣ್ಣು ತೆರೆದು ನೋಡಿದಾಗಲೆಲ್ಲ ಆತ ತನ್ನ ಸುತ್ತಲೂ ಮನುಷ್ಯರನ್ನು ಕಂಡ. ಡಾಕ್ಟರ್, ನೀಲಮ್ಮ, ಸುಂದರಣ್ಣ ಸೇರಿದಂತೆ ಹತ್ತು ಮಂದಿ. ಅವರ ಪೈಕಿ ಹಿಂದುಗಳು ಯಾರೆಂದು ಆತನಿಗೆ ತಿಳಿಯಲಿಲ್ಲ. ಎಷ್ಟು ಮಂದಿ ಮುಸ್ಲಿಮರು, ಹೆಣ್ಣು–ಗಂಡು ಯಾರು ಎಂದು ಗೊತ್ತಾಲಿಲ್ಲ. ಎಲ್ಲರೂ ತನಗಾಗಿ ಅಳುತ್ತಿದ್ದಾರೆ ಎಂಬುದು ಮಾತ್ರ ಸ್ಪಷ್ಟವಾಯಿತು. ಆ ಸಂದರ್ಭದಲ್ಲಿ ತಾನು ಹಿಂದುವೇ ಅಥವಾ ಮುಸ್ಲಿಮಾ ಎಂದು ಆತನಿಗೆ ತಿಳಿಯಲಿಲ್ಲ. ತಾನು ಗಂಡೋ ಹೆಣ್ಣೋ ಎಂಬುದೂ ಸ್ಪಷ್ಟವಾಗಲಿಲ್ಲ. ಎಲ್ಲವೂ ಗೋಜಲು.

'ನಾನು ಭಗವಂತ ಅಲ್ಲ' ಎಂದು ಆತ ಜೋರಾಗಿ ಚೀರಿದ.

'ನನಗಾಗಿ ಯಾಕೆ ಕಣ್ಣೀರು ಹಾಕುತ್ತಿದ್ದೀರಾ....? ಅವರನ್ನು ಕೊಲ್ಲಬೇಕು...' ಎಂದು ಬೊಬ್ಬಿರಿದ.

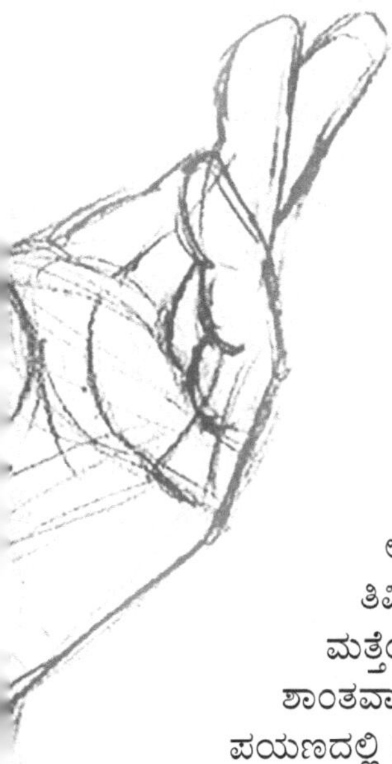

ಪ್ರೊಫೆಸರ್ ಗದ್ಗದಿತರಾಗಿ ಆತನನ್ನು ಅಪ್ಪಿಕೊಂಡರು. 'ಹೇ ಪೆದ್ದ, ಬಲಿಪಶುಗಳನ್ನು ಕತ್ತಲ ಲೋಕದಲ್ಲಿ ಕೊಲ್ಲುವುದಕ್ಕಿಂತ ಬದುಕಲು ಬಿಡುವುದೇ ದೊಡ್ಡ ಶಿಕ್ಷೆ. ಬಸವಣ್ಣನ ವಚನ ಕೇಳಲಿಲ್ಲವೇ...

ನಾಳೆ ಬಪ್ಪುದು ನಮಗಿಂದೇ ಬರಲಿ
ಇಂದು ಬಪ್ಪುದು ನಮಗೀಗಲೇ ಬರಲಿ
ಇದಕಾರಂಜುವರು
ಇದಕಾರಳುಕುವರು
ಜಾತಸ್ಯ ಮರಣಂ ಧ್ರುವಂ
ಕೂಡಲಸಂಗಮದೇವ

ಆ ದಿನಗಳನ್ನು ನೆನೆದಾಗಲೆಲ್ಲ ಅಮರನ ಎದೆಗೆ ಈಟಿಯಿಂದ ತಿವಿದಂತಾಗುತ್ತಿತ್ತು. ಅಂದು ಹೃದಯ ಛಿದ್ರವಾಗಿತ್ತು. ಆ ಶೂನ್ಯ ಮತ್ತೆಂದೂ ತುಂಬದು ಎಂದು ಅವನಿಗನಿಸಿತು. ಆತನ ಮನಸ್ಸನ್ನು ಶಾಂತವಾಗಿಸಲು ಪ್ರೊಫೆಸರ್ ಹಲವು ಬಗೆಯಲ್ಲಿ ಪ್ರಯತ್ನಿಸಿದರು. ಪಯಣದಲ್ಲಿ ಜೊತೆಗೂಡಿದರು. ಕಂಪ್ಯೂಟರ್ ಕಲಿಸಿದರು. ಛಲದಿಂದ ಅಮರ ನಿಧಾನಕ್ಕೆ ಎದ್ದುನಿಂತ. ಒಂದು ದಿನ ಅಕ್ಕನನ್ನು ಭೇಟಿಯಾಗಲು ಹೋದ. ಹುಟ್ಟಿ ಬೆಳೆದ ಮನೆ ಆತನಿಗೆ ಅನ್ಯರ ಮನೆಯಂತೆ ಕಂಡಿತು. ಎಲ್ಲವನ್ನೂ ಸುಟ್ಟುಹಾಕಬೇಕು ಎಂದೆನಿಸಿತು. ಕಾವೇರಿಯನ್ನು ಕೊಂದು ಹಾಕಿದಂತೆ ಎಲ್ಲರನ್ನೂ ಸಾಯಿಸಬೇಕು, ಆಕೆಯ ಮನೆ ಸುಟ್ಟುಹಾಕಿದಂತೆಯೇ ಸುಟ್ಟು ಹಾಕಬೇಕು ಎನಿಸಿತು.

ಅಮರ ಬಂದಿರುವುದು ತಿಳಿದು ಶಿವಪ್ಪ ಮತ್ತು ಆರ್ಯ ಅಲ್ಲಿಗೆ ಬಂದರು. ಕೈ–ಕಾಲು ಮುರಿದಿರುವುದು ಕಂಡು ಅವರಿಗೆ ಬೇಸರವಾಯಿತು. ಹಾಸ್ಯ ಚಟಾಕಿ ಹಾರಿಸಿ ಸಮಾಧಾನಪಡಿಸಲು ಪ್ರಯತ್ನಿಸಿದರು. ಅವರ ಮುಂದೆ ನಿಂತಾಗ ಅಮರನಿಗೆ ಅಸಹ್ಯವಾಯಿತು. ಮಾತನಾಡುವುದಕ್ಕೂ ನಗುವುದಕ್ಕೂ ಸಾಧ್ಯವಾಗಲಿಲ್ಲ. ಆತನಿಗೆ ಗರ ಬಡಿದಿದೆ ಎಂದು ಹೇಳಿ ಅಕ್ಕ ಅತ್ತಳು. ಬಲಿಪಶುಗಳ ಕತ್ತಲ ಲೋಕ ಆತನಲ್ಲಿ ಜಿಗುಪ್ಸೆ ಉಂಟುಮಾಡಿತು. ಸಾಯುವವರೆಗೂ ಬದುಕಲು ಬಿಡುವುದೇ ಅವರಿಗೆ ನೀಡಬೇಕಾಗಿರುವ ತಕ್ಕ ಶಿಕ್ಷೆ ಎಂದೆನಿಸಿತು. ಕರು, ತಾಯ ಕೆಚ್ಚಲು ಹುಡುಕಿ ತೆಗೆಯುವಂತೆ ಪ್ರೊಫೆಸರ್ ಮನೆಗೆ ಅಮರ ವಾಪಸಾದ. ಅದು ತನ್ನ ನಿಜವಾದ ಮನೆ ಎಂದು ಆತನಿಗೆ ಅನಿಸಿತು.

ಕುವೆಂಪು ಮೇಲೆ, ವಾಲ್ಮೀಕಿ ರಾಮಾಯಣದ ದ್ರಾವಿಡ ಸಂಸ್ಕೃತಿಯ ಪ್ರಭಾವದ ಕುರಿತು ಪ್ರೊಫೆಸರ್ ಶಿಷ್ಯ ಡಾ.ಸಹೀರ್ ಸಂಶೋಧನೆ ನಡೆಸುತ್ತಿದ್ದರು. ಅವರ ಮನೆಗೆ ಕಿರಣನೊಂದಿಗೆ ಅಮರನನ್ನೂ ಪ್ರೊಫೆಸರ್ ಕಳುಹಿಸಿಕೊಟ್ಟರು. ಅಲ್ಲಿ ಆತ ವಾಲ್ಮೀಕಿ ರಾಮಾಯಣದ ಅಧ್ಯಯನ ಪೂರ್ಣಗೊಳಿಸಿದ. ವಾಲ್ಮೀಕಿಯ ರಾಮ ಮತ್ತು ಮಲ್ಲಪ್ಪನ ರಾಮನ ನಡುವಿನ ವ್ಯತ್ಯಾಸವನ್ನು ತಿಳಿದುಕೊಂಡ ಅಮರ ಒಳಗೊಳಗೇ ನಕ್ಕ. ತಿಂಗಳುಗಳು ಶರವೇಗದಲ್ಲಿ ಸಾಗಿದವು. ಅಮರ ಪ್ರೊಫೆಸರ್‌ರಂತೆಯೇ ಬ್ರಾಹ್ಮಿ ಮುಹೂರ್ತದಲ್ಲಿ ಎದ್ದು ಓದತೊಡಗಿದ. ವ್ಯಾಸಭಾರತವನ್ನು ಮುಗಿಸಿದ. ಭಗವದ್ಗೀತೆ ಅಧ್ಯಯನ ಮಾಡಿದ. ಬಸವಣ್ಣನ ವಚನಗಳನ್ನು ಕಂಠಪಾಠ ಮಾಡಿದ. ಶುಕ್ರವಾರಗಳಲ್ಲಿ ಪ್ರೊಫೆಸರ್ ಮನೆಗೆ ಹೋಗತೊಡಗಿದ. ಪ್ರೊಫೆಸರ್ ಪೊಲೀಸ್ ಭದ್ರತೆ ಬೇಡ ಎಂದು ಹೇಳಿದ್ದರು. ಹೀಗಾಗಿ ಶನಿವಾರ ಮತ್ತು ಭಾನುವಾರ ಅವರಿಗೆ ಕಾವಲು ಕುಳಿತ. ಬಸವಣ್ಣನ ವಚನಗಳಿಗೆ ಆತ ಬರೆದ ವ್ಯಾಖ್ಯಾನ ಓದಿದ ಪ್ರೊಫೆಸರ್ ವಯಸ್ಸನ್ನೂ ಮರೆತು ಕುಣಿದರು. ಆತನನ್ನು ಅಪ್ಪಿ ಮುದ್ದಿಸಿದರು.

ಒಂದು ದಿನ ದೂರವಾಣಿ ಕರೆ ಮಾಡಿ ಅಮರನನ್ನು ಕರೆಸಿಕೊಂಡ ಪ್ರೊಫೆಸರ್ ವಚನ ಸೋಪಾನ ಎಂಬ ಹೆಸರಿನಲ್ಲಿ ನಡೆಯಲಿರುವ ಅಧ್ಯಯನಕ್ಕಾಗಿ ಮನೆ ಹಾಗೂ ಅದು ಇದ್ದ ಸ್ಥಳವನ್ನು ಬಿಟ್ಟುಕೊಡುವುದಾಗಿಯೂ ತನ್ನನ್ನು ಟ್ರಸ್ಟಿಗಳಲ್ಲಿ ಒಬ್ಬನನ್ನಾಗಿ ಆಯ್ಕೆ ಮಾಡಲಾಗಿದೆ ಎಂದೂ ತಿಳಿಸಿದರು. ಇಷ್ಟು ತುರ್ತಾಗಿ ಇದನ್ನೆಲ್ಲ ಮಾಡುವ ಅಗತ್ಯವೇನಿದೆ ಎಂದು ಕೇಳಿದಾಗ ಪ್ರೊಫೆಸರ್ ಮುಗುಳುನಕ್ಕರು. ನಂತರ:

'ಗಿಳಿಯೋದಿ ಫಲವೇನು ಬೆಕ್ಕು
ಬಹುದ ಹೇಳಲರಿಯದು'

ಎಂಬ ವಚನ ಹೇಳಿದರು.

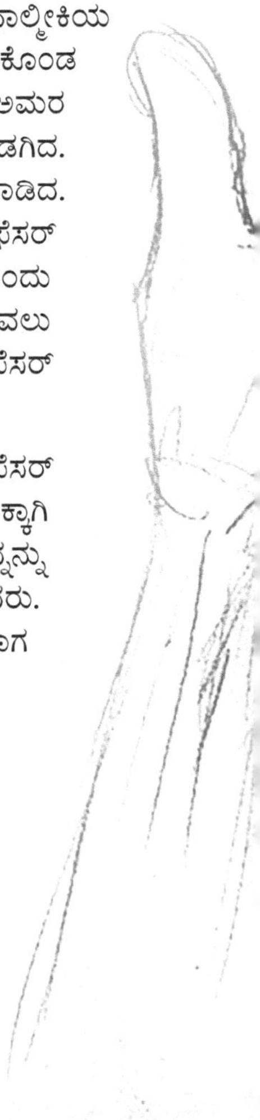

ಅಂದು ಪ್ರೊಫೆಸರ್ ಹೇಳಿದ ಬಸವಣ್ಣನ ಮತ್ತೊಂದು ವಚನ ನೆನೆದಾಗ ಅಮರನಿಗೆ ಈಗ ರೋಮಾಂಚನವಾಯಿತು.

ಜಗವೆಲ್ಲವ ಕಾಂಬ ಕಣ್ಣು
ತನ್ನ ಕೊಂಬ ಕೊಯಿಲೆಯ
ಕಾಣಲರಿಯದು!
ಇದಿರ ಗುಣವ ಬಲ್ಲೆವೆಂಬರು
ತಮ್ಮ ಗುಣವ ತಾವರಿಯರು
ಕೂಡಲಸಂಗಮದೇವಾ

ಅನುಷಳ ಮದುವೆಗೆ ಸಾಕ್ಷಿಯಾದ ನಂತರ ಅಮರನ ಲೋಕದೃಷ್ಟಿಯೇ ಬದಲಾಯಿತು. ಪಾಲಕರು ಮದುವೆ ನಿಗದಿ ಮಾಡಿದಾಗ ಶಹೀದನ ಜೊತೆ ಬಂದ ಅನುಷ ಪ್ರೊಫೆಸರ್ ಮುಂದೆ ಅಲವತ್ತುಕೊಂಡಳು. ಅವರಿಬ್ಬರ ಮದುವೆಯನ್ನು ಪ್ರೊಫೆಸರ್ ನಡೆಸಿಕೊಟ್ಟರು. ನೋಂದಣಾಧಿಕಾರಿ ಕಚೇರಿಯಲ್ಲಿ ಜನರು ಗುಂಪು ಸೇರಿದರು. ಗಲಾಟೆಯಾಯಿತು. ಪೊಲೀಸರು ಲಾಠಿ ಬೀಸಿದರು. ಅಪಾಯ ಅರಿತ ಅಮರ ಅಲ್ಲಿಂದ ಕಾಲ್ಕಿತ್ತ. ಸೂಜಿಮಲ್ಲಿಗೆ ಉದುರಿ ಬಿದ್ದಿದ್ದ ಅಂಗಳ ದಾಟಿ ಒಳಗೆ ಪ್ರವೇಶಿಸಿದಾಗ ಡಿಸ್ಪೆನ್ಸರಿಯ ವೈದ್ಯರು ಪ್ರೊಫೆಸರ್ ರಕ್ತದೊತ್ತಡ ಪರೀಕ್ಷಿಸುತ್ತಿದ್ದರು. ಆತನನ್ನೇ ಕಾಯುತ್ತಿದ್ದಂತೆ, ಕೃಷ ಕೈಗಳನ್ನು ಆತನತ್ತ ಒಡ್ಡಿ ಪ್ರೊಫೆಸರ್ ಕುಹಕದಿಂದ ನಕ್ಕರು.

'ನೋಡಿದೆಯಲ್ಲ... ಧರ್ಮಗಳ ನಿಜ ಬಣ್ಣ ಗೊತ್ತಾಗಬೇಕಾದರೆ ಇಂಥ ಪರಿಸ್ಥಿತಿ ಬರಬೇಕು. ಪರಸ್ಪರ ಪ್ರೀತಿಸು ಎಂದು ಗೀತೆ ಮತ್ತು ಕುರ್ ಆನ್‌ನಲ್ಲಿ ಹೇಳಿದೆ. ಆದರೂ ಗಂಡು ಮತ್ತು ಹೆಣ್ಣೊಂದು ಪ್ರೀತಿಸಿದಾಗ ಏನಾಯಿತು ನೋಡು. ಮಾತು ಮತ್ತು ಕೃತಿ ವಿಭಿನ್ನವಾಗಿದ್ದರೆ ಕೂಡಲಸಂಗಮದೇವನು ಒಲಿಯುವನೇ...? ಎಂದು ಅವರು ಕೇಳಿದರು.

ಹೆದರಿಕೆ ಮತ್ತು ಬೇಸರದಿಂದ ಅಮರನ ಕಣ್ಣುಗಳಲ್ಲಿ ನೀರು ತುಂಬಿತು. ಎಚ್ಚರ ವಹಿಸಿದರೆ ಬೇಸರದಿಂದ ದೂರ ಇರಬಹುದು ಎಂದು ತನಗೆ ತಾನೇ ಸಮಾಧಾನಪಟ್ಟುಕೊಂಡ. ಹೀಗಿರುವಾಗ, ಆತನ ಬಾಯಿಂದ ವಚನವೊಂದು ಹೊಮ್ಮಿತು:

ವ್ಯಾಧನೊಂದು ಮೊಲನ ತಂದಡೆ
ಸಲುವ ಹಾಗಕ್ಕೆ ಬಿಲಿವರಯ್ಯಾ
ನೆಲನಾಳ್ವನ ಹೆಣನೆಂದಡೆ ಒಂದಡಕೆಗೆ
ಕೊಂಬವರಿಲ್ಲ ನೋಡಯ್ಯಾ
ಮೊಲನಿಂದ ಕರಕಷ್ಟ ನರನ ಬಾಳುವೆ
ಸಲೆ ನಂಬೊ ನಮ್ಮ ಕೂಡಲಸಂಗಮದೇವನ...

ಅಂದು ರಾತ್ರಿ ಬೆನ್ನು ನೋವು ಮತ್ತು ನೀಲಮ್ಮ-ಅಮರನ ಬೈಗುಳದ ನಡುವೆಯೇ ಪ್ರೊಫೆಸರ್ ಮೂರುಕಾಲುಳ್ಳ ಏಣಿಯ ಮೂಲಕ ಅಟ್ಟದ ಮೇಲೇರಿ ಕಪಾಟಿನಲ್ಲಿರಿಸಿದ್ದ 'ಮರ್ಡರ್ ಇನ್ ಕೆಥಡ್ರಲ್' ಪುಸ್ತಕವನ್ನು ತೆಗೆದುಕೊಂಡು ಬಂದರು. ಪುಸ್ತಕ ಹಿಡಿದುಕೊಂಡು ಬರುವಾಗ ಮೆಟ್ಟಿಲಿನಿಂದ ಜಾರಿ ಬೀಳದಂತೆ ಪ್ರೊಫೆಸರ್‌ನ್ನು ಗಟ್ಟಿಯಾಗಿ ಹಿಡಿದುಕೊಂಡದ್ದು ನೆನೆದಾಗ ಅಮರನಿಗೆ ರೋಮಾಂಚನವಾಯಿತು. ಅಂದು ಬುದ್ಧಿವಾದವನ್ನೂ ತಮಾಷೆಯನ್ನೂ ಕೇಳುತ್ತ ನಿದ್ದೆಗೆ ಜಾರಿದ ಅಮರನಿಗೆ ರಗ್ಗು ಹೊದಿಸಿ ಪ್ರೊಫೆಸರ್ ಹೊರಹೋದರು.

ಗಾಢನಿದ್ದೆಯಲ್ಲಿದ್ದ ಅಮರ ಯಾವುದೋ ವಸ್ತು ಬಿದ್ದ ಶಬ್ದ ಕೇಳಿ ಬೆಚ್ಚಿದ; ಎದ್ದ. ಹೊರಗೆ ಬಂದು ನೋಡಿದರೆ ಪುಸ್ತಕಗಳು ತುಂಬಿದ್ದ ಕೋಣೆಯ ತುಂಬ ಗಾಜಿನ ಚೂರುಗಳು. ಗಾಂಧೀಜಿಯ ಚಿತ್ರ ಮೊಳೆಯಲ್ಲೇ ಆಡುತ್ತಿತ್ತು. ಗಾಜು ಇಲ್ಲದ ಕಾರಣ ಚಿತ್ರ ಆತನಿಗೆ ಸ್ಪಷ್ಟವಾಗಿ ಕಂಡಿತು. ಹತ್ತಾರು ಜನರು. ಪ್ಯಾಂಟು-ಶರ್ಟು ತೊಟ್ಟು ಅಟೆನ್ಶನ್ ಆಗಿ ನಿಂತಿದ್ದ ವ್ಯಕ್ತಿ, ಆತನ ಬಲಗೈಯಲ್ಲಿ ಅಸ್ಪಷ್ಟವಾಗಿರುವ ಕಪ್ಪು ಸಾಧನ. ಆತನನ್ನು ಅಪ್ಪಿಕೊಳ್ಳುವಂತೆ ಕೈಗಳನ್ನು ಮುಂದೆ ಚಾಚಿರುವ ಗಾಂಧೀಜಿ. ಅವರು ಮೈಮೇಲೆ ಹೊದ್ದುಕೊಂಡಿದ್ದ ಬಟ್ಟೆಯಲ್ಲಿ ಈ ಹಿಂದೆ ಗಮನಕ್ಕೆ ಬಾರದೇ ಇದ್ದ ತೂತೊಂದು ಕಣ್ಣಿಗೆ ಬಿದ್ದಾಗ ಅಮರನ ತಲೆಯಲ್ಲಿ ಹುಳಬಿಟ್ಟಂತಾಯಿತು. ಗುಂಡಿನ ವಾಸನೆ ಬಂದಂತಾಗಿ ಅತನ ನಡುಕ ಹೆಚ್ಚಿತು. ಜಗಲಿಗೆ ಹೊಂದಿಕೊಂಡಿರುವ ಕೊಠಡಿಯತ್ತ ನೋಡಿದಾಗ ಪ್ರೊಫೆಸರ್ ಬಾಗಿಲ ಬಳಿ ಅಂಗಾತ ಬಿದ್ದುಕೊಂಡಿರುವುದು ಕಾಣಿಸಿತು. 'ಮರ್ಡರ್ ಇನ್ ಕೆಥಡ್ರಲ್' ಕೃತಿಯ ಹೊರ ಆವರಣ ಎದ್ದು, ಹಾಳೆಗಳು ಚೆಲ್ಲಾಪಿಲ್ಲಿಯಾಗಿ ಬಿದ್ದಿರುವುದು ಕಂಡುಬಂತು.

ಪ್ರೊಫೆಸರ್ ತಲೆಯನ್ನು ಕೈಗಳಿಂದ ಎತ್ತಿದ ಅಮರ ಅಲ್ಲೇ ಕುಸಿದು ಕುಳಿತ. ಅಳು ಬಂತು, ಆದರೆ ಅಳಲಾಗಲಿಲ್ಲ. ಮುದುಡಿದ ಆ ದೇಹವನ್ನು ಎದೆಗೆ ಆತು ಹಿಡಿದುಕೊಂಡ. ಪ್ರೊಫೆಸರ್ ದೇಹ ಬಿಸಿಯಾಗಿಯೇ ಇತ್ತು. ಮುಖದಲ್ಲಿ, ಇಚ್ಛಾಮರಣವನ್ನು ಅಪ್ಪಿಕೊಂಡ ತೃಪ್ತಿ ಮೂಡಿದಂತಿತ್ತು. ತುಟಿ, ಏನನ್ನೋ ಹೇಳಲು ಕಾತರಗೊಂಡಂತೆ

ಇತ್ತು. ಹಾಲಿನಂಥ ಬಿಳಿಯಾದ ಹುಬ್ಬುಗಳ ನಡುವೆ ಹಣೆಯಲ್ಲಿ ಕೆಂಪು ನಕ್ಷತ್ರ ಉದಯಿಸಿತ್ತು. ಹೆಪ್ಪುಗಟ್ಟಿದ್ದ ನೆತ್ತರ ಧಾರೆ ನಕ್ಷತ್ರದ ಬಾಲದಂತೆ ಮೂಗಿನ ವರೆಗೆ ಇಳಿದಿತ್ತು.

***

ಎರಡು ವರ್ಷಗಳ ಹಿಂದೆ ಪ್ರೊಫೆಸರ್‌ರನ್ನು ಕೊಲ್ಲಲು ತೆರಳಿದ ದಿನವನ್ನು ನೆನೆದು ಅಮರನಿಗೆ ನಗು ಬಂತು. ಅಂದು ತಾನು ಮಲಗಿದ್ದ ಅದೇ ಮಂಚದಲ್ಲಿ ಈಗ ಮಲ್ಲಪ್ಪ ಮುದುಡಿ ಬಿದ್ದುಕೊಂಡಿದ್ದಾನೆ. ಅಮರ, ಆತ ಎಚ್ಚರಗೊಳ್ಳುವುದನ್ನೇ ಕಾಯುತ್ತಿದ್ದ. ಹತ್ಯೆಗೈಯಲು ಬಂದವನನ್ನು ಮರುಸೃಷ್ಟಿಸಲು ಪ್ರೊಫೆಸರ್ ಬಳಿ ಮಾತಿನ ಬಂಡವಾಳ ಇತ್ತು. ಆದರೆ ಆತ ಪ್ರೊಫೆಸರ್ ಅಲ್ಲವಲ್ಲ... ಬಲಿಗಾಗಿ ಹೊಸದಾಗಿ ಬಂದ ಲೋಡ್‌ನಲ್ಲಿದ್ದ ಕುರಿಗಳು ಮತ್ತು ಕರುಗಳನ್ನು ಬೇರ್ಪಡಿಸುವ ಕಾರ್ಯದಲ್ಲಿ ತೊಡಗಿದ್ದ ಮಲ್ಲಪ್ಪನನ್ನು ಬೀಳಿಸಲು ಆತನಿಗೆ ಬಂದೂಕೇ ಬೇಕಾಯಿತು.

ಸ್ಟ್ಯಾನ್ಲಿಯ ಇನೊವಾದಲ್ಲಿ ಮಲ್ಲಪ್ಪನ ಮಾಂಸ ಸಾಗಣೆ ಫ್ಯಾಕ್ಟರಿಗೆ ಅಮರ ಹೋಗಿದ್ದ. ಅಮರನನ್ನು ಕಂಡದ್ದೇ ತಡ, ಕೆಂಪು ಮತ್ತು ಹಳದಿ ದಾರಗಳನ್ನು ಬಿಗಿದಿದ್ದ ಬಲಗೈಯನ್ನು ಎತ್ತಿ ಆತ ಕೇಳಿದ: 'ಓಹೋ... ನೀನಾ... ಇಷ್ಟು ದಿನ ಎಲ್ಲಿದ್ದೆ ಸೂ... ಮಗನೇ...?'

ಕಾಲು ಮತ್ತು ಕೊಂಬುಗಳನ್ನು ಪರಸ್ಪರ ಕಟ್ಟಿದ್ದ ಹಸು, ಎತ್ತುಗಳು ಸುದೀರ್ಘ ಪ್ರಯಾಣದ ಪ್ರಯಾಸದ ಯಾತನೆಯಿಂದ ನೆಲದ ಮೇಲೆ ಮಲ–ಮೂತ್ರ ವಿಸರ್ಜಿಸಿದವು. ಬೆನ್ನುನೋವು ಸಹಿಸಲಾಗದೆ ನೆಲದ ಮೇಲೆ ಬಿದ್ದುಕೊಳ್ಳಲು ಹೆಣಗಾಡಿದವು...

ಮಲ್ಲಪ್ಪನ ಮೊಣಕಾಲುಗಳಿಗೆ ಗುಂಡು ಹಾರಿಸಿದಾಗ ಗಾಜು ಪುಡಿಯಾದ ಸದ್ದು ಕೂಡ ಕೇಳಿಸಲಿಲ್ಲ. ಮಾಂಸದುಂಡೆಗಳನ್ನು ಹೊರಚೆಲ್ಲಿದ ಗುಂಡುಗಳು ಸಮೀಪದಲ್ಲಿದ್ದ ಆವೆಮಣ್ಣಿನಲ್ಲಿ ತುಂಬಿಕೊಂಡವು. ಮಲ್ಲಪ್ಪ ಜೋರಾಗಿ ಚೀರಿ ಕುಸಿದು ಬಿದ್ದ.

ಡಿಸ್ಪೆನ್ಸರಿಯ ಡಾಕ್ಟರ್ ದೇಹದಿಂದ ಗುಂಡುಗಳನ್ನು ತೆಗೆದರು, ಪ್ಲಾಸ್ಟರ್ ಹಾಕಿದರು. ಯಾರು, ಯಾಕೆ, ಹೇಗೆ ಎಂದು ಡಾಕ್ಟರ್ ವಿಚಾರಿಸಲಿಲ್ಲ. ಆದರೂ ಅಮರ,

'ಈತ ನನ್ನ ಹೊಸ ಶಿಷ್ಯ' ಎಂದು ಹೇಳಿದ. ಪ್ರೊಫೆಸರ್ ಮನೆಯಲ್ಲಿ ತಾನು ಮಲಗಿದ್ದ ಮಂಚದಲ್ಲೇ ಮಲ್ಲಪ್ಪನನ್ನು ಅಮರ ಮಲಗಿಸಿದ.

ನಿದ್ದೆಗಾಗಿ ನೀಡಿದ ಮದ್ದಿನ ಪರಿಣಾಮ ಕಡಿಮೆಯಾಗುತ್ತಿದ್ದಂತೆ ಕಣ್ಣು ತೆರೆದ ಮಲ್ಲಪ್ಪ 'ಸೂ... ಮಗನೆ, ನಾನು ನಿನಗೆ ಏನು ಮಾಡಿದ್ದೆ...?' ಎಂದು ಕೇಳಿದ. ಆತನ ಪ್ರಶ್ನೆಗೆ ಉತ್ತರವಾಗಿ ಅಮರ ವಚನವೊಂದನ್ನು ಹೇಳಿದ:

ಹಾವಾಡಿಗನು ಮೂಕೊರತಿಯು: ತನ್ನ ಕೈಯಲ್ಲಿ ಹಾವು
ಮಗನ ಮದುವೆಗೆ ಶಕುನವ ನೋಡಹೋಹಾಗ
ಇದಿರಲೊಬ್ಬ ಮೂಕೊರತಿಯ ಹಾವಾಡಿಗನ ಕಂಡು
ಶಕುನ ಹೊಲ್ಲೆಂಬ ಚದುರನ ನೋಡಾ
ತನ್ನ ಸತಿ ಮೂಕೊರತಿ, ತನ್ನ ಕೈಯಲ್ಲಿ ಹಾವು
ತಾನು ಮೂಕೊರೆಯ
ತನ್ನ ಭಿನ್ನವನರಿಯದೆ ಅನ್ಯರನೆಂಬ
ಕುನ್ನಿಯನೇನೆಂಬೆ ಕೂಡಲಸಂಗಮದೇವಾ

ಮಲ್ಲಪ್ಪನಿಗೆ ಎಚ್ಚರವಾಗುವುದನ್ನೇ ಅಮರ ಕಾತರದಿಂದ ಕಾದು ಕುಳಿತ. ಮಲ್ಲಪ್ಪ ಕಣ್ಣುಬಿಟ್ಟ ಕೂಡಲೇ ತಾನು ಎಲ್ಲಿದ್ದೇನೆ ಎಂದು ಗೊಂದಲದಿಂದ ಅತ್ತಿತ್ತ ನೋಡಿದ. ಅಮರನನ್ನು ಕಂಡದ್ದೇ ತಡ, ನಡೆದದ್ದನ್ನೆಲ್ಲ ನೆನೆದುಕೊಂಡ. ಕಣ್ಣು ದೊಡ್ಡದು ಮಾಡಿ 'ಅಮರ, ನೀನು ನನ್ನನ್ನು ಏನು ಮಾಡುತ್ತೀಯಾ?' ಎಂದು ಗದರಿದ. ಅಮರ, ಪುಸ್ತಕಗಳನ್ನು ಇರಿಸಿದ ಸ್ಟೂಲ್ ಒಂದನ್ನು ಮಲ್ಲಪ್ಪನ ಹತ್ತಿರ ಇರಿಸಿದ, ವಾಲ್ಮೀಕಿ ರಾಮಾಯಣ, ಭಗವದ್ಗೀತೆ, ವ್ಯಾಸಭಾರತ, ವಚನ ಸೋಪಾನ...

'ಈ ಪುಸ್ತಕಗಳನ್ನು ಓದಬೇಕು, ನಾನು ಪ್ರಶ್ನೆ ಕೇಳುವೆ. ಅದಕ್ಕೆ ಉತ್ತರ ಹೇಳಬೇಕು'

ಮಲ್ಲಪ್ಪನಿಗೆ ಪೂರ್ಣ ಎಚ್ಚರವಾಯಿತು. 'ನಿನಗೇನು ಹುಚ್ಚು ಹಿಡಿದಿದೆಯಾ...' ಎಂದು ಬೊಬ್ಬಿರಿದ. ಗಡ್ಡ ಸವರುತ್ತ ಅಮರ ಹೇಳಿದ: 'ಹುಚ್ಚು ಯಾರಿಗೆ ಎಂದು ನನಗೆ ತಿಳಿಯದು. ಆದರೆ ಈ ಪುಸ್ತಕಗಳನ್ನು ಪೂರ್ತಿಯಾಗಿ ಓದದೆ ನಿಮ್ಮನ್ನು ಇಲ್ಲಿಂದ ಬಿಡಲಾರೆ. ಸುಂದರಣ್ಣ ಬೆಳಿಗ್ಗೆ ಹಾಲು ತೆಗೆದುಕೊಂಡು ಬರುವರು. ನೀಲಮ್ಮ ಅಡುಗೆ ಮಾಡುವರು. ಶಹೀದ್, ಅನುಷ, ಸ್ಟ್ಯಾನ್ಲಿ, ಸೂರಜ್ ಹಾಗೂ ಫರೀದಾ ಬರುವರು. ಇಲ್ಲಿ ಕುಳಿತು ಓದುವರು, ಮಾತನಾಡುವರು, ಚರ್ಚಿಸುವರು. ನಾವೆಲ್ಲ

ಒಟ್ಟಾಗಿ ಊಟ ಮಾಡುವೆವು. ಅದೆಲ್ಲದರ ನಡುವೆ ನೀವು ಈ ಪುಸ್ತಕಗಳನ್ನು ಓದಿ ಮುಗಿಸಬೇಕು...'

ಕೋಣೆಯಲ್ಲಿದ್ದ ಮತ್ತೊಂದು ಮಂಚದಲ್ಲಿ ಕುಳಿತ ಅಮರ ಬಂದೂಕು ತೆಗೆದು ತಲೆದಿಂಬಿನ ಕೆಳಗೆ ಇರಿಸಿ ಹೇಳಿದ: 'ಪುಸ್ತಕಗಳನ್ನೆಲ್ಲ ಓದಿ ಮುಗಿಸಿದ ನಂತರ ಈ ಬಂದೂಕನ್ನು ನೀವು ತೆಗೆದುಕೊಳ್ಳಬಹುದು...'

ಮಲ್ಲಪ್ಪ ಹುಚ್ಚು ಹಿಡಿದವನಂತೆ ತಲೆಯನ್ನು ಅತ್ತಿತ್ತ ಆಡಿಸುತ್ತ ಅಮರನನ್ನು ದುರುಗುಟ್ಟಿ ನೋಡಿ ಹೇಳಿದ: 'ನಿಜ ಹೇಳು ನಿನ್ನಿಂದ ಇದನ್ನೆಲ್ಲ ಮಾಡಿಸುತ್ತಿರುವವರು ಯಾರು...?'

ಅಮರನಿಗೆ ನಗು ಬಂತು. 'ಬೇರೆ ಯಾರೂ ಅಲ್ಲ, ಭಗವಂತ...'

'ಪ್ರೊಫೆಸರ್ ಭಗವಂತ ಬಸಪ್ಪನಾ. ಆತ ಸತ್ತುಹೋದನಲ್ಲ...' ಮಲ್ಲಪ್ಪ ಕೇಳಿದ.

'ಭಗವಂತನಿಗೆ ಸಾವುಂಟೇ...?' ಅಮರ ಜೋರಾಗಿ ನಕ್ಕ.

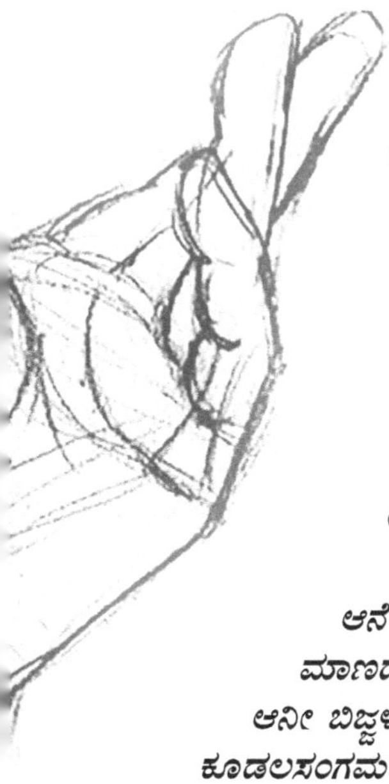

ರಾತ್ರಿಯಾಯಿತು. ಹೊರಗೆ ಮಲ್ಲಿಗೆಯ ಬಳ್ಳಿಯಲ್ಲಿ ಹೊಸ ಹೂಗಳು ಅರಳಿದವು. ರಸ್ತೆ ಬದಿಯ ದೊಡ್ಡ ಕೆರೆಯಲ್ಲಿ ತಾವರೆ ಎಲೆಗಳಿಗೆ ನೋವುಂಟುಮಾಡದೆ ಬಾತುಕೋಳಿಗಳು ನಾಜೂಕಾಗಿ ಮುಂದೆ ಸಾಗಿದವು.

'ನೆನಪಿಟ್ಟುಕೋ... ನಿನ್ನ ಹಂತಕ ಹೊರಟಿದ್ದಾನೆ...' ಮಲ್ಲಪ್ಪ ಗದರಿದ.

ಗಿಳಿಯೋದಿ ಫಲವೇನು
ಬೆಕ್ಕುಬಹುದ ಹೇಳಲರಿಯದು
ಅಮರ ಸಂತಸದಿಂದ ಜೋರಾಗಿ ಹೇಳಿದ.

ಆನೆ ಅಂಕುಶಕ್ಕೆ ಅಂಜುವುದೇ ಅಯ್ಯಾ
ಮಾಣದೆ ಸಿಂಹದ ನಖವೆಂದು ಅಂಜುವುದಲ್ಲದೆ
ಆನೀ ಬಿಜ್ಜಳಂಗಂಜುವೆನೆ ಅಯ್ಯಾ
ಕೂಡಲಸಂಗಮದೇವಾ
ನೀನು ಸರ್ವಜೀವದಯಾಪಾರಿಯಾದ ಕಾರಣ
ನಿನಗಂಜುವೆನಲ್ಲದೆ ಕೂಡಲಸಂಗಮದೇವಾ

ಸಂಘಣ್ಣ

ವಿಮಾನನಿಲ್ದಾಣದಲ್ಲಿ ಸಂಘಣ್ಣನನ್ನು ಕಾಯುತ್ತ ನಿಂತಿದ್ದೆ. ನೋಡನೋಡುತ್ತಿದ್ದಂತೆಯೇ ನನ್ನ ಕಣ್ಣು ತಪ್ಪಿಸಿ ಟ್ರಾಲಿ ಎಳೆದುಕೊಂಡು ಆಚೆಕಡೆಯಿಂದ ಹೋಗುತ್ತಿದ್ದಾನೆ ಆತ. ಮೊದಲಿನಂತಾಗಿದ್ದರೆ ನಾನು 'ಓಯ್ ಸಂಘಣ್ಣಾ...' ಎಂದು ಜೋರಾಗಿ ಕೂಗಿ ಓಡಿ ಹೋಗಿ 'ಎಷ್ಟೊತ್ತಿನಿಂದ ಕಾಯುತ್ತಾ ನಿಂತಿದ್ದೇನೆ ಗೊತ್ತಾ...' ಎಂದು ಹೇಳಿ ಅಪ್ಪಿಕೊಳ್ಳುತ್ತಿದ್ದೆ. ಕೈಯಲ್ಲಿದ್ದ ವಸ್ತುಗಳನ್ನೆಲ್ಲ ಕೆಳಗೆ ಇರಿಸಿ ಪರಸ್ಪರ ಮುಖ ನೋಡುತ್ತ ನಗುತ್ತ ಇಬ್ಬರೂ ಸ್ವಲ್ಪ ಹೊತ್ತು ನಿಂತಲ್ಲೇ ನಿಲ್ಲುತ್ತಿದ್ದೆವು. 'ಏನೋ ತಮ್ಮ, ನಿನ್ನ ಕೂದಲೆಲ್ಲ ಬಿಳಿಯಾಗಿ ಹೋಯ್ತಲ್ಲೋ' ಎಂದು ಆತನೂ, 'ನೀನು ಹೀಗೆ ಡೈ ಹಚ್ಚುತ್ತಾ ಹೋದರೆ ಮುಂದಿನ ಬಾರಿ ಬರುವಾಗ ನಾನೇ ನಿನ್ನನ್ನು ತಮ್ಮಾ ಎಂದು ಕರೆಯಬೇಕಾದೀತೇನೋ...' ಎಂದು ನಾನೂ ತಮಾಷೆ ಮಾಡುತ್ತಿದ್ದೆ. 'ತಗೊ ನಿನಗೊಂದು ವಸ್ತು ತಂದಿದ್ದೇನೆ' ಎಂದು ಹೇಳಿ ನನ್ನ ಕೈಗೊಂದು ಮಿಲ್ಕ್ ಚಾಕ್ಲೇಟ್ ಕೊಡುತ್ತಿದ್ದ. 'ಇಗೋ ನಿನಗೊಂದು ವಸ್ತು' ಎಂದು ಹೇಳಿ ನಸ್ರೀನ್ ಕಟ್ಟಿಕೊಟ್ಟ ಕರಿಕಡುಬಿನ ಪೊಟ್ಟಣವನ್ನು ನಾನೂ ಕೊಡುತ್ತಿದ್ದೆ. ಈ ಬಾರಿ ನಾನು ತಿಂಡಿ ಕಟ್ಟಿಕೊಂಡು ಬರಲಿಲ್ಲ.

ಮರೆತಿದ್ದಲ್ಲ, ಅಂಥ ಪರಿಸ್ಥಿತಿಯಲ್ಲಿರಲಿಲ್ಲ ನಾನು. ಮತ್ತೆ, ಇತ್ತೀಚೆಗೆ ಸಂಘಣ್ಣನ ಟೇಸ್ಟ್ ಬದಲಾಗಿದೆ ಕೂಡ. ಈಗ ಆತನಿಗೆ ಯಾವ ತಿಂಡಿ ಇಷ್ಟ ಎಂದು ಯಾರು ಬಲ್ಲ? ಏನಾದರೂ ಆಗಲಿ, ಆತನಿಗೆ ಯಾವುದು ಇಷ್ಟವೋ ಅದನ್ನು ತಿನ್ನಲಿ. ಯಾವುದಾದರೂ ಮೊದಲು ಮನಸ್ಸಿಗೆ, ನಂತರವಲ್ಲವೇ ನಾಲಿಗೆಗೂ ದೇಹಕ್ಕೂ ನಾಟುವುದು?

ಅಸಲಿಗೆ ನಾನು ಸಂಘಣ್ಣಾ... ಎಂದು ಕರೆದಿದ್ದೆ. ಆದರೆ ಅದು ಹೊರಗೆ ಕೇಳಿಸಲಿಲ್ಲ. 'ಆ ವಿಷಯವನ್ನು' ಆತನಿಗೆ ತಿಳಿಸುವುದಾದರೂ ಹೇಗೆ ಎಂಬ ಆತಂಕ ಒಂದು ಕಡೆ. ಮತ್ತೊಂದೆಡೆ ಆತ, ನಾನು ಹಿಂದೆ ಹಾಗೆ ಕರೆಯುತ್ತಿದ್ದ ಸಂಘಣ್ಣ ಅಲ್ಲವಲ್ಲ ಎಂಬ ಬೇಗುದಿ. ಸಂಘಣ್ಣ ಎಂದು ಕರೆದರೆ ಸುತ್ತಮುತ್ತ ಇರುವವರು ಮತ್ತು ಕೇಳಿಸಿಕೊಂಡವರು ಹೇಗೆ ಪ್ರತಿಕ್ರಿಯಿಸುತ್ತಾರೋ ಎಂಬ ಹೆದರಿಕೆಯೂ ಇತ್ತು. ವಾಸ್ತವದಲ್ಲಿ ಜಗಳವಾಡುತ್ತ ನಮ್ಮನ್ನು ನಾವು ಬಲಪಡಿಸಿಕೊಳ್ಳಲು ಮತ್ತು ಶಿಕ್ಷಣ ಪಡೆದು ಗಟ್ಟಿಯಾಗಲು ತಂದೆ ನಮಗೆ ಸಂಘಮಿತ್ರ ಮತ್ತು ವಿದ್ಯಾಸಾಗರ್ ಎಂಬ ಹೆಸರಿಟ್ಟಿದ್ದರು. ಆದರೆ ಅದು ಫಲ ನೀಡಲಿಲ್ಲ. ಆ ಆಶಯವನ್ನು ಕಾಲವು ಕಣ್ಣೆದುರೇ ಇಲ್ಲವಾಗಿಸಿತ್ತು.

ಆತ ನನ್ನನ್ನು ನೋಡಿದ್ದ. ನಾನು ಆತನ ಬಳಿಗೆ ಓಡಿ ಹೋಗಿದ್ದೆ. ಆದರೆ ಹತ್ತಿರ ತಲುಪುವಷ್ಟರಲ್ಲಿ ನಾನು ಕುಗ್ಗಿಹೋದೆ. ವಿಮಾನದಲ್ಲಿ ಕುಳಿತು ಒಂದು ಹಂಡೆ ಹರಳೆಣ್ಣೆ ಕುಡಿದು ಬಂದವನಂತೆ ಉದಾಸೀನ ಭಾವದಿಂದ ನಕ್ಕು ಮನಸ್ಸಿಲ್ಲದೆ ಕೈ ಕುಲುಕಿದ. ಎರಡೂವರೆ ದಶಕದಿಂದ ಎ.ಸಿ.ಯಲ್ಲಿ ಕುಳಿತೇ ಕೆಲಸ ಮಾಡುತ್ತಿರುವುದರಿಂದ ಆತ ಬೆಳ್ಳನೆ ಕೆಂಪಾಗಿದ್ದ. ಅಷ್ಟು ಸಾಲದ್ದಕ್ಕೆ ಕ್ಲೀನ್ ಶೇವ್ ಮಾಡಿ ಕಪ್ಪು ಕನ್ನಡಕ ಬೇರೆ ಹಾಕಿಕೊಂಡಿದ್ದ. ಆತ ಹರಳೆಣ್ಣೆಯನ್ನು ನನಗಾಗಿ ಕುಡಿದಿದ್ದ, ಆ ಮಹಾತ್ಯಾಗಕ್ಕೆ ನಾನು ಬೆಲೆಯೇ ಕೊಡಲಿಲ್ಲ ಎಂಬ ಭಾವವಿತ್ತು ಅ ಮುಖದಲ್ಲಿ. ಈ ಬ್ಲಡಿ ಕೇರಳದ ಬಿಸಿಲು ಝಳ ಬಡಿದದ್ದೇ ತಡ, ಬೆಣ್ಣೆಯಂತೆ ಮೃದುವಾಗಿದ್ದ ಫುಲ್ ಸ್ಲೀವ್ ಶರ್ಟಿನ ಕೆಲವು ಭಾಗಗಳು ಬೆವರಿನಿಂದ ಒದ್ದೆಯಾಗಿ ಮೈಗೆ ಅಂಟಿಕೊಂಡವು. ಚಿನ್ನದ ಕಾಫ್ ಲಿಂಕ್‌ಗಳು ಮತ್ತು ನವರತ್ನದ ಉಂಗುರ ಬಿಸಿಲಿನಲ್ಲಿ ಫಳಫಳ ಹೊಳೆಯುತ್ತಿತ್ತು. ನಾನೇನೋ ದುಷ್ಟತನ ಮಾಡಿದ್ದೇ ಆತನಿಗೆ ಇಂಥ ಸೌಭಾಗ್ಯ ಬರಲು ಪರೋಕ್ಷ ಕಾರಣ ಎಂಬುದು ಆತನ ಮನಸ್ಸಿನಲ್ಲಿರುವುದು ಸ್ಪಷ್ಟವಾಗುತ್ತಿತ್ತು.

ನನ್ನ ಕಾರು ಬೇರೆ, ಸಣ್ಣದೊಂದು ಆಲ್ಟೋ. ಆತನ ರೂಪ ಮತ್ತು ಅಂತಸ್ತಿಗೆ ಸಲ್ಲುವಂಥಾದ್ದಲ್ಲ. ಆರಡಿ ಎತ್ತರದ ಆತ ಉಬ್ಬಿದ ಹೊಟ್ಟೆಯೊಂದಿಗೆ ಧನಿಕನು

ಸ್ವರ್ಗಲೋಕ ಪ್ರವೇಶಿಸಿದಂತೆ ಕಾರಿನೊಳಗೆ ನುಸುಳಿ ಕುಳಿತುಕೊಂಡ. ನಾನು ತಲೆಕೆಡಿಕೊಳ್ಳಲಿಲ್ಲ. ಮೂರ್ತಿಯನ್ನಲ್ಲ, ಅದರ ಹಿಂದೆ ಇರುವ ದೇವರನ್ನಲ್ಲವೇ ನಾವು ಪೂಜಿಸುವುದು...? ಮಾತು ಎಲ್ಲಿಂದ, ಹೇಗೆ ಶುರು ಮಾಡಬೇಕು ಎಂಬ ಗೊಂದಲ ಕಾಡಿತು. 'ಅಪ್ಪನ ಕಾರ್ಯಕ್ಕೆ ನೀನು ಇವತ್ತು ಬರುತ್ತಿ ಎಂದು ಹೇಳಿದ್ದರಿಂದ ಕಾಯಲು ನಿರ್ಧರಿಸಿದೆವು' ಎಂದು ನಾನು ಕೇಳಿದ್ದೆ. ಆದರೆ ಅಷ್ಟರಲ್ಲಿ ಅಣ್ಣ ಲ್ಯಾಂಡ್ ಆಗಿದ್ದಾನೆಯೇ ಎಂದು ವಿಚಾರಿಸಲು ದುಬಾಯ್‌ನಿಂದ ಪದ್ಮಕ್ಕ ಕರೆ ಮಾಡಿದರು. ಮಾತು ಅರ್ಧಕ್ಕೇ ನಿಂತಿತು. ಶಂಖುಮುಖಂ ತಲುಪುವವರೆಗೂ ಫೋನ್ ಸಂಭಾಷಣೆ ಮುಂದುವರಿಯಿತು. ಸ್ವಲ್ಪ ಮುಂದೆ ಸಾಗುವಷ್ಟರಲ್ಲಿ ಟ್ರಾಫಿಕ್ ಜಾಮ್ ಆಯಿತು. ಅಷ್ಟರಲ್ಲಿ ಪಕ್ಕದ ಶಾಲೆಯಲ್ಲಿ ಜನಗಣಮನ ಕೇಳಬೇಕೇ...? 'ಹ್ಹಾಂ... ರಾಷ್ಟ್ರಗೀತೆ, ರಾಷ್ಟ್ರಗೀತೆ' ಎಂದು ಹೇಳಿದ ಸಂಘಣ್ಣ ಎದ್ದು ಬಿದ್ದು ಕಾರಿನಿಂದ ಇಳಿದು ಓಡಿದ. ರಸ್ತೆಬದಿಯಲ್ಲಿ ಅಟೆನ್ಶನ್ನಾಗಿ ನಿಂತುಕೊಂಡ.

ಟ್ರಾಫಿಕ್ ಬೇಗನೇ ಕ್ಲಿಯರ್ ಆಯಿತು. ಆದರೆ ಅಟೆನ್ಶನ್ ಆದವ ಸ್ಟ್ಯಾಂಡ್ ಅಟ್ ಈಸ್ ಆಗದೇ ನಾನು ಕಾರು ಮುಂದಕ್ಕೆ ತೆಗೆಯುವುದಾದರೂ ಹೇಗೆ? ಹಿಂದೆ ಇದ್ದವರು ಹಾರ್ನ್ ಮಾಡುತ್ತಲೇ ಇದ್ದರು. ಶಾಲೆಯಲ್ಲಿ ಹಾಡುತ್ತಿದ್ದ 'ತಾಯಿ ಶಾರದೆ ಲೋಕ ಪೂಜಿತೆ...' ಹಾಡನ್ನು ನಿಂತಲ್ಲೇ ಹಾಡಿದೆ. ಧೈರ್ಯಮಾಡಿ ಕಾರನ್ನು ನಿಧಾನಕ್ಕೆ ಮುಂದಕ್ಕೆ ತೆಗೆದು ರಸ್ತೆಯ ಬದಿಯಲ್ಲಿ ನಿಲ್ಲಿಸಿದೆ. ಅಷ್ಟರಲ್ಲಿ ಶಾಲೆಯ ಗಂಟೆ ಬಾರಿಸಿತು. ಸಂಘಣ್ಣ ಸರಸರನೆ ಓಡಿಬಂದು ಕಾರಿನೊಳಗೆ ಕುಳಿತ. ವಿಷಯ ಪ್ರಸ್ತಾಪಿಸಲು ಇದು ತಕ್ಕ ಸಮಯ ಎಂದುಕೊಂಡು ಬಾಯಿ ತೆರೆದೆ. ಆದರೆ ಮಾತನಾಡಲು ಅವಕಾಶ ನೀಡದೇ ಆತ ಬೈಯಲು ಶುರು ಮಾಡಿದ. 'ಏಯ್ ಏನಾಗಿದೆಯೋ ನಿನಗೆ? ರಾಷ್ಟ್ರಗೀತೆ ಕೇಳಿಸಿದಾಗ ಕಾರಿನಿಂದ ಇಳಿದು ಒಂದೆರಡು ನಿಮಿಷ ನಿಂತುಕೊಳ್ಳಲು ಏನು ಸಂಕಟ? ದೇಶ ಪ್ರೇಮ ಬೇಕು ಕಣೋ, ದೇಶಪ್ರೇಮ...'

ನನಗೆ ಕಪಾಳಕ್ಕೆ ಹೊಡೆದಂತಾಯಿತು. ಮೌನವಾಗಿದ್ದೆ. ಅದೇ ಆವಾಗ ಸೂಕ್ತವೆನಿಸಿತು. ಆದರೂ ಸ್ವಲ್ಪ ಹೊತ್ತು ಕಳೆದು ಬಾಯಿ ಬಿಟ್ಟೆ. 'ರಸ್ತೆ ಮಧ್ಯೆ ನಿಂತು ಯಾರಾದರೂ ರಾಷ್ಟ್ರಗೀತೆ ಹಾಡುವುದುಂಟೇ? ಜನಸಂದಣಿಯಲ್ಲಿ ದೇಶಭಕ್ತಿ ಮೂಡುವುದಾದರೂ ಹೇಗೆ? ಅಷ್ಟಕ್ಕೂ ನನಗೀಗ ರಾಷ್ಟ್ರಭಕ್ತಿ ಸ್ವಲ್ಪ ಕಡಿಮೆಯೇ ಎಂದು ತಿಳಿದುಕೋ' ಎಂದು ಹೇಳಿಯೇಬಿಟ್ಟೆ. ಅಷ್ಟರಲ್ಲಿ ದೊಡ್ಡ ರಾದ್ಧಾಂತವೇ ಆಗಿಹೋಯಿತು. 'ಸೂ...ಮಗನೇ... ಇನ್ನು ಮುಂದೆ ಇಂಥ ಮಾತು ನಿನ್ನ ಬಾಯಿಂದ ಬಂದರೆ ನಾಲಿಗೆ ಸೀಳುವೆ ಗೊತ್ತಾ... ಏನಂದೆ ನೀನು, ದೇಶಪ್ರೇಮ ಬೇಡ ಎಂದೇ? ಏ ಮೂರ್ಖ, ಈ ದೇಶ ಇಲ್ಲದಿದ್ದರೆ ನೀನಿಲ್ಲ ಗೊತ್ತಾ. ನಿನ್ನನ್ನು ನೀನು ಏನಂದುಕೊಂಡಿರುವೆ? ಒಂದು ಲೊಟ್ಟೆ ಸರ್ಕಾರಿ ಕೆಲಸ

ಇದೆ ಎಂದುಕೊಂಡು ದೇಶಕ್ಕೇ ದ್ರೋಹ ಬಗೆಯುವೆಯಾ? ದೇಶಪ್ರೇಮ ಇಲ್ಲ ಎಂದಾದರೆ ನೀನು ಹೋಗು... ಪಾಕಿಸ್ತಾನಕ್ಕೆ ತೊಲಗು...' ಎಂದು ಗದರಿಸಿದ.

ನಾಲ್ಕೈದು ವರ್ಷಗಳ ಹಿಂದೆ ಇಂಥ ಮಾತುಗಳನ್ನೆಲ್ಲ ಆಡಿದ ವ್ಯಕ್ತಿಯೇ ಅಲ್ಲ ಆತ. ಈ ಜನ್ಮದಲ್ಲಿ ಅವನ ಬಾಯಿಂದ ಇಂಥ ಪದಗಳು ಬರಬಹುದು ಎಂದು ನಾನು ಅಂದುಕೊಂಡೇ ಇರಲಿಲ್ಲ. ಸರ್ಕಾರಿ ಶಾಲೆಯಲ್ಲಿ ಕಲಿತು, ಸರ್ಕಾರಿ ಕೆಲಸ ಸಿಕ್ಕಿದರೂ ಶ್ರೀಮಂತಿಕೆಯ ಆಸೆಯಿಂದ ವಿದೇಶಕ್ಕೆ ತೆರಳಿದವ ಈ ದೇಶಭಕ್ತ. ನನ್ನ ರಕ್ತ ಕುದಿಯಿತು. ಗಾಡಿ ಆಫ್ ಮಾಡಿ ಸ್ವಲ್ಪ ಹೊತ್ತು ಸುಮ್ಮನೇ ಕುಳಿತೆ. ಆತ ಹೊರಗೆ ಜಿಗಿದು ಅತ್ತಿಂದಿತ್ತ, ಇತ್ತಿಂದತ್ತ ಓಡಾಡಿದ. ಹೊರಗೆ ಹೋಗಿ ಚೆನ್ನಾಗಿ ಬೈದುಬಿಡೋಣ ಅನಿಸಿತು. ಆದರೆ ಮರ್ಮಕ್ಕೆ ತಾಗುವಂತಹ ವಿಷಯ, ಮಾತು ನನಗೆ ಆಗ ಹೊಳೆಯಲಿಲ್ಲ. ಆದರೂ ಅಪ್ಪ ಈತನಿಗೆ ಇಂಥ ಹೆಸರಿಟ್ಟನಲ್ಲ ಎಂಬ ಬೇಸರ ಕಾಡಿತು. ನನ್ನ ಗೆಳೆಯರನೇಕರು ಈ ಹೆಸರು ಕೇಳಿ ಅಚ್ಚರಿ ವ್ಯಕ್ತಪಡಿಸಿದ್ದಿದೆ. ಆತ ಕೈಗೆ ಕಟ್ಟಿದ್ದ ದಾರಗಳು, ಕತ್ತಿನಲ್ಲಿ ನೇತುಹಾಕಿದ್ದ ಹಾರಗಳು ಮತ್ತು ತಾಯತ ಕಂಡು ಕೆಲವರು ಸಂದೇಹವನ್ನೂ ವ್ಯಕ್ತಪಡಿಸಿದ್ದರು. ಆತನ ಮೇಲೆ ಮಾತ್ರವಲ್ಲ, ಆತನಿಗೆ ಆ ಹೆಸರಿಟ್ಟ ಅಪ್ಪನನ್ನೂ ಕೆಲವರು ಸಂಶಯದಿಂದ ನೋಡುತ್ತಿದ್ದರು ಎಂಬುದು ಬೇಸರದ ವಿಷಯ. ಅವರಿಗೆ ಸ್ಪಷ್ಟನೆ ನೀಡುತ್ತಿದ್ದ ನಾನು 'ನಮ್ಮದು ತಲೆತಲಾಂತರದಿಂದ ಸಾಮೂಹಿಕ ವಿವಾಹದಲ್ಲಿ ಪಾಲ್ಗೊಳ್ಳುತ್ತ ಬಂದ ಕುಟುಂಬ. ಮುತ್ತಜ್ಜನ ಸಹೋದರ ಅಯ್ಯಪ್ಪನ ಅನುಯಾಯಿಯಾಗಿದ್ದ. ಮುತ್ತಜ್ಜ ಮದುವೆಯಾದಗ್ದು ಉಪನಾಮ ಇರುವ ಜಾತಿಯ ಹೆಣ್ಣನ್ನು, ನನ್ನಪ್ಪ ಉಪನಾಮ ಇಲ್ಲದ ಜಾತಿಯ ಅಮ್ಮನನ್ನು ಸಾಮೂಹಿಕ ವಿವಾಹದಲ್ಲೇ ವರಿಸಿದ್ದರು. ಅವರಿಗೆ ನಾವಿಬ್ಬರು ಜನಿಸಿದೆವು. ಜಾತಿ ಮತ್ತು ಧರ್ಮ ನಮ್ಮ ದೇಶದ ಅತಿದೊಡ್ಡ ಆಪತ್ತು. ಇವೆರಡನ್ನು ನಾಶ ಮಾಡದೆ ಉಳಿಗಾಲವಿಲ್ಲ ಎಂದು ನಂಬಿದ್ದ ಅಪ್ಪ ನಮ್ಮನ್ನು ಜಾತಿ-ಧರ್ಮ ಇಲ್ಲದೇ ಸಾಕಿದರು' ಎಂದು ಸಮಜಾಯಿಷಿ ನೀಡುತ್ತಿದ್ದೆ.

ಹೀಗೆ ಬದುಕಿದ ಸಂಘಣ್ಣ ಹಿಂದೆ ಹೀಗಿರಲಿಲ್ಲ. ಶಾಲೆಗೆ ಹೋಗುತ್ತಿದ್ದಾಗ ಆತ ಸಾಧುವಿನಂತಿದ್ದ. ಪ್ರತಿ ತರಗತಿಯಲ್ಲೂ ಪ್ರಥಮ ರ್‍ಯಾಂಕ್. ಗಣಿತ ಮತ್ತು ಭೌತವಿಜ್ಞಾನದಲ್ಲಿ ನೂರಕ್ಕೆ ನೂರು ಅಂಕ ಗಳಿಸುತ್ತಿದ್ದ ಜಾಣ. ಶಾಲೆ ಬಿಟ್ಟರೆ ಮನೆ, ಮನೆ ಬಿಟ್ಟರೆ ಶಾಲೆ ಅಷ್ಟೇ. ತೆಂಗಿನ ಗರಿಯ ಹೆಡೆಯಿಂದ ತಯಾರಿಸಿದ ಬ್ಯಾಟ್‌ನಲ್ಲಿ ಮನೆಯಂಗಳದಲ್ಲಿ ನನ್ನೊಂದಿಗೆ ಕ್ರಿಕೆಟ್ ಆಡಿದ್ದು ಬಿಟ್ಟರೆ ಆಡುವುದಕ್ಕೆಂದು ಯಾವ ಮೈದಾನಕ್ಕೂ ಹೋದವನಲ್ಲ. ಜಾತ್ರೆಗಳೆಲ್ಲ ಪರೀಕ್ಷೆಯ ಸಂದರ್ಭದಲ್ಲೇ

ಬರುತ್ತಿದ್ದುದರಿಂದ ಅತ್ತ ತಲೆ ಹಾಕುತ್ತಿರಲಿಲ್ಲ. ವರ್ಷದ ಮೂರು ಪ್ರಮುಖ ಪರೀಕ್ಷೆಗಳು, ಆತ ಕ್ಯಾಲೆಂಡರ್‌ನಲ್ಲಿ ಗುರುತು ಹಾಕುತ್ತಿದ್ದ ಪ್ರಮುಖ ಕಾಲಗಳು. ಶಾಲೆ, ಟ್ಯೂಷನ್, ಮನೆ ಆತನ ಗಡಿಯಾರವಾಗಿತ್ತು. ತರಗತಿಯ ಮಾನಿಟರ್‌ನನ್ನು ಆಯ್ಕೆ ಮಾಡುವಾಗಲಾದರೂ ಚುನಾವಣೆಗೆ ಸ್ಪರ್ಧಿಸಿದವನಲ್ಲ. ಯಾವ ಮೆರವಣಿಗೆಯಲ್ಲೂ ಪಾಲ್ಗೊಂಡವನಲ್ಲ. 17ನೇ ವಯಸ್ಸಿನವರೆಗೆ ಯಾವ ರಾಜಕೀಯ ಪಕ್ಷದ ಹೆಸರು ಹೇಳುವುದಕ್ಕೂ ಹೆದರುತ್ತಿದ್ದ. ಇದೆಲ್ಲವೂ ಗೊತ್ತಿರುವುದರಿಂದ ಆತ ಎಂಥ ಅವಿವೇಕದ ಮಾತನಾಡಿದರೂ ಕ್ಷಮಿಸಲು ನನಗೆ ಸಾಧ್ಯವಾಗುತ್ತಿದೆ. ಈಗ ನೋಡಿ, ಸ್ವಲ್ಪ ಹೊತ್ತು ದಾರಿಯಲ್ಲಿ ನಿಂತು ಬೆವರಿದಾಗ ಕೋಪವೆಲ್ಲ ಇಳಿದು ಹೋಯಿತು. ಆತ ಬಂದು ಕಾರಿನೊಳಗೆ ಕುಳಿತುಕೊಂಡ. ಕೋಪದಲ್ಲಿ ಎಷ್ಟೇ ಹಾರಾಡಿದರೂ ಮುಂದೊಂದು ದಿನ ಸಂಘಣ್ಣ ನಮ್ಮ ಗಾಡಿ ಏರುತ್ತಾನೆ, ನೀರು ಕೇಳಿ ಕುಡಿಯುತ್ತಾನೆ, ಹೋಗುವುದಾದರೂ ಎಲ್ಲಿಗೆ ಎಂಬುದನ್ನೂ ಪ್ರಶ್ನಿಸದೆ ಜೊತೆಗೆ ಬರುತ್ತಾನೆ ಎಂಬ ನಂಬಿಕೆ ನನ್ನದು. ಏನೇ ಆಗಲಿ, ಮನುಷ್ಯನಿಗೆ ವಿವೇಕ ತಾನಾಗಿ ಬರುವುದಿಲ್ಲವಲ್ಲ. ಅದಕ್ಕೆ ಪ್ರಯತ್ನ ಬೇಕು, ಓದು ಬೇಕು, ಕನಿಷ್ಠಪಕ್ಷ ಅನುಭವವಾದರೂ ಬೇಕು. ಅದೆಲ್ಲವೂ ಸಿದ್ಧಿಸುವವರೆಗೆ ಕಾಯುವ ತಾಳ್ಮೆ ನಮಗಿರಬೇಕು.

ಈ ತಾಳ್ಮೆ, ತಾಳ್ಮೆ ಎಂದು ಹೇಳುವುದು ಅಷ್ಟು ಸುಲಭದ ವಿಷಯವೇನೂ ಅಲ್ಲ. ಅದು ಅನುಭವಕ್ಕೆ ಬರಬೇಕಾದರೆ ಆತನೊಂದಿಗೆ ಪ್ರಯಾಣ ಮಾಡಬೇಕು. ಸ್ವಲ್ಪ ಮುಂಚೆ ಕೋಪದಿಂದ ಮೈಮರೆತದ್ದಕ್ಕೆ ಮತ್ತು ಬಾಯಿಗೆ ಬಂದಂತೆ ಬೈದದ್ದಕ್ಕೆ ಬೇಸರವಿದೆ ಆತನಿಗೆ. ಅದನ್ನು ಮರೆಯಲೆಂಬಂತೆ ಬಹಳ ನಾಜೂಕಾಗಿ ಸರ್ಜಿಕಲ್ ಸ್ಟ್ರೈಕ್ ಮಾಡಲು ಮುಂದಾದ: 'ಏನೇ ಆಗಲಿ, ನೀನು ನಿನ್ನ ಆ್ಯಟಿಟ್ಯೂಡ್ ಬದಲಿಸಿಕೊಳ್ಳಬೇಕು, ತಮ್ಮಾ, ಬೇರೆ ದೇಶದಲ್ಲಿ ಬದುಕುವಾಗಲೇ ರಾಷ್ಟ್ರಗೀತೆ, ದೇಶಭಕ್ತಿ ಮುಂತಾದ ಪದಗಳ ಅರ್ಥ ತಿಳಿಯುವುದು. ಈಗ ನಾವು ಒಗ್ಗಟ್ಟು ಪ್ರದರ್ಶಿಸದೇ ಇದ್ದರೆ ನಿಂತ ನೆಲ ಕಣ್ಣೆದುರೇ ಕೊಚ್ಚಿಕೊಂಡು ಹೋಗುವುದನ್ನು ನೋಡಬೇಕಾದೀತು. ಈಗಾಗಲೇ ನಮ್ಮ ಭೂಮಿ, ನಮ್ಮ ಹಣವೆಲ್ಲ ಯಾರ ಕೈಯಲ್ಲಿದೆ ಎಂದು ನಿನಗೆ ಗೊತ್ತೇ? ಇನ್ನೂ ನಾವು ಜೊತೆಯಾಗಿ ನಿಲ್ಲದೇ ಇದ್ದರೆ ಎಲ್ಲವನ್ನೂ ಕಸಿದುಕೊಂಡು ನಮ್ಮನ್ನೆಲ್ಲ ಅವರು 'ಹಾಗೆ' ಮಾಡಿಬಿಡುವರು. ನಿನ್ನ ಮಗಳು ದೇಹವನ್ನೆಲ್ಲ ಕಪ್ಪು ಬಟ್ಟೆಯಲ್ಲಿ ಸುತ್ತಿಕೊಂಡು ರಸ್ತೆಗಿಳಿಯುವುದನ್ನು ನೋಡಬೇಕಾದೀತು..'

ಆತ ಹೇಳಿದ 'ನಾವು' ಯಾರು ಎಂದು ಜೀಸಸ್ ಆಣೆ ನನಗೆ ತಿಳಿಯಲಿಲ್ಲ. ನಸ್ರೀನ್ ಮತ್ತು ಇಶಾಳನ್ನು ನೆನೆದುಕೊಂಡು ನಾನು ನಕ್ಕೆ. ಅಷ್ಟರಲ್ಲಿ ಸಂಘಣ್ಣ 'ಓಹೋ...ಹಾಗೆ. ನೀನು ನಗಾಡಿದ್ದು ಯಾಕೆ ಎಂದು ನನಗೆ ಗೊತ್ತಾಯಿತು' ಎಂದ. 'ಏನಣ್ಣ, ಏನು ಗೊತ್ತಾಯಿತು ನಿನಗೆ...?' ಎಂದು ಕೇಳಿದೆ. ಸ್ವಲ್ಪ ಹೊತ್ತು ಮಾತಿಲ್ಲ. ನಂತರ

ಆತ ಕೇಳಿದ 'ಅಲ್ಲೋ, ಇಶಾಳ ರಿಲೀಜನ್ ಏನೆಂದು ನಮೂದಿಸಿದ್ದೀಯಾ...?' ನಾನೆಂಥ ಮಗ, ಬಾಯಾರಿದಂತೆ ನಾಟಕವಾಡಿ ಬಾಟಲಿ ಹುಡುಕಿ ತೆಗೆದು ನೀರು ಕುಡಿದೆ. ನಂತರ 'ಅಲ್ಲ ಸಂಘಣ್ಣ... ನಾವು, ಅವರು ಎಂದೆಲ್ಲ ಹೇಳುವುದು ಭಾರತೀಯರನ್ನೇ ಅಲ್ಲವೇ..? ಎಂದು ಮುಗ್ಧನಂತೆ ಕೇಳಿದೆ. ಆದರೆ ಆತ ಹಿಂದಿನಂತಲ್ಲವಲ್ಲ. ಈಗ ಆತನಿಗೆ ಮುಗ್ಧತೆ ಎಂದರೆ ಆಗದು. ಮುಂಗೋಪವೂ ಹೆಚ್ಚಾಗಿದೆ. ಮತ್ತೆ ಕೇಳಿದ್ದಕ್ಕೆಲ್ಲ ಉಲ್ಟಾ ಉತ್ತರ. ಎತ್ತು ಏರಿಗೆ ಎಳೆದರೆ, ಕೋಣ ನೀರಿಗೆ ಎಳೆಯಿತು ಎಂಬಂತೆ ಆತನ ಮಾತು.

'ಅತಿಯಾಯ್ತು ಕಣೋ, ನೀನು ಭಾರಿ ಉಡಾಫೆ ಮನುಷ್ಯ ಬಿಡು. ನೀನೊಬ್ಬನೇ ವಿಚಾರವಂತ, ನಾನು ಬರೀ ಫ್ಯಾಸಿಸ್ಟ್ ಎಂದುಕೊಂಡಿದ್ದೀಯಾ. ನೋಡುತ್ತಿರು, ನಿನ್ನ ಧಿಮಾಕಿಗೆ ಸರಿಯಾದ ಪೆಟ್ಟು ಬೀಳಲಿದೆ. ಬದಲಾವಣೆಯ ಕಾಲ ಇನ್ನು ದೂರ ಇಲ್ಲ. ಒಂದು ವರ್ಷ ಕಾದು ನೋಡು. ಈವರೆಗೆ ನಮಗೆ ಇದ್ದ ಒಂದೇ ಒಂದು ಸಮಸ್ಯೆ ಬಹುಮತ ಇಲ್ಲದೇ ಇದ್ದದ್ದು. ಸ್ವಚ್ಛ ಆಡಳಿತ ಎಂದರೆ ಏನೆಂದು ಇನ್ನಷ್ಟೇ ನಿನಗೆ ತಿಳಿಯಲಿದೆ. ಆದ್ದರಿಂದ ಏ ತಮ್ಮಾ... ನೀನು ಹಾರಾಡಬೇಡ. ಇಶಾಳ ವಿಷಯದಲ್ಲಿ ಎಷ್ಟು ಬೇಗ ಸಾಧ್ಯವೋ ಅಷ್ಟು ಬೇಗ ಸರಿಯಾದ ನಿರ್ಧಾರವೊಂದನ್ನು ತೆಗೆದುಕೊಳ್ಳುವುದು ಒಳ್ಳೆಯದು. ಆಕೆಯ ರಿಲೀಜನ್ ಜಾಗದಲ್ಲಿ ನಮ್ಮ ರಿಲೀಜನೇ ನಮೂದಿಸಬೇಕು. ಇಲ್ಲವಾದರೆ ಭವಿಷ್ಯ ಹಾಳಾದೀತು...'

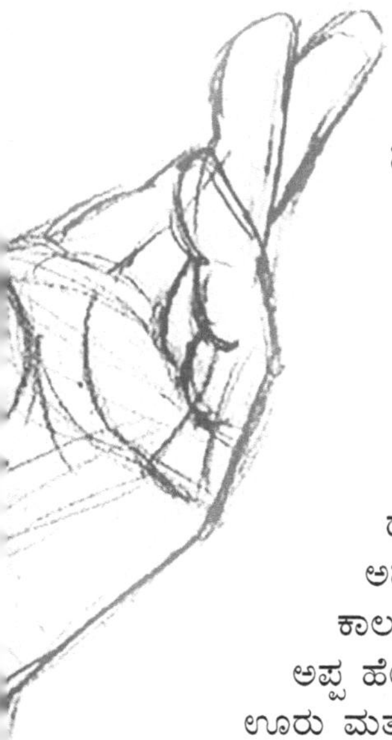

ಶಿಕ್ಷಣ ಇರುವುದು ಅರಿವು ಗಳಿಸಲು ಮತ್ತು ಜ್ಞಾನ ಹಂಚಿಕೊಳ್ಳಲು. ವಾದಿಸಿ ಗೆಲ್ಲಲು ಅಲ್ಲವಲ್ಲ. ಆದ್ದರಿಂದ ನಾನು ಸೌಮ್ಯವಾಗಿ 'ಹಾಗೆ ನೋಡಿದರೆ ಸಣ್ಣಂದಿನಲ್ಲಿ ರಿಲೀಜನ್ ನಮೂದಿಸದೇ ಇರುವುದು ಒಳ್ಳೆಯದು ಅನಿಸ್ತದೆ. ದೊಡ್ಡವರಾದಾಗ ಯಾರು ಆಡಳಿತ ನಡೆಸುತ್ತಾರೆಯೋ ಅವರೊಂದಿಗೆ ಸೇರಬಹುದಲ್ಲ' ಎಂದು ಹೇಳಿ ಹಿಂದೆ ಜಾತಿ ಕಾಲಂ ಭರ್ತಿ ಮಾಡಲು ಮೇಷ್ಟ್ರು ಅಣ್ಣನಿಗೆ ಹೇಳಿಕಳುಹಿಸಿದಾಗ ಅಪ್ಪ ಹೇಳಿದ 'ನೀನು ಯಾರೆಂದು ಕೇಳುವ ಅಗತ್ಯವೇ ಇಲ್ಲ. ಹೆಸರು, ಊರು ಮತ್ತು ಉದ್ಯೋಗ ಏನೆಂದು ಕೇಳಿದರೆ ವ್ಯಕ್ತಿ ಯಾರೆಂದು ತಿಳಿದೇ ಬಿಡುತ್ತದೆ' ಎಂಬ ಮಾತನ್ನು ಉಲ್ಲೇಖಿಸಿದೆ.

ಈ ಮಾತು ಹೇಳಿ ಮುಗಿಸುವಷ್ಟರಲ್ಲಿ ಆತ ರೌದ್ರಾವತಾರ ತಾಳಿದ. 'ಛೀ... ಘಟಿಂಗ, ನನ್ನನ್ನೇ ಗೇಲಿ ಮಾಡುತ್ತೀಯಾ? ಇನ್ನೊಂದು ಮಾತನಾಡಿದರೆ ಹಲ್ಲುದುರಿಸಿಬಿಡ್ತೀನಿ...' ಎಂದ. ಆಹಾ ಎಂಥ ಶಾಂತ ಭಾವ!!! ಆತ

ಕುದೀತಿದ್ದ. ಹಲ್ಲು ಕಡಿಯುತ್ತ ಮುಖದಲ್ಲಿ ಹಲವು ಭಾವಗಳನ್ನು ಪ್ರಕಟಿಸುತ್ತ ನನ್ನತ್ತ ನೋಡಿ 'ಏಯ್... ನೀನು ಭಾರಿ ಜಾತ್ಯತೀತವಾದಿ. ನೀವೆಲ್ಲ ಹೀಗೆ ಯೋಚಿಸುವುದರಿಂದಾಗಿಯೇ ನಮ್ಮ ದೇಶಕ್ಕೆ ಈ ಗತಿ ಬಂದಿರುವುದು. ಹ್ಞಾಂ... ಮುಂದೆ ಯಾವತ್ತಾದರೂ ಬಹುಮತ ಸಿಕ್ಕಿ ಆಡಳಿತದ ಚುಕ್ಕಾಣಿ ಕೈಗೆ ಬರಲಿ ಎಂದು ಪ್ರಾರ್ಥಿಸುತ್ತಿರು' ಎಂದ. 'ಹಾಗಾಗದಿರಲು ನೀನು ಮತ್ತು ಪದ್ಮಕ್ಕ ಪ್ರಯತ್ನಿಸಬಹುದಲ್ಲವೇ...?' ಎಂದು ಕೇಳದೇ ಇರಲು ನನಗೆ ಸಾಧ್ಯವಾಗಲಿಲ್ಲ. ಹಾಗೆ ಹೇಳಿ ದೊಡ್ಡ ಪ್ರಮಾದ ಮಾಡಿಕೊಂಡೆನೋ ಎನಿಸಿತು. ಆತ ಮತ್ತೆ ಕೆಂಡಾಮಂಡಲವಾದ. 'ಭಾರತದ ಸಂಸ್ಕೃತಿಯಲ್ಲಿ ತಮ್ಮನೊಬ್ಬ ಯಾವತ್ತೂ ಅಣ್ಣನಲ್ಲಿ ಕೇಳುವ ಪ್ರಶ್ನೆಯಲ್ಲ ಇದು' ಎಂದು ಹೇಳಿದ.

ನಿಜ ಹೇಳಬೇಕೆಂದರೆ ಇಷ್ಟಾಗುವಾಗ ನಾನು ಸಂಪೂರ್ಣ ಕುಗ್ಗಿ ಹೋಗಿದ್ದೆ. ನಾನೊಬ್ಬ ಪೆದ್ದ. ಈತ ಇಂದು ನನ್ನ ಕಣ್ಣಿಂದ ನೀರಿಳಿಸಿಯೇ ಬಿಡುತ್ತಾನೆ ಎಂಬುದು ಖಚಿತವಾಗಿತ್ತು. ಹೀಗಾಗಿ ವಿಷಯಾಂತರಕ್ಕೆ ಏನು ಮಾಡುವುದು ಎಂದು ಯೋಚಿಸುತ್ತ 'ಸಂಘಣ್ಣ... ನೀನು ಇಂದು ಬರುತ್ತಿ ಎಂದು ಗೊತ್ತಿದ್ದೇ ನಿನ್ನೆ ಕರೆ ಮಾಡದೇ ಇದ್ದದ್ದು' ಎಂದು ಮತ್ತೊಮ್ಮೆ ಹೇಳಿದೆ. ಅಷ್ಟರಲ್ಲಿ ರಸ್ತೆಗೆ ಅಡ್ಡಲಾಗಿ ನಾಯಿಯೊಂದು ಓಡಬೇಕೇ? ಆಗ ಆತನ ಗಮನವೆಲ್ಲ ಅದರತ್ತ ಸಾಗಿತು. 'ಓಹೋ ಇಲ್ಲಿ ಬೀದಿನಾಯಿಗಳ ಕಾಟ ಇನ್ನೂ ಹಾಗೆಯೇ ಇದೆ ಅಲ್ಲವೇ? ಅಲ್ವೋ ಇಲ್ಲಿನ ಅನಿಷ್ಟ ಸರ್ಕಾರ ಏನು ಮಾಡುತ್ತಿದೆ? ನಾಯಿಗಳು ಜನರ ಮೇಲೆರಗಿ ಕಚ್ಚಿ ಸಾಯಿಸಿದರೂ ಸರ್ಕಾರ ಕೈಕಟ್ಟಿ ಕುಳಿತಿದೆಯಲ್ಲ... ಇಂಥಾದ್ದು ಉತ್ತರ ಭಾರತದ ಯಾವುದಾದರೂ ರಾಜ್ಯದಲ್ಲಿ ಆಗಿದ್ದರೆ ಇಲ್ಲಿನ ಪೀತಪತ್ರಿಕೆಗಳು ಏನೆಲ್ಲ ಬರೆಯುತ್ತಿದ್ದವೋ? ಸಾಮಾಜಿಕ ತಾಣಗಳಲ್ಲಿ ಎಷ್ಟು ಮಂದಿ ಕಣ್ಣೀರು ಹಾಕುತ್ತಿದ್ದರೋ...' ಎಂದ.

'ಆಹಾ, ಹೌದು; ಅಂದಹಾಗೆ ಉತ್ತರ ಭಾರತದಲ್ಲಿ ನಾಯಿಗಳು ಕಚ್ಚಿ ಸಾಯಿಸುವುದಲ್ಲ, ಮನುಷ್ಯರೇ ಮನುಷ್ಯರನ್ನು ಹೊಡೆದು ಕೊಲ್ಲುವುದಲ್ಲವೇ...' ಎಂದು ಹೇಳಬೇಕೆಂದೆನಿಸಿತು. ಆದರೆ ಅಷ್ಟನ್ನು ಹೇಳಲು ಅವಕಾಶ ನೀಡಬೇಕಲ್ಲ... ಆತ ಮಾತನಾಡುತ್ತಲೇ ಇದ್ದ. 'ನಿಜ ಹೇಳಿದರೆ ನಿನಗೆ ಅಷ್ಟೊಂದು ರುಚಿಸದು. ಆದರೂ ನೀನು ಆಬ್ಜೆಕ್ಟಿವ್ ಆಗಿ ಯೋಚಿಸಿ ನೋಡು. ಇಲ್ಲಿ ಮಾತ್ರ ಯಾಕೆ ಇಷ್ಟೊಂದು ಬೀದಿನಾಯಿಗಳ ಕಾಟ? ಅದಕ್ಕೆ ಕಾರಣ ಮಾಲಿನ್ಯ. ಇಲ್ಲಿ ಮಾಲಿನ್ಯಕ್ಕೆ ಪ್ರಮುಖ ಕಾರಣ? ಮಾಂಸ. ಖಸಾಯಿಖಾನೆಗಳ ಮೇಲೆ ನಿಷೇಧ ಹೇರಿದಾಗ ನೀವೆಲ್ಲ ಭಾರಿ ರಾದ್ಧಾಂತ ಮಾಡಿದಿರಲ್ಲ. ಆದರೆ ಸರ್ಕಾರ ಯಾಕೆ ಅಂಥ ಕಾನೂನು ಜಾರಿಗೆ ತಂದದ್ದು ಎಂದು ಯೋಚಿಸಿ ನೋಡು. ಇಲ್ಲಿ ಬೀದಿನಾಯಿಗಳನ್ನು ನಿಯಂತ್ರಿಸಬೇಕಾದರೆ ಬೀಫ್ ನಿಷೇಧಿಸಲೇಬೇಕು ಗೊತ್ತಾ...?

ಈ ಮಾತು ಕೇಳಿದಾಗ 'ಅಜ್ಞಾನಾಂಧಕಾರದಲ್ಲಿ ದೀಪ ಬೆಳಗುವವರು ಯಾರು?' ಎಂದು ಮನಸ್ಸು ತೊಳಲಾಡಿತು. ಆದರೂ ಹೇಳಬೇಕಾದ್ದನ್ನು ಹೇಳಲು ಇದೊಂದು ಅವಕಾಶ ಎಂದುಕೊಂಡು 'ಬೀಫ್ ಬೇಡ ಎನ್ನುವುದು ಹೇಗೆ ಸಂಘಣ್ಣ, ಅದು ಅನೇಕರ ಇಷ್ಟದ ಆಹಾರವಲ್ಲವೇ' ಎಂದೆ. ಅಲ್ಲಿಗೆ ಮುಗಿಯಿತು. 'ಹ್ಹಾಂ... ಅದೆಂಥ ಮಾತು ಕಣೋ...? ಹೆಲ್ಮೆಟ್ ಧರಿಸದೇ ವಾಹನ ಓಡಿಸುವುದು ಅನೇಕರಿಗೆ ಇಷ್ಟ. ಹಾಗೆಂದು ಹೆಲ್ಮೆಟ್ ಕಡ್ಡಾಯ ಕಾನೂನು ಜಾರಿಗೊಳಿಸದೇ ಇರಲು ಸಾಧ್ಯವೇ... ಜನರಿಗೆ ತೊಂದರೆಯಾಗುವುದರ ಮೇಲೆ ನಿಷೇಧ ಹೇರಲು ಸರ್ಕಾರಕ್ಕೆ ಅಧಿಕಾರವಿದೆ. ಅದು ಸರ್ಕಾರದ ಬದ್ಧತೆ ಕೂಡ. ಬೀಫ್ ತಿನ್ನುವುದಕ್ಕಿಂತ ಬಾಂಬೊಂದನ್ನು ನುಂಗಿದರೆ ಸಾಕಲ್ಲ... ಅಲ್ಲ ಮಾರಾಯಾ, ನೀನೊಂದು ಕೆಲಸ ಮಾಡು. ಜನರನ್ನೆಲ್ಲ ಕೊಚ್ಚಿ ಕೊಚ್ಚಿ ಕೊಂದುಹಾಕುವಂತೆ ನಿನ್ನ ಸರ್ಕಾರಕ್ಕೆ ಹೇಳಿಬಿಡು. ಅದೇ ಒಳ್ಳೆಯದು. ಇಲ್ಲವಾದರೆ ಗೂಗಲ್ ಸರ್ಚ್ ಮಾಡು. ಆಗ ತಿಳಿಯುತ್ತದೆ, ಬೀಫ್ ಎಂದರೆ ಏನೆಂದು. ಅದು ಸ್ಯಾಚುರೇಟೆಡ್ ಕೊಬ್ಬು ಕಣೋ. ಜನರಿಗೆ ಹೃದಯ ಸ್ತಂಭನವಾಗಲು ಪ್ರಮುಖ ಕಾರಣ ಬೀಫ್. ಅದರೊಳಗೆ ನ್ಯೂ ಫೈವ್ ಜಿಸಿ ಎಂಬುದೊಂದು ಇದೆ. ಅದೇನೆಂದು ಗೊತ್ತಾ? ಕರುಳಿಗೆ ಕ್ಯಾನ್ಸರ್ ಉಂಟುಮಾಡುವಂಥಾದ್ದು ಹಾಗೂ ಆರ್ಟರಿ ಬ್ಲಾಕ್ ಮಾಡುವಂಥಾದ್ದು. ಇನ್ನು, ಈ ದಢೂತಿ ದೇಹ, ಮಧುಮೇಹ ಮುಂತಾದವುಗಳಿಗೆಲ್ಲ ಕಾರಣವೇನೆಂದು ಗೊತ್ತಾ? ಎಲ್ಲ ಹೋಗಲಿ, ಮಾಂಸಕ್ಕಾಗಿ ಕೋಣಗಳನ್ನು ಹೇಗೆ ಸಾಕುತ್ತಾರೆ ಎಂದು ನೋಡು. ಅಲ್ಲಿ ಹಾರ್ಮೋನು ಮತ್ತು ರಾಸಾಯನಿಕಗಳನ್ನು ಅವುಗಳ ದೇಹಕ್ಕೆ ಸೇರಿಸುವುದನ್ನು ಕಾಣುವೆ. ಇದೆಲ್ಲ ದೇಹ ಸೇರುವುದರಿಂದ ನಮ್ಮ ನಾಡಿನ ಮಕ್ಕಳಿಗೆ ಆಟಿಸಂ ಮತ್ತು ಡೌನ್ ಸಿಂಡ್ರೋಮ್ ಬಾಧಿಸುತ್ತಿದೆ...' ಎಂದು ಒಂದೇ ಉಸಿರಿಗೆ ಹೇಳಿಬಿಟ್ಟ.

'ಹೃದಯಶುದ್ಧಿಯಿದ್ದರೆ ಭಾವಶುದ್ಧಿಯೂ ಒಲಿಯುವುದು...' ಎಂದು ಅಪ್ಪ ಹೇಳುತ್ತಿದ್ದ ಮಾತು ನೆನಪಾಯಿತು. ಆದರೆ ಈಗ, ಹೇಗಾದರೂ ಮಾಡಿ ಮಾತುಕತೆಯನ್ನು ಮುಂದುವರಿಸಬೇಕಾಗಿತ್ತು. ಆದ್ದರಿಂದ 'ಹಾಗಾದರೆ ಪೋರ್ಕ್ ಬಗ್ಗೆ ಏನು ಹೇಳುತ್ತೀಯಾ' ಎಂದು ಸುಮ್ಮನೇ ಕೆಣಕಿದೆ. ಆ ಮಾತು ಕೇಳಿದ್ದೇ ತಡ, ಅಣ್ಣನ ಮುಖ ಕೆಂಪಡರಿತು. ಅದನ್ನು ಕಂಡು ನಾನು ಇನ್ನಷ್ಟು ಮುಗ್ಧತೆಯಿಂದ 'ಸಣ್ಣಂದಿನಿಂದಲೇ ವೆಜಿಟೇರಿಯನ್ ಆಗಿರುವುದರಿಂದ ನನಗೆ ಈ ಬೀಫ್, ಪೋರ್ಕ್ ಮುಂತಾದ್ದರ ಬಗ್ಗೆ ಹೆಚ್ಚು ಗೊತ್ತಿಲ್ಲ. ಆದರೆ ಹಾಸ್ಟೆಲಿನಲ್ಲಿದ್ದಾಗ ರಜೆಯಲ್ಲಿ ಬಂದು ವಾಪಸಾಗುವ

ವೇಳೆ ಬೀಫ್ ಖಾದ್ಯಗಳನ್ನು ಹಾರ್ಲಿಕ್ಸ್ ಬಾಟ್ಲಿಯಲ್ಲಿ ಹಾಕಿಕೊಂಡು ಹೋಗುತ್ತಿದ್ದ ವ್ಯಕ್ತಿಯೊಬ್ಬರು ನಮ್ಮ ಮನೆಯಲ್ಲಿದ್ದರು...' ಎಂದು ಮೆತ್ತಗೆ ಹೇಳಿದೆ. ತಕ್ಷಣ 'ಅದು ಆಗ ಅಲ್ವೇ?' ಎಂದು ಹೇಳಿ ನುಸುಳಿಕೊಳ್ಳಲು ಪ್ರಯತ್ನಿಸಿದ. 'ಅಂದು ಮಾತ್ರವಲ್ಲ. ಹಾಗೆ ಮಾಡುವವರು ಈಗಲೂ ಇದ್ದಾರೆ' ಎಂದು ಹೇಳಿ ನಾನು ಸುಮ್ಮನಾದೆ. ವಾಸ್ತವದಲ್ಲಿ ಆತನನ್ನು ಅಪ್ಪಿಕೊಂಡು ಮುತ್ತೊಂದು ಕೊಟ್ಟು 'ಸಂಘಣ್ಣ, ನಿನ್ನನ್ನು ನಾನು ಎಷ್ಟು ಪ್ರೀತಿಸುತ್ತೇನೆ ಗೊತ್ತಾ...' ಎಂದು ಕೇಳಬೇಕೆಂದೆನಿಸಿತು. ಆದರೆ ಅದು ಸಾಧ್ಯವಾಗಲಿಲ್ಲ. ಸ್ವಲ್ಪ ಹೊತ್ತಿನ ನಂತರ ನಾನೇ ಮಾತು ಮುಂದುವರಿಸಿದೆ: 'ಅಣ್ಣಾ... ನೀನು ಹೇಳಿದ್ದರಲ್ಲೂ ವಾಸ್ತವವಿದೆ. ಬೀಫ್ ತಿನ್ನದ ಗುಜರಾತ್, ಹರಿಯಾಣ ಮುಂತಾದ ಕಡೆಯಲ್ಲೆಲ್ಲ ಆಟಿಸಂ ಇಲ್ಲವಲ್ಲ. ಅಲ್ಲೆಲ್ಲ ಡೌನ್ ಸಿಂಡ್ರೋಮ್ ಕೂಡ ಇಲ್ಲ, ಸ್ಥೂಲಕಾಯವೂ ಇಲ್ಲ. ಕರುಳಿನ ಕ್ಯಾನ್ಸರ್ ಅಂತೂ ಇಲ್ಲವೇ ಇಲ್ಲ' ಎಂದಷ್ಟೇ ಹೇಳಿದೆ. ಅದರ ಹಿಂದಿನ ವ್ಯಂಗ್ಯವನ್ನು ಅರ್ಥಮಾಡಿಕೊಂಡ ಆತ ಕೆರಳಿದ. ಮತ್ತೆ, ಮೆಡಿಕಲ್ ಕಾಲೇಜುವರೆಗೆ ನಮ್ಮ ಆಲ್ಟೋ ಕಾರು ಕಾರಾಗಿರಲಿಲ್ಲ. ಅದೊಂದು ಜೈತ್ರರಥವಾಗಿತ್ತು. ಬರೀ ರಥವಲ್ಲ, ದೇಶಭಕ್ತಿಯ ಜೈತ್ರರಥ. ಅಣ್ಣನ ಪರಾಕ್ರಮಕ್ಕೆ ಸಾಟಿಯೂ ಇರಲಿಲ್ಲ.

'ಏಯ್...ಏನೋ...ಏನ್ ನಿಂದು? ಅಲ್ಲದಿದ್ದರೂ ನಾಯಿಗಳಿಗೆ ಎಷ್ಟು ಬುದ್ದಿ ಹೇಳಿದರೂ ಸಾಲದು. ಹೇಳಿ ಕೇಳಿ ಕೇರಳದಲ್ಲಿ ಮಾತ್ರ ನಿಮ್ಮ ಬೊಗಳುವಿಕೆಯೂ ಪರಚುವಿಕೆಯೂ. ಇಲ್ಲಿ ನಾಲ್ಕೈದು ಸ್ಥಾನಗಳು ಇವೆ, ಅದರ ಕೊಬ್ಬು ನಿಮಗೆ. ಅತ್ತ ಉತ್ತರ ಭಾರತದ ಕಡೆಗೆ ಹೋಗಿ ನೋಡು. ಒಂದು ಆಟೋದಲ್ಲಿ ತುಂಬುವಷ್ಟೂ ಇಲ್ಲ ನಿಮ್ಮ ಸಂಖ್ಯೆ. ನೀವು ಏನೇ ಹೇಳಿದರೂ ನಮ್ಮ ದೇಶಕ್ಕೆ ಈಗ ತುರ್ತಾಗಿ ಬೇಕಾಗಿರುವುದು ಏನು? ಒಳ್ಳೆಯ ನಾಯಕತ್ವ. ನನ್ನ ಮಾತು ಕೇಳಿ ನೀನು 'ಇದು ಪ್ರಜಾಪ್ರಭುತ್ವ ಅಲ್ಲ ಎಂದು ಹೇಳುವೆ. ಆದರೆ ನನ್ನಂಥವನಿಗೆ ಅಷ್ಟು ಸಾಕು, ಇಂಥ ಜನತಂತ್ರ ಸಾಕು ಕಣೋ...'

ಅದೇ ಹೊತ್ತಿಗೆ ಆತನಿಗೊಂದು ಫೋನ್ ಕರೆ ಬಂತು. ನಾನು ಬಚಾವಾದೆ. ಆದರೂ ದೇವರ ಲೀಲೆಗೆ ನಾನು ಬೆರಗಾದೆ. ಒಂದೇ ತಾಯಿಯ ಹೊಟ್ಟೆಯಲ್ಲಿ ಹುಟ್ಟಿ, ಒಂದೇ ತಂದೆಯ ಮಾರ್ಗದರ್ಶನದಲ್ಲಿ ಬೆಳೆದ ಇಬ್ಬರ ಪೈಕಿ ಒಬ್ಬ ಹೀಗಾದನಲ್ಲ ಎಂದುಕೊಂಡೆ. ಆದರೂ ಆತನ ಬಗ್ಗೆ ನನಗೆ ಅನುಕಂಪ ಇತ್ತು. ಯಾಕೆಂದರೆ ಅಂವ ಎಂಥ ಸಜ್ಜನ ಎಂದು ನನಗೆ ಚೆನ್ನಾಗಿ ಗೊತ್ತಿತ್ತು. ಆತನ ಬಗ್ಗೆ ನನಗೆ ಸದಾ ಕಾಳಜಿ ಇತ್ತು. ಫೋನ್‌ನಲ್ಲಿ ಮಾತನಾಡುತ್ತಿದ್ದ ವಿಷಯಗಳನ್ನು ಕೇಳಿ ನನಗೆ ಆತಂಕವಾಯಿತು. ದಿರ್‌ಹಂ ಬೆಲೆ ಪಾಯಿಂಟ್ ಐದರಷ್ಟು ಕುಸಿದರೆ ಡಾಲರ್ ಬೆಲೆ ಏನಾಗಿರಬಹುದು ಎಂದು ಚರ್ಚಿಸುತ್ತಿದ್ದ ಇಬ್ಬರೂ

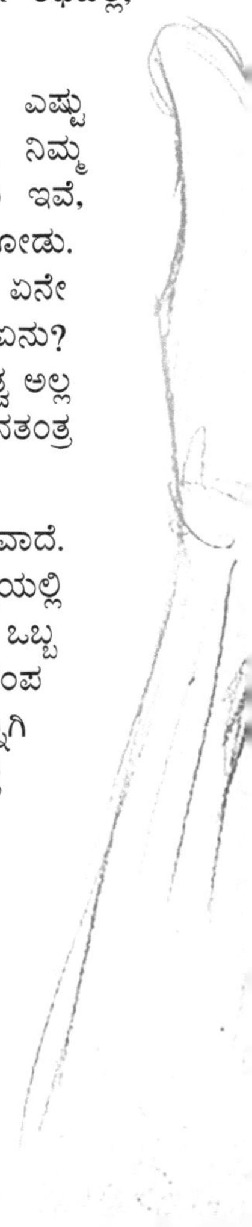

ಒಂದೊಂದು ಪೈಸೆಯ ಬಗ್ಗೆಯೂ ಲೆಕ್ಕ ಹಾಕುತ್ತಿದ್ದರು. ಸಂಘಣ್ಣನಿಗೆ ವ್ಯವಹಾರ ಜ್ಞಾನವೂ ಅಷ್ಟಕ್ಕಷ್ಟೇ. ಎಂಟ್ರೆನ್ಸ್ ಪಾಸಾಗಿ ಕೋಯಿಕ್ಕೋಡ್ ಎಂಜಿನಿಯರಿಂಗ್ ಕಾಲೇಜಿನ ಹಾಸ್ಟೆಲ್ ಸೇರುವವರೆಗೂ ಆತ ಎಡಕ್ಕೇ ವಾಲಿಕೊಂಡಿದ್ದ. ಬೀಫ್ ಬಿರಿಯಾನಿ ಮತ್ತು ಕರಿಕಡುಬು ಪಂಚಪ್ರಾಣವಾಗಿತ್ತು. ಶಿಕ್ಷಣ ಮುಗಿಸಿ ಹೊರಗೆ ಕಾಲಿಡುತ್ತಿದ್ದಾಗ ಬಲಪಂಥದವರ ಆಡಳಿತ. ಆಗ ಆತನ ಉದ್ಯೋಗಕ್ಕಾಗಿ ಶಿಫಾರಸು ಮಾಡಿದವರು ತಂದೆಯ ಗೆಳೆಯ, ಗಾಂಧಿವಾದಿ. ಅಂದು ಆತ ಏಕಾಏಕಿ 'ನೀವೆಲ್ಲ ಏನೇ ಹೇಳಿ, ಬಲಪಂಥದಿಂದಲೇ ಒಳಿತು' ಎಂದಿದ್ದ.

ಇದಾಗಿ ಸ್ವಲ್ಪ ಕಾಲದಲ್ಲಿ ಆತನ ಕ್ರಾಂತಿಕಾರಿ ಪ್ರೇಮಪ್ರಕರಣ ನಡೆದಿತ್ತು. ಮಿಶ್ರ ತಳಿಯವರಿಗೆ ಹೆಣ್ಣು ಕೊಡಲಾರೆವು ಎಂದು ಕಿವಿಯಲ್ಲಿ ರೋಮ ಬೆಳೆದ ಚಂಗನಾಶೇರಿಯವರು ಪಟ್ಟು ಹಿಡಿದಿದ್ದರು. ಆಗ ಆಡಳಿತದಲ್ಲಿದ್ದವರು ಎಡಚರು. ಅಣ್ಣನ ಗೆಳೆಯನೊಬ್ಬ ಶಾಸಕ ಬೇರೆ. ಮದುವೆಯಾದ ಕೂಡಲೇ 'ಏನೇ ಹೇಳಿ, ಕೆಲಸ ಆಗಬೇಕಾದರೆ ಎಡಪಂಥದವರೇ ಬೇಕು' ಎಂದು ವರಸೆ ಬದಲಿಸಿದ. ಮತ್ತೆ ಕೊಲ್ಲಿ ರಾಷ್ಟ್ರಕ್ಕೆ ಹೋದ, ಹಣ ಗಳಿಸಿದ. ಮಗನೂ ಜನಿಸಿದ. ಆತನಿಗೆ ಶ್ರೀರಾಮನ ಹೆಸರಿಟ್ಟ, ಫ್ಲ್ಯಾಟ್ ಖರೀದಿಸಿದ. ನಿಧಾನಕ್ಕೆ ಈಗಿನ ಸಂಘಣ್ಣನಾದ. ನನಗೆ ಸರ್ಕಾರಿ ಉದ್ಯೋಗ ಸಿಕ್ಕಿತು. ನಸ್ರೀನಳ ಪರಿಚಯವಾಯಿತು. ಮತಾಂತರದ ಗೊಡವೆ ಇಲ್ಲದೆ ಮದುವೆಯಾಯಿತು. ಇಶಾ ಜನಿಸಿದಳು. ಸಂಭ್ರಮದ ಜೀವನ, ತಿಂಗಳಾಂತ್ಯದಲ್ಲಿ ಸಾಲ. ಅಣ್ಣನ ಬದುಕಿನಲ್ಲಿ ದಿಢೀರ್ ಬದಲಾವಣೆಯಾಯಿತು. 10 ವರ್ಷಗಳ ಹಿಂದೆ ಶ್ರೀರಾಮನ ಹೆಸರಿನೊಂದಿಗೆ ಜಾತಿಯ ಹೆಸರು ಸೇರಿಸಿದ. ತನ್ನ ಹೆಸರಿಗೂ ಜಾತಿಯನ್ನು ಅಂಟಿಸಿದ. ಮಕ್ಕಳು ಜಾತಿಯ ಕೊಡವನ್ನು ಪುಡಿ ಮಾಡಿದವರೆಂದೂ ಧರ್ಮದ ಗೋಡೆಯನ್ನು ಕೆಡವಿದವರೆಂದೂ ಎದೆತಟ್ಟಿ ಹೇಳುತ್ತಿದ್ದ ಅಪ್ಪನಿಗೆ ಅಣ್ಣನ ನಡೆ ಆಘಾತ ಉಂಟುಮಾಡಿತು. ಆದರೆ ನಾನು ಅಪ್ಪನನ್ನು ಸಂತೈಸುವುದ್ಕಾಗಿ 'ಈಗಿನ ಕಾಲದಲ್ಲಿ ಎಲ್ಲಿಯ ಜಾತಿ? ಅದು ಹೆಸರಿನೊಂದಿಗೆ ಸೇರಿಸುವ ಬರೀ ಬಾಲವಷ್ಟೆ. ಫೈಲಂ ಕಾರ್ಡೇಟ ಅಥವಾ ಆರ್ತ್ರೋರ್ಪೋಡ್‌ನಂತೆ' ಎಂದು ವಾದಿಸಿದೆ. ಇಶಾಳ ಹೆಸರಿಗೂ ಜಾತಿಯೊಂದನ್ನು ಅಂಟಿಸಿದರೆ ಹೇಗೆ ಎಂದು ಹಾಸ್ಯ ಮಾಡಿದೆ.

ಪದ್ಮಕ್ಕ, ನಾನು ಹಾಗೂ ಇಶಾ ಅಣ್ಣನೊಂದಿಗೆ ಗುರುವಾಯೂರಿಗೆ ಹೋಗಿ ಶ್ರೀರಾಮನಿಗೆ ತುಲಾಭಾರ ಮಾಡಿ ವಾಪಸ್ ಬರುವ ಸಂದರ್ಭದಲ್ಲಿ ಅಣ್ಣ ಒಮ್ಮೆಲೇ 'ನೀನು ಗುಜರಾತಿಗೆ ಭೇಟಿ ನೀಡಲಿಲ್ಲ ಅಲ್ಲವೇ' ಎಂದು ಕೇಳಿದ.

ಜೊತೆಗೆ ಕೆಲಸ ಮಾಡುತ್ತಿರುವ ಇಬ್ಬರು ಎಂಜಿನಿಯರ್‌ಗಳು ಗುಜರಾತ್‌ಗೆ ಹೋದ ಹಾಗೂ ಅಲ್ಲಿ ಆಗಿರುವ ಅಭಿವೃದ್ಧಿ ಕಂಡು ಅಚ್ಚರಿಗೊಂಡ ಬಗೆಯನ್ನು ವಿವರಿಸಿದ. ಶ್ರೀರಾಮನನ್ನು ಇಲ್ಲಿನ ವೈದ್ಯಕೀಯ ಕಾಲೇಜಿಗೆ ಸೇರಿಸಲು ಪದ್ಮಕ್ಕಳ ಜೊತೆ ಬಂದ ದಿನ ಬೀಫ್ ತಿನ್ನುವುದನ್ನು ಬಿಟ್ಟಿರುವುದಾಗಿ ಅಣ್ಣ ಘೋಷಿಸಿದ್ದು. ಶಾಲೆಯಲ್ಲಿ ಇಶಾಳ ಹೆಸರು ಏನೆಂದು ಬರೆಸಿಕೊಂಡಿರುವುದಾಗಿ ಕೇಳಿ, ನಮ್ಮ ಸಂಸ್ಕೃತಿಗೆ ಹೊಂದಿಕೊಳ್ಳುವ ಹೆಸರನ್ನಿಟ್ಟರೆ ಸಾಕಿತ್ತಲ್ಲವೇ ಎಂಬ ಅಭಿಪ್ರಾಯವನ್ನು ವ್ಯಕ್ತಪಡಿಸಿದ್ದೂ ಅದೇ ದಿನ. 'ನಮ್ಮ ಸಂಸ್ಕೃತಿ' ಎಂದರೆ ಏನೆಂದು ನನಗೆ ತಿಳಿಯಲಿಲ್ಲ. 'ನಮ್ಮದು ಎಂದರೆ ಭಾರತೀಯ ಸಂಸ್ಕೃತಿ, ಐದು ಸಾವಿರ ವರ್ಷ ಹಳೆಯದು, ಸಂಸ್ಕೃತ, ಸನಾತನ ಧರ್ಮ, ಆಯುರ್ವೇದ...' ಹೀಗೆ ವಿವಿಧ ವಿಷಯಗಳು ಝುರಿಝುರಿಯಾಗಿ ಹರಿದು ಬಂದವು. ಮುಂದಿನ ವರ್ಷ ಕೈಯಲ್ಲಿ ಕೆಂಪು ದಾರ ಕಾಣಿಸಿತ್ತು. ಏನಿದು ಎಂದು ಕೇಳಿದರೆ 'ನೋಡಿದರೆ ಗೊತ್ತಾಗುವುದಿಲ್ಲವೇ' ಎಂದು ಹೇಳಿ ಮುಖ ಸಿಂಡರಿಸಿದ. ಮಧ್ಯಪ್ರವೇಶಿಸಿದ ನಸ್ರೀನ್ 'ಬುರ್ಖಾ ಹಾಕುವಂತೆ ಇದು ಕೂಡ. ಅವರು ಕೈಗೆ ತಾನೇ ಕಟ್ಟಿರುವುದು, ಮನಸ್ಸಿಗಲ್ಲವಲ್ಲ...ಇಶಾಳಿಗೆ ಜ್ವರ ಬಂದಾಗ ಅಮ್ಮನೂ ಇದೇ ತರಹದ ದಾರ ಕಟ್ಟಲಿಲ್ಲವೇ' ಎಂದು ವಾದಿಸಿದಳು. ಆಕೆಗೆ ಅದರ ಮರ್ಮ ಗೊತ್ತಿಲ್ಲ. ಅಮ್ಮ ಕಟ್ಟಿದ್ದ ದಾರದ ಹಿಂದೆ ನಂಬಿಕೆ ಇತ್ತು. ಅದು ಸಿದ್ಧಾಂತವನ್ನು ಎತ್ತಿತೋರಿಸುವಂಥಾದ್ದಾಗಿರಲಿಲ್ಲ. ಇಂವ ಬದುಕಿನಲ್ಲಿ ಒಮ್ಮೆಯಾದರೂ ಹೋರಾಟದ ಧ್ವಜ ಹಿಡಿದವನಲ್ಲ. ಒಮ್ಮೆ ಕೂಡ ಮುಷ್ಠಿ ಬಿಗಿ ಮಾಡಿ ಕೈ ಎತ್ತಿ ಹಿಡಿದವನಲ್ಲ. ಎದ್ದು ನಿಂತು ಪ್ರಶ್ನಿಸಿದವನಲ್ಲ. ಸವಾಲುಗಳನ್ನು ಸ್ವೀಕರಿಸಲು ಮುಂದಾದವನಲ್ಲ. ಅಂಥ ವ್ಯಕ್ತಿಯೊಬ್ಬ ಗುರುತಿಸುವಿಕೆಯ ದಾರವನ್ನು ಕಟ್ಟಿದ್ದಾನೆ ಎಂದಾದರೆ ಅದಕ್ಕೆ ಹೆದರಿಕೆಯೇ ಕಾರಣ. ಆತನಿಗೆ ಯಾರ ಭಯ? ಯಾವುದರ ಭಯ? ಎಂದು ಯೋಚಿಸುತ್ತ ಆತನ ಮುಖವನ್ನು ದಿಟ್ಟಿಸಿದೆ. ಗೆಳೆಯನ ಜೊತೆ ಯಾವುದೋ ಮ್ಯೂಚ್ಯುವಲ್ ಫಂಡ್‌ಗೆ ಸಂಬಂಧಿಸಿ ಮಾತನಾಡುತ್ತಿದ್ದರೂ ಹೊರಗೆ ನೋಡುತ್ತಲೇ ಇದ್ದ. ದೊಡ್ಡ ದೊಡ್ಡ ಅಪಾರ್ಟ್‌ಮೆಂಟ್‌ಗಳು ದಾಟಿದಾಗಲೆಲ್ಲ ಹಿಂದಿರುಗಿ ನೋಡುತ್ತಿದ್ದ. 'ಫ್ಲಾಟ್ ಫಾರ್ ಸೇಲ್' ಎಂಬ ಫಲಕ ಕಂಡಾಗಲೆಲ್ಲ 'ಹ್ಞಾಂ... ಸೆಂಟಿಗೆ ಭಾರಿ ಬೆಲೆ ಇರಬಹುದು ಅಲ್ಲವೇ...' ಎಂದು ನಿಟ್ಟುಸಿರು ಬಿಡುತ್ತಿದ್ದ. ಫೋನ್ ಸಂಭಾಷಣೆ ಮುಗಿಸುವಷ್ಟರಲ್ಲಿ ಎದುರು ಸಿಕ್ಕಿದ ಬೃಹತ್ ಮಹಲ್ ಒಂದರ ಗೇಟ್‌ನಲ್ಲಿ ಬರೆದಿದ್ದ ಮಾಲೀಕನ ಹೆಸರನ್ನು ಓದಿದ. 'ಓಹೋ ಇವರು ಈಗ ಈ ಭಾಗವನ್ನೂ ಕಬ್ಜಾ ಮಾಡಿಕೊಂಡುಬಿಟ್ಟರಾ' ಎಂದು ಹೇಳಿದ. ಆತ ಕೊತಕೊತ ಕುದಿಯುತ್ತಿದ್ದ.

‘ಶ್ರೀರಾಮನಿಗೆ ಈಗ ಕ್ಲಾಸ್ ಮುಗಿದಿರಬಹುದೇ...?’ ಮತ್ತೆ ಮಾತು ಆರಂಭಿಸಿದ. ಕರುಳು ಚುಂಯ್ ಎಂದಿತಾದರೂ ನಾನು ಮಾತನಾಡಲಿಲ್ಲ. ನಾವಾಗ ವೈದ್ಯಕೀಯ ಕಾಲೇಜಿನ ಎದುರು ವಾಹನ ದಟ್ಟಣೆಯಲ್ಲಿ ಸಿಲುಕಿದ್ದೆವು. ಅಣ್ಣನ ಮುಖವನ್ನೊಮ್ಮೆ ಇಣುಕಿ ನೋಡಿದೆ. ಆತ ಮನಸ್ಸು ತೆರೆದು ನಕ್ಕು ಎಷ್ಟು ಕಾಲವಾಗಿದೆಯೋ ಎಂದೆನಿಸಿತು. ಕಾರನ್ನು ಪಾರ್ಕಿಂಗ್ ಲಾಟ್‌ನಲ್ಲಿ ನಿಲ್ಲಿಸಿ ಇಳಿದು ಅಣ್ಣನನ್ನು ಉಪಾಯದಿಂದ ಕ್ಯಾಂಟೀನ್ ಕಡೆಗೆ ಕರೆದುಕೊಂಡು ಹೋದೆ. ‘ಏನೂ ಬೇಡ ಕಣೋ, ಇಲ್ಲಿಂದ ಶ್ರೀರಾಮನನ್ನು ಕರೆದುಕೊಂಡು ನೇರವಾಗಿ ಮನೆಗೆ ತಾನೇ ಹೋಗುವುದು? ಅಲ್ಲೇ ತಿಂದರಾಯಿತು. ಇಲ್ಲವಾದರೆ ಅವನಿಗೆ ಇಷ್ಟವಾಗುವ ಯಾವುದಾದರೂ ನಾನ್‌ವೆಜ್ ರೆಸ್ಟೋರೆಂಟ್‌ಗೆ ಹೋಗೋಣ’ ಎಂದು ಹೇಳಿದ. ನಾನು ಬಿಡಲಿಲ್ಲ. ಎರಡು ಕಾಫಿ ಮತ್ತು ಮಸಾಲೆದೋಸೆ ಆರ್ಡರ್ ಮಾಡಿದೆ. ಈಗ ತಿಂದರಾಯಿತು. ಇನ್ನು ದಿನವಿಡೀ ಆತನಿಗೆ ಏನನ್ನೂ ತಿನ್ನಲು ಸಾಧ್ಯವಾಗದಿದ್ದರೆ...

‘ಸಂಘಣ್ಣ, ನಾವು ಸಣ್ಣವರಿದ್ದಾಗ ಇದ್ದ ಮನೆ ನಿನಗೆ ನೆನಪಿದೆಯೇ..? ಕಾಫಿ ಹೀರುವಾಗ ಕೇಳಿದೆ. ‘ಮತ್ತೆ... ಅದನ್ನು ಮರೆಯುವುದುಂಟೇ..?’ ಎಂದು ಆತ ಹೇಳಿದಾಗ ಕಣ್ಣಿನಲ್ಲಿ ಬೆಳಕೊಂದು ಮಿಂಚಿ ಮಾಯವಾದದ್ದು ಕಂಡೆ. ಅದು ಹೆಂಚು ಹಾಸಿದ್ದ ಮನೆ. ಛಾವಣಿ ಇದ್ದ ಜಗಲಿಯ ಮೂಲೆಯಲ್ಲಿ ಇರಿಸಿದ್ದ ಕಟ್ಟಿಗೆಯ ಮೇಜು ನಮ್ಮ ಸ್ಟಡಿ ರೂಂ ಆಗಿತ್ತು. ಜಾತಿ-ಧರ್ಮದ ಬಗ್ಗೆ ಕಾಳಜಿ ಇಲ್ಲದಿದ್ದರೂ ಅಪ್ಪನಿಗೆ ದೇವರ ಮೇಲೆ ಅಪಾರ ನಂಬಿಕೆ. ‘ಜಗಲಿಯಲ್ಲಿ ದೀಪ ಹಚ್ಚಿ ಚಕ್ಕಳ ಮಕ್ಕಳ ಹಾಕಿ ಕುಳಿತು ಭಜನೆ ಮಾಡುವಾಗ ನಿನ್ನನ್ನು ಚಿವುಟಿ ಕಾಡಿಸಿ ನಗುತ್ತಿದ್ದುದು ನೆನಪಿದೆಯೇ? ಎಂದು ಕೇಳಿದೆ. ‘ಮತ್ತೆ, ಅಂದು ನೀನು ಮಾಡುತ್ತಿದ್ದ ಕೀಟಲೆಗಳಿಗೆಲ್ಲ ಬೈಗುಳ ತಿನ್ನುತ್ತಿದ್ದುದು ನಾನಲ್ಲವೇ? ಅಪ್ಪ ಒಳಗೆ ಹೋದಾಗ ನೀನು ಚಿವುಟಿ ನಗುವೆ. ಜೋರಾಗಿ ಚೀರಿದಾಗ ನನಗೆ ಭಜನೆಯ ಸಾಲುಗಳು ಮರೆತುಹೋಗುತ್ತಿದ್ದವು. ಒಳಗಿನಿಂದ ಏ ಸಂಗೀ.... ಎಂದು ಅಪ್ಪ ಎಚ್ಚರಿಸುತ್ತಿದ್ದ...’ ಎಂದು ಹೇಳಿದ ಆತ ನಿಜಕ್ಕೂ ಮನಸ್ಸು ತೆರೆದು ನಗಾಡಿದ.

‘ನಿನಗೆ ಕರಿಕಡುಬು ಆರ್ಡರ್ ಮಾಡಲೇ? ಈಗ ಇಲ್ಲೂ ಸಿಗುತ್ತದೆ ಅದು...’ ಎಂದೆ. ತಿಂಡಿ ಇರಿಸಿದ್ದ ಕನ್ನಡಿಯ ಕಪಾಟಿನ ಕಡೆಗೆ ಆತ ಒಮ್ಮೆ ಆಸಕ್ತಿಯಿಂದ ನೋಡಿದ. ನಂತರ ಯಾಕೋ ಸಪ್ಪೆಯಾದ. ಅದನ್ನು ಕಂಡು ನಾನು ಕೂಡ ಮಾತು ಮುಂದುವರಿಸಲಿಲ್ಲ. ಕಾಸು ಕೊಟ್ಟು ಹೊರಗೆ ಬರುವಷ್ಟರಲ್ಲಿ ನಾನು

ಮತ್ತಷ್ಟು ಕುಗ್ಗಿ ಹೋದೆ. ಸೆಕ್ಯುರಿಟಿಯನ್ನು ದಾಟಿ ಈಚೆ ಬರುತ್ತಿದ್ದಂತೆ ಟೆನ್ಶನ್‌ನಿಂದ ಹೊರಬರಲು 'ಅಂದು ನಾವು ಹೇಳುತ್ತಿದ್ದ ಭಜನೆಗಳು ನೆನಪಿದೆಯೇ? ಎಂದು ಕೇಳಿದೆ.

'ಡಂಗುರವ ಸಾರಿ ಹರಿಯ ಡಿಂಗರಿಗರೆಲ್ಲರು ಭೂಮಂಡಲಕ್ಕೆ ಪಾಂಡುರಂಗವಿಠಲನೆ ಪರದೈವವೆಂದು...'

ಎಂಬ ಸಾಲನ್ನು ಹಾಡಿಯೇ ಬಿಟ್ಟೆ.

ಅಣ್ಣ 'ಹ್ಞಾಂ...' ಎಂದ. 'ಭಜನೆಗಳ ಅರ್ಥ ನನಗೆ ಇತ್ತೀಚೆಗಷ್ಟೇ ಹೊಳೆಯತೊಡಗಿದ್ದು' ಎಂದು ನಾನು ಹೇಳಬೇಕೆಂದಿದ್ದೆ. ಆದರೆ ಮಾತು ಹೊರಡಲಿಲ್ಲ. ಐಸಿಯು ಮುಂದೆ ತಲುಪುತ್ತಿದ್ದಂತೆ, ಅತ್ತು ಅತ್ತು ಕಣ್ಣೀರು ಬತ್ತಿ ಹೋಗಿದ್ದ ನಸ್ರೀನ್ ಮತ್ತು ಇಶಾಳ ಬಾಡಿದ ಮುಖ ನೋಡಿ ಸಂಘಣ್ಣ ಬೆಚ್ಚಿದ. 'ಏನಾಯಿತೋ...ಏನಾದರೂ ಸಮಸ್ಯೆಯಾಗಿದೆಯಾ..? ಎಂದು ಗಾಬರಿಯಿಂದ ಕೇಳಿದ.

'ಬೀಫ್ ಫೆಸ್ಟಿವಲ್‌ಗೆ ಶ್ರೀರಾಮನೂ ಹೋಗಿದ್ದ. ಹೆದರುವಂಥಾದ್ದು ಏನೂ ಇಲ್ಲ. ತಲೆಗೆ ಮಾತ್ರ ಸ್ವಲ್ಪ ಪೆಟ್ಟಾಗಿದೆ' ಎಂದು ಹೇಳಿ ಗದ್ಗದಿತನಾದೆ.

ಮೊದಲಿನಂತೆ ಆಗಿದ್ದರೆ ಆತನಿಗಿಂತ ಜೋರಾಗಿ ನಾನೇ ಅಳುತ್ತಿದ್ದೆ. ಆದರೆ ಈಗ ಆತನನ್ನು ಸಂತೈಸಬೇಕಾದವನು ನಾನಲ್ಲವೇ? ಸಂಘಣ್ಣ ಕೊನೆಗೊಂದು ದಿನ ನಮ್ಮ ಎದೆಮೇಲೆಯೇ ಒರಗುತ್ತಾನೆ ಎಂದು ನಾನು ಆಗಲೇ ಹೇಳಿದೆನಲ್ಲ. ನಾವು ಕಾಯಬೇಕು, ಅಷ್ಟೆ...

ಸ್ವಚ್ಛ ಭಾರತಿ

ಯಾಕೋ ಏನೋ, ಇದನ್ನೆಲ್ಲ ನೋಡುತ್ತಿದ್ದರೆ ನನಗೆ ಮೊದಲು ನೆನಪಾಗುವುದು ಸನ್ಯಾಸಿಯಪ್ಪ ನಮ್ಮ ಕೇರಿಗೇ ಕೊಳ್ಳಿ ಇಟ್ಟ ಪ್ರಸಂಗ. ನನಗಾಗ ವಯಸ್ಸು ಹದಿನಾರೋ ಹದಿನೇಳೋ ಇರಬೇಕು. ಇದೇ ಸಮಯ– ಅಂದರೆ, ಸುಮಾರು ಎಂಟೂವರೆ ಗಂಟೆ. ಸೀಮೆಎಣ್ಣೆ ಖಾಲಿಯಾಗುತ್ತಿತ್ತು. ಆದ್ದರಿಂದ ನಾವೆಲ್ಲ ಬೇಗ ಮಲಗಿದ್ದೆವು. ಹೊರಗೆ ಜೋರು ಗಾಳಿ. ಒಳಗೆ ತಂಪು ಹವೆ. ನಿದ್ದೆಯ ಮಂಪರು ಕಣ್ಣನ್ನು ಆವರಿಸುತ್ತಿದ್ದಾಗ ಹೊರಗೆ 'ಭಾರತಿಯಮ್ಮ... ಭಾರತಿಯಮ್ಮ ಎದ್ದೇಳಿ... ಉತ್ತಿಷ್ಠತಾ ಜಾಗ್ರತಾ...' ಎಂದು ಜೋರಾಗಿ ಹೇಳುವುದು ಕೇಳಿಸಿತು. ಥಟ್ಟನೆ ಎದ್ದು, ಕಿಟಕಿಗೆ ಹಾಕಿದ್ದ ಹಳೆಯ ಲಂಗದ ತುಂಡನ್ನು ಸರಿಸಿ ಅದರ ಎಡೆಯಿಂದ ನೋಡಿದರೆ ಅರುವತ್ತು ಇಂಚಿನ ಎದೆಯ ಮೇಲೆ ಕೈಯಾಡಿಸುತ್ತ ಬೀದಿದೀಪದ ಕೆಳಗೆ ನಿಂತಿದ್ದ ಸನ್ಯಾಸಿಯಪ್ಪನನ್ನು ಕಂಡೆ. ಅಮ್ಮ ತುಂಬ ಗೌರವದಿಂದ 'ಹ್ಞಾಂ ಬಂದೆ' ಎಂದು ಹೇಳುತ್ತ ಎದ್ದು ಬಾಗಿಲು ತೆರೆದಳು.

ಹೊದ್ದು ಮಲಗಿದ್ದ ಪಂಚೆಯನ್ನು ಕೊಡವಿ ಉಟ್ಟುಕೊಂಡು ತಲೆಗೂದಲನ್ನು ತುರುಬಿನಲ್ಲಿ ಬಂಧಿಸಿ 'ಮಕ್ಕಳೇ ಎದ್ದೇಳಿ ಎದ್ದೇಳಿ, ದಾರಿ ಬಿಟ್ಟು ಆಚೆ ಹೋಗಿ' ಎಂದರು. ಸರಸರನೆ ಹೋಗಿ ಬಾಗಿಲು ತೆರೆದರು. 'ಬನ್ನಿ...ಬನ್ನಿ...' ಎಂದು ಹೇಳುತ್ತಾ ಅವರನ್ನು ಬರಮಾಡಿಕೊಂಡರು.

ಶಾಂತಿಯಕ್ಕನ ಅಪ್ಪ ಸಾರಾಯಿ ಕುಡಿದು ಸತ್ತರು. ಲೈಲಕ್ಕನ ಅಪ್ಪ ಬೇರೊಬ್ಬಳನ್ನು ಮದುವೆಯಾಗಿ ಪರ್ಷಿಯಾಗೆ ಹೋದರು. ಸೇತುವೆ ಕೆಲಸಕ್ಕೆ ಬಂದ ನನ್ನಪ್ಪ ಮದುವೆಯಾಗುವುದಾಗಿ ಮಾತುಕೊಟ್ಟು ಅಮ್ಮನಿಗೆ ಮೋಸಮಾಡಿ ಮಾಲೀಕರ ಮಗಳೊಂದಿಗೆ ಓಡಿ ಹೋದ. ಗಂಡಿನ ಆಶ್ರಯವಿಲ್ಲದೇ ಹೆಣಗಾಡುತ್ತಿದ್ದ ಸಂದರ್ಭದಲ್ಲಿ ಹರಕೆ ಹೊತ್ತು, ಕಾಣಿಕೆ ಹಾಕಿದ ಫಲವಾಗಿ ಬಂದ ಗಂಡಸು ಎಂಬ ನೆಲೆಯಲ್ಲಿ ಸನ್ಯಾಸಿಯಪ್ಪನ ಮೇಲೆ ಅಮ್ಮನಿಗೆ ಎಲ್ಲಿಲ್ಲದ ಆದರ, ಅಭಿಮಾನ. ಖರ್ಚಿಗೆ ಏನೂ ಕೊಡುತ್ತಿರಲಿಲ್ಲ. ಊರೂರು ತಿರುಗಾಡಿ ಯಾವಾಗಲಾದರೂ ಒಮ್ಮೆ ಮನೆಗೆ ಬರುತ್ತಿದ್ದರು. ಮುಖ ತುಂಬ ಹರಡಿದ, ಉದ್ದಕ್ಕೆ ಇಳಿಬಿಟ್ಟಿರುವ ಬಿಳಿಗಡ್ಡದ ಸನ್ಯಾಸಿಯಪ್ಪ ಗಂಡನಾಗಿ ಸಿಕ್ಕಿದಾಗ ಅಮ್ಮನಿಗೆ ಸ್ವರ್ಗಕ್ಕೆ ಮೂರೇ ಗೇಣು ಎಂಬಂತಾಗಿತ್ತು. ನಾನು ಅವರ ಬಗ್ಗೆ ಕೆಲವೊಮ್ಮೆ ಅಸಮಾಧಾನದ ಮಾತು ಆಡಿದರೆ 'ಇಂಥ ವ್ಯಕ್ತಿಯೊಬ್ಬರು ನಮಗೆ ಸಿಕ್ಕಿದ್ದು ಅದೃಷ್ಟವಲ್ಲವೇ..? ಎಂದು ಹೇಳುತ್ತಿದ್ದರು. 'ಬೀಡಿ–ಸಿಗರೇಟ್ ಸೇದುವುದಿಲ್ಲ, ಸಾರಾಯಿ ಮುಟ್ಟುವುದಿಲ್ಲ. ಚಹಾ ಅಂಗಡಿಯಲ್ಲಿ ಕೆಲಸಕ್ಕಿದ್ದವರು. ಆದರೂ ಒಂದು ಬ್ಲ್ಯಾಕ್ ಟೀ ಕೂಡ ಕುಡಿಯುವುದನ್ನು ನೀನು ಈವರೆಗೆ ನೋಡಿದ್ದೀಯಾ?' ಎಂದು ಜೋರಾಗಿ ಬೈಯುತ್ತಿದ್ದರು.

ಎಲ್ಲಕ್ಕಿಂತ ಹೆಚ್ಚಾಗಿ, ಗಡ್ಡ–ಮೀಸೆ ಹಣ್ಣಾಗುವವರೆಗೂ ಒಂದೇ ಒಂದು ಹೆಣ್ಣನ್ನು ಕಣ್ಣೆತ್ತಿ ನೋಡಿದವರಲ್ಲ ಎಂದು ಹೇಳಿ ಅಮ್ಮ ತನ್ನ ಸಮರ್ಥನೆಗೆ ಒಗ್ಗರಣೆ ಹಾಕುತ್ತಿದ್ದರು. ಅಮ್ಮನಿಗೆ ಆಸೆ ಕೊಟ್ಟು, ಅನೇಕ ವರ್ಷ ಜೊತೆಯಲ್ಲಿಟ್ಟುಕೊಂಡು ಕೊನೆಗೊಂದು ದಿನ ಬೀದಿಗೆ ಬಿಸಾಕಿ ಶ್ರೀಮಂತನ ಮಗಳ ಕೈ ಹಿಡಿದ ಅಪ್ಪನ ಮಗಳೆಂಬ ನೆಲೆಯಲ್ಲಿ ಆಕೆಯ ಈ ಮಾತು ನನ್ನ ಎದೆಗೇ ಚುಚ್ಚುತ್ತಿತ್ತು. ಹೀಗಾಗಿ ಬಾಯಿ ಮುಚ್ಚಿ ಕುಳಿತುಕೊಳ್ಳುತ್ತಿದ್ದೆ. ಒಂದರ್ಥದಲ್ಲಿ ಅಮ್ಮನ ಮಾತು ನಿಜವೂ ಹೌದು. ಕೇಸರಿ ಬಣ್ಣದ ಹೊಸ ಜುಬ್ಬ ಮತ್ತು ರೇಷ್ಮೆ ಅಂಚಿನ ಪಂಚೆಯೊಂದನ್ನೇ ಧರಿಸುವುದನ್ನು ಬಿಟ್ಟರೆ ಸಾಮಾನ್ಯವಾಗಿ ಗಂಡಸರಿಗೆ ಇರುವ ದುಶ್ಚಟಗಳು ಸನ್ಯಾಸಿಯಪ್ಪನಿಗೆ ಇವೆ ಎಂಬುದನ್ನು ಸಾಬೀತು ಮಾಡಲು ಪುರಾವೆಗಳು ಇಲ್ಲವಲ್ಲ. ಮುಂಜಾನೆ ಏಳುವ ಸನ್ಯಾಸಿಯಪ್ಪ ಅರೆಹೊಟ್ಟೆಯಲ್ಲಿ ಮಲಗಿದ್ದ ನಮ್ಮನ್ನೆಲ್ಲ ಎಬ್ಬಿಸಿ ಹೊರಗಟ್ಟಿ ಜಮಖಾನ ಹಾಸಿ ಎರಡು ತಾಸು ಯೋಗ ಮಾಡುವನು. ಸ್ನಾನ, ಜಪಾದಿಗಳು ಮುಗಿದ

ನಂತರ ತನ್ನ ತಾಯಿಯ ಚಿತ್ರದ ಎದುರು ಕುಳಿತು ಧ್ಯಾನ ಮಾಡುವನು. ಬೆಳಿಗ್ಗೆ ಖಾಲಿ ಹೊಟ್ಟೆಯಲ್ಲಿ ಎಳನೀರು ಕುಡಿಯುವನು. 10 ಗಂಟೆಯ ನಂತರ, ಕುಟ್ಟಿ ಪುಡಿಮಾಡಿದ ಅಕ್ಕಿಯ ಗಂಜಿಗೆ ತುಪ್ಪ ಬೆರೆಸಿ ಊಟಮಾಡುವನು. ಹಪ್ಪಳ, ಕೆಸುವಿನ ಗಡ್ಡೆಯ ಪಲ್ಯ ಮತ್ತು ಮಾವಿನ ಮಿಡಿಯ ಉಪ್ಪಿನಕಾಯಿ ಬೇಕೇಬೇಕು. ಊಟ ಆದ ಕೂಡಲೇ ರಸ್ತೆಗೆ ಇಳಿದು ಪ್ರತಿಯೊಂದು ಮನೆಗೂ ಭೇಟಿ ನೀಡಿ ಜಾಗತಿಕ ವಿದ್ಯಮಾನಗಳನ್ನೆಲ್ಲ ಚರ್ಚಿಸಿ ಮಧ್ಯಾಹ್ನ ವಾಪಸಾಗುವನು. ಎರಡು ಸೌಟು, ಬರೀ ಎರಡು ಸೌಟು ಕೆಂಪಕ್ಕಿ ಅನ್ನ, ಹುಳಿಯಾಗದ ಒಂದು ಕಪ್ ಮೊಸರು, ಎರಡು ಬಗೆ ಪಲ್ಯ, ನಿಂಬೆಹಣ್ಣಿನ ಉಪ್ಪಿನಕಾಯಿ. ಇಷ್ಟಿದ್ದರೆ ಮಧ್ಯಾಹ್ನದ ಊಟ ಮುಗಿದಂತೆ. ನಂತರ ಕಾಲು ಚಾಚಿ ಮಲಗಿ ಒಂದು ಸಣ್ಣ ನಿದ್ದೆ. ರಾತ್ರಿ ಗೋಧಿಯ ಗಂಜಿ. ಅದಕ್ಕೆ ಹಾಲು ಹಾಕಬೇಕು, ಸಕ್ಕರೆ ಬೆರೆಸಲೇಬೇಕು. ಇದೆಲ್ಲವೂ ಬೇಕಾಗಿರುವುದು ಈ ವ್ಯಕ್ತಿ ಮನೆಯಲ್ಲಿದ್ದಾಗ ಅಷ್ಟೆ. ತಿಂಗಳಲ್ಲಿ ಬೆರಳೆಣಿಕೆಯ ದಿನ ಮಾತ್ರ ಮನೆಯಲ್ಲಿರುವುದು. ಉಳಿದ ದಿನಗಳಲ್ಲಿ ಎಲ್ಲಿರುತ್ತಾರೋ ಯಾರು ಬಲ್ಲ. ಅಂದಹಾಗೆ ಇವರು ಸನ್ಯಾಸಿಯಲ್ಲವೇ? ಅಂದೂ ಅಷ್ಟೆ ಇಂದೂ ಅಷ್ಟೆ, ಸನ್ಯಾಸಿ ಎಂದ ಮೇಲೆ ಏನು ಬೇಕಾದರೂ ಮಾಡಬಹುದಲ್ಲವೇ?

ನಿಜ ಹೇಳಬೇಕೆಂದರೆ, ಆತ ಊರೂರು ಅಲೆದಾಡುತ್ತಿದ್ದುದೇ ನಮಗೆ ಸಮಾಧಾನ. ಮನೆಯಲ್ಲೇ ಇದ್ದರೆ, ಹೊಸ ನಿಯಮಾವಳಿಗಳೊಂದಿಗೆ ರಾತ್ರೋರಾತ್ರಿ ಎಚ್ಚರಿಸಿ ನಿದ್ದೆಗೆಡುವಂತೆ ಮಾಡುವ. ಇರಲಿ, ಆ ನಿಮಯಗಳನ್ನು ಮನದಟ್ಟಾಗುವಂತೆ ಹೇಳುತ್ತಾನೋ... ಅದೂ ಇಲ್ಲ. ಅರೆಬರೆ ಸಂಸ್ಕೃತ ಮಿಶ್ರಿತ ಭಾಷೆಯಲ್ಲಿ ನಾಟಕೀಯವಾಗಿ ಹೇಳುವುದನ್ನು ಕೇಳುವುದೊಂದು ಕಿರಿಕಿರಿ. ನಾಟಿ ಕೆಲಸಕ್ಕೆ ಹೋಗಿ ಅಮ್ಮ ಸಂಪಾದಿಸಿದ ನಾಲ್ಕು ಕಾಸಿನಲ್ಲಿ ಅರ್ಧಕ್ಕರ್ಧ ಗುಳುಂ ಮಾಡುವುದಕ್ಕೂ ಸನ್ಯಾಸಿಯಪ್ಪ ಏನಾದರೊಂದು ಮೊಂಡು ವಾದ ಮಂಡಿಸುತ್ತಿದ್ದ. ಅಮ್ಮನಿಗೆ ಗಂಡುಸಂತಾನ ಆಗುವುದಿಲ್ಲ ಎಂದು ಖಡಾಖಂಡಿತವಾಗಿ ಮೊದಲು ಹೇಳಿದವನು ಈತನೇ. ನಂತರ ಕವಡೆ ಹಾಕಿ ನೋಡಿದ. ನಕ್ಷತ್ರ, ರಾಶಿಗಳನ್ನು ತಡಕಾಡಿದ. ಅಮ್ಮನ ಹೊಟ್ಟೆಯಲ್ಲಿ ಮೂರು ಧರ್ಮದವರ ಬೀಜ ಬಿದ್ದಿರುವುದು ಮತ್ತು ಅದರಲ್ಲಿ ಉಂಟಾದವರ ಪೈಕಿ ಒಬ್ಬಾಕೆ ಅನ್ಯಧರ್ಮೀಯಳೇ ಆಗಿರುವುದು ಗಂಡುಮಕ್ಕಳಾಗದೇ ಇರಲು ಕಾರಣ ಎಂಬ 'ಮಹಾಸತ್ಯ'ವನ್ನು ಕೊನೆಗೊಂದು ದಿನ ಜಾಹೀರು ಮಾಡಿದ್ದೂ ಪಳನಿ ಮುರುಗನಿಗೆ ಹರಕೆ ಹೊರುವುದೊಂದೇ ಇದಕ್ಕೆ ಪರಿಹಾರ ಎಂದು ಸಲಹೆ ನೀಡಿದ್ದೂ ಅವನೇ. ಇದು ದೊಡ್ಡ ಶಾಪ.

ಆದ್ದರಿಂದ ಪರಿಹಾರಕ್ಕೆ ತುಂಬ ವೆಚ್ಚವಾಗುತ್ತದೆ. ಕೂಲಿ ಕೆಲಸದಿಂದ ಸಿಗುವ ಸಂಬಳದ ಅರ್ಧವನ್ನಾದರೂ ಕೊಡಬೇಕಾದೀತು. ಪ್ರತಿ ತಿಂಗಳು ಅದನ್ನು ಕೊಡಬೇಕು ಎಂದು ಸೂಚಿಸಿದ.

'ಅಷ್ಟೊಂದು ಹಣ ಬೇಕಾದೀತೇ...?' ಎಂದು ಅಮ್ಮ ಕೇಳಿದಾಗ 'ನಾನು ಬಡ ಸನ್ಯಾಸಿ. ಇದ್ದುದನ್ನೆಲ್ಲ ಲೋಕ ಕಲ್ಯಾಣಾರ್ಥ ವಿನಿಯೋಗಿಸಿದೆ. ನಿಮಗಾಗಿ ಖರ್ಚು ಮಾಡಲು ನಯಾಪೈಸೆ ಇಲ್ಲದಾಯಿತಲ್ಲ...' ಎಂದು ಕಣ್ಣೀರಿಟ್ಟ.

ಹೀಗೆ ಎರಡು ಮೂರು ಬಾರಿ ಒಂದೊಂದು ನೆಪ ಹೇಳಿ ಅಮ್ಮನ ಸಂಪಾದನೆಗೆ ಕನ್ನ ಹಾಕಿದ. ಒಂದಷ್ಟು ಹಣ ಪಳನಿಗೆ ಹೋಯಿತು. ಗಡಿಕಾಯುವ ಯೋಧರ ಕ್ಷೇಮಕ್ಕೆಂದು ಹೇಳಿ ಮತ್ತೊಂದಷ್ಟನ್ನು ಪಡೆದುಕೊಂಡು ತನ್ನ ಥೈಲಿ ತುಂಬಿಸಿಕೊಂಡ. ನಂತರ ಎಲ್ಲವೂ ಅಯೋಮಯ. ಹಣ ಇಲ್ಲದ ಕಾರಣ ಶಾಂತಿಯಕ್ಕ, ಲೈಲಕ್ಕ ಹಾಗೂ ನನ್ನ ಶಿಕ್ಷಣ ಅರ್ಧಕ್ಕೇ ನಿಂತಿತು. ಲಂಗ, ಫ್ರಾಕ್ ಹಾಕುವುದು ಇಲ್ಲದಾಯಿತು. ಮೈ ಮುಚ್ಚಲು ಒಂದೇ ಬಟ್ಟೆಯಲ್ಲಿ ನೇಯ್ದ ಉದ್ದನೆಯ ಪೈಜಾಮ ಬಂತು. ಮೊದಲೇ ಪಾಲು ಪಡೆದುಕೊಂಡುಹೋಗಿರುವ ಮಾವ ಮಾಟ–ಮಂತ್ರ ಮಾಡುತ್ತಿದ್ದಾನೆ ಎಂದು ಹೇಳಿ ನಮ್ಮ ಜಾಗದ ಪೂರ್ವಭಾಗದಲ್ಲಿ ಉದ್ದನೆಯ ಮುಳ್ಳುಬೇಲಿ ಹಾಕಲಾಯಿತು. ಅಲ್ಲಿಗೆ, ಹಿತ್ತಿಲಿನ ಆಚೆಯಿಂದ ಸಿಗುತ್ತಿದ್ದ ತೆಂಗಿನ ಗರಿ, ಸೌದೆಗೂ ಸಂಚಕಾರವಾಯಿತು. ಅಮ್ಮನಿಗೆ ಯಾರೋ ಕೊಟ್ಟ ಸೀಮೆ ಎಣ್ಣೆ ಸ್ಟೌ ನೋಡಿ 'ಅಯ್ಯೋ ಸ್ಫೋಟ–ಗೀಟ ಆದರೆ ಏನು ಮಾಡ್ತೀರಾ...?' ಎಂದು ಸಂಸ್ಕೃತದಲ್ಲಿ ಹೆದರಿಸಿ ತೆಗೆದುಕೊಂಡುಹೋದ. 'ಗ್ಯಾಸ್ ಸ್ಟೌ ತಂದುಕೊಡುತ್ತೇನೆ' ಎಂದು ಹೇಳಿ ಹೋದ ನಂತರ ಜನಿಸಿದ ಕೃಷ್ಣನ್ ಕುಟ್ಟಿಗೆ ಈಗ ವಯಸ್ಸು 10 ಕಳೆದಿದೆ. ಇಷ್ಟೆಲ್ಲ ರಾದ್ಧಾಂತ ಆದ ಮೇಲೂ ಈಗ ಮತ್ತೆ ತಲೆಗೆ ಬಟ್ಟೆಸುತ್ತಿಕೊಂಡು ಮಧ್ಯರಾತ್ರೀಲಿ ಬಂದು 'ಧರ್ಮಯುದ್ಧ ಸನ್ನಿಹಿತವಾಗಿದೆ' ಎಂದು ಸಂಸ್ಕೃತದಲ್ಲಿ ಹೇಳಿದಾಗ ಮತ್ತ್ಯಾವುದೋ ಮನೆಹಾಳು ವಿಷಯದೊಂದಿಗೆ ಬಂದಿದ್ದಾನೆ ಎಂಬ ಸಂದೇಹ ಮೂಡಿದ್ದು ನನಗೆ ಮಾತ್ರ. ಅದರಲ್ಲಿ ಅಚ್ಚರಿಯೇನೂ ಇಲ್ಲ ಬಿಡಿ. ನಮ್ಮಮ್ಮನಿಗಂತೂ ನಾಟಕ, ನಟನೆಯನ್ನು ಎಷ್ಟು ಕಂಡರೂ ಸಾಲುವುದಿಲ್ಲ...

ಅಂದು ರಾತ್ರಿಯೂ ಆತನ ನಾಟಕಕ್ಕೆ ಅಮ್ಮ–ಮಕ್ಕಳು ಮನಸೋತರು. ತಲೆಯ ಭಾಗದಲ್ಲಿ ಚಾಪೆಯ ಅಡಿಯಲ್ಲಿರಿಸಿದ್ದ ಬೆಂಕಿಪೊಟ್ಟಣ ಹುಡುಕಿ ತೆಗೆದು ಅಮ್ಮ ಚಿಮಿಣಿ ದೀಪ ಉರಿಸಿದ್ದೇ ತಡ, ಹಳದಿ ಮಿಶ್ರಿತ ಮಂದಬೆಳಕು ಸನ್ಯಾಸಿಯಪ್ಪನ ರೇಷ್ಮೆಯ ಜುಬ್ಬದ ಮೇಲೆ ಬಿದ್ದು ಒಳಗೆಲ್ಲ ಪಸರಿಸಿತು. ಆ ಬೆಳಕಿನಲ್ಲಿ ಮಿಳಿತಗೊಂಡ ಕಾಷಾಯ ಬಣ್ಣ ಮನೆಯ ಮಾಡಿಗೆ ಆಧಾರವಾಗಿ ನಿಲ್ಲಿಸಿದ್ದ ತೆಂಗಿನ

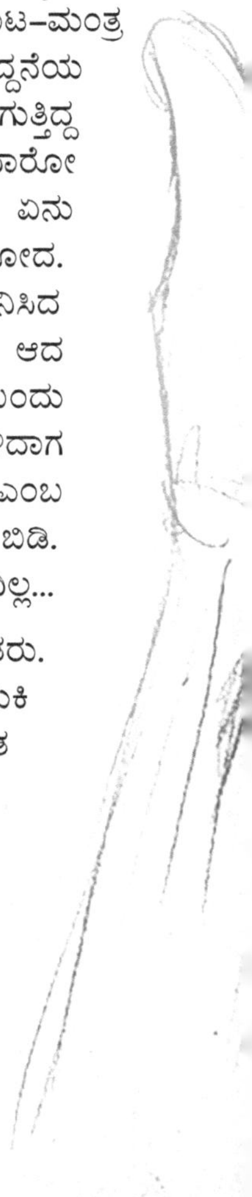

ಮರದ ದೂಲದವರೆಗಿನ ಜಾಗವನ್ನು ಆವರಿಸಿದ ಆ ಸಂದರ್ಭ ನನಗೆ ಈಗಲೂ ಕಣ್ಣಿಗೆ ಕಟ್ಟಿದಷ್ಟು ಸ್ಪಷ್ಟ. ಸನ್ಯಾಸಿಯಪ್ಪ ಮಣೆಯ ಮೇಲೆ ಪದ್ಮಾಸನ ಹಾಕಿ ಕುಳಿತ. ಅಮ್ಮ ತುರುಬು ಬಿಚ್ಚಿ ಕಟ್ಟಿದಳು, ಉಟ್ಟ ಪಂಚೆ ಸರಿಮಾಡಿಕೊಂಡಳು, ಟವೆಲನ್ನು ರವಿಕೆಯ ಮೇಲೆ ಹಾಕುತ್ತ ತೆಗೆಯುತ್ತ ಬಾಗಿ ನಮಸ್ಕರಿಸುತ್ತ ನಗುತ್ತ ನಿಂತಳು. ಅಕ್ಕಂದಿರು ಇಬ್ಬರೂ ಗೋಡೆಯ ಮೂಲೆಯಲ್ಲಿ ಮುದುಡಿ ಕುಳಿತು ಆ ದೃಶ್ಯವನ್ನು ನೋಡುತ್ತ ನಡುಗುತ್ತಿದ್ದರು. ರಾಮನ್ ಕುಟ್ಟಿ ಮತ್ತು ಕೃಷ್ಣನ್ ಕುಟ್ಟಿ ಸೊಂಟಕ್ಕೆ ಹಗ್ಗ ಬಿಗಿದ ಮಂಗಗಳಂತೆ ಆತನ ಮುಂದೆ ಹೋಗಿ ಕುಣಿಯಲು ಸಿದ್ಧರಾಗಿದ್ದರು.

ಅಲ್ಲಿ ಅಂಜದೆ, ಅಳುಕದೆ ನಿಂತವಳು ನಾನೊಬ್ಬಳೇ. ಅದು ಆತನಿಗೆ ಅಷ್ಟೊಂದು ಹಿಡಿಸಲಿಲ್ಲ. ಆತ ನಮ್ಮ ಮನೆಗೆ ಬರಲು ಆರಂಭಿಸಿದಾಗ ನನಗೆ ಮೂರು ವರ್ಷ ಪ್ರಾಯ. ಆಗಿನಿಂದಲೇ ನನ್ನನ್ನು ಕಂಡರೆ ಆಗುತ್ತಿರಲಿಲ್ಲ. ಕೊನೆಯ ಮಗಳಾಗಿರುವುದರಿಂದ ನನ್ನ ಮೇಲೆ ಅಮ್ಮನಿಗೆ ಇದ್ದ ಕೊಂಡಾಟವನ್ನು ಕಡಿಮೆ ಮಾಡುವುದಕ್ಕೆಂದೇ ಆತ ರಾಮನ್ ಕುಟ್ಟಿಯನ್ನು ಹುಟ್ಟಿಸಿದ್ದ. 'ನಾಲ್ಕನೇ ವೇದದವನ' ಮಗಳು ಎಂದು ಮೂದಲಿಸುತ್ತ ಲೈಲಕ್ಕನನ್ನು ದೂರ ಮಾಡಿದ್ದ. ಶಾಂತಿಯಕ್ಕ ಎಲ್ಲರಂತಲ್ಲ. ತನ್ನ ಕಾರ್ಯಸಾಧನೆಗಾಗಿ ಯಾರ ಕಾಲಿಗೆ ಬೀಳಲೂ ಸಿದ್ದ. ರಾಮನ್ ಕುಟ್ಟಿ ಮತ್ತು ಕೃಷ್ಣನ್ ಕುಟ್ಟಿಗೆ ಸನ್ಯಾಸಿಯಪ್ಪ ಎಂದರೆ ದೇವರ ಸಮಾನ. ಆತನ ಬಗ್ಗೆ ಏನಾದರೂ ಕೀಳಾಗಿ ಮಾತನಾಡಿದರೆ ಮೈಮೇಲೆ ಬೀಳುವರು. ರಾಮ–ಕೃಷ್ಣ ಎಂದು ಹೆಸರಿಟ್ಟುಕೊಂಡಿದ್ದರೂ ಸೋಲುವುದು ಖಚಿತವಾಯಿತೆಂದರೆ ದುಶ್ಶಾಸನರು. ಕೋಪ ಬಂದರೆ ಮೊದಲು ಕೈ ಹಾಕುವುದೇ ಪೈಜಾಮದ ಮೇಲೆ. ಲೈಲಕ್ಕನ ಅಬ್ಬ ಪರ್ಸಿಯಾದಿಂದ ಕಳುಹಿಸಿಕೊಡುವ ಹಣದಲ್ಲಿ ಅವರಿಗೆ ಅಮ್ಮ ಆಹಾರ–ಬಟ್ಟೆ ಕೊಡಿಸುವುದು. ಆದರೂ ಲೈಲಕ್ಕನನ್ನು ಸುಮ್ಮನೆ ಬಿಡುವುದಿಲ್ಲ. 'ತುರುಕತ್ತಿ' ಎಂದು ಕರೆದು ಗೇಲಿ ಮಾಡಿ ತಲೆಗೆ ಕುಟ್ಟುತ್ತ ಮೈ ಪರಚುತ್ತ ಹಿಂಸಿಸುವರು. ಅದನ್ನು ಪ್ರಶ್ನಿಸಿದರೆ ನನಗೂ ಬೀಳುತ್ತವೆ ಗೂಸಾ. ಆದರೆ ಲೈಲಕ್ಕನ ಅಬ್ಬ ರಜೆಯಲ್ಲಿ ಬಂದಾಗ ನೀಡುವ ಉಡುಗೊರೆಗಳನ್ನೆಲ್ಲ ಎರಡೂ ಕೈಗಳನ್ನು ಚಾಚಿ ಪಡೆದುಕೊಳ್ಳುವರು. ಇದನ್ನೆಲ್ಲ ನೆನೆದುಕೊಂಡು ನಾನು 'ಹೌದು, ಈ ಮನೆಯಲ್ಲಿ ಇನ್ನು ಧರ್ಮಯುದ್ಧ ನಡೆಯುವುದೊಂದೇ ಬಾಕಿ' ಎಂದು ಹೇಳಿದ್ದರಿಂದ ಸನ್ಯಾಸಿಗೂ ಮಕ್ಕಳಿಗೂ ಮಾತ್ರವಲ್ಲ, ಅಮ್ಮನಿಗೂ ಸ್ವಲ್ಪ ಕಸಿವಿಸಿಯಾದದ್ದು ನಿಜ.

ಕತ್ತು ಹಿಸುಕಿ ಸಾಯಿಸುವಷ್ಟು ಕೋಪ ಸನ್ಯಾಸಿಯಪ್ಪನಿಗೆ ನನ್ನ ಮೇಲೆ ಇತ್ತು ಎಂಬುದು ಮುಖಭಾವದಲ್ಲೇ ಗೊತ್ತಾಗುತ್ತಿತ್ತು. ಅಮ್ಮನಿಗೆ ಅದು ಗೊತ್ತಾಗುವುದು

ಬೇಡ ಎಂದು ಜುಬ್ಬದ ಅಂಚನ್ನು ಎತ್ತಿ ಮುಖ ಮುಚ್ಚಿದ. ಅಮ್ಮನಿಗೂ ಇಬ್ಬರು ಮಕ್ಕಳಿಗೂ ತಾನು ಅಳುತ್ತಿದ್ದೇನೆಂದು ತೋರುವಂತೆ ಮಾಡಿದ. ಗದ್ಗದಿತನಾದಂತೆ ನಟಿಸಿದ. ಮೂಗು ಕಂಪಿಸುತ್ತಿದ್ದಂತೆ ಮಾಡಿ ಕೀರಲು ಧ್ವನಿಯಲ್ಲಿ 'ಭಾರತಿಯಮ್ಮ ಹಾಗೂ ಮಕ್ಕಳೇ, ನಾನು ಹೇಳುವುದೆಲ್ಲವೂ ನಾಡಿನ ಒಳಿತಿಗಾಗಿ ಎಂಬುದನ್ನು ನೀವು ತಿಳಿದುಕೊಳ್ಳಬೇಕು. ಈ ನಾಡು ಮತ್ತು ನಮ್ಮ ಕುಟುಂಬಕ್ಕೆ ಸಂಬಂಧಿಸಿ ಇಂದಿನ ದಿನ ವಿಶಿಷ್ಟವಾದದ್ದು. ಇದನ್ನು ಎರಡನೇ ಸ್ವಾತಂತ್ರ್ಯ ಸಂಗ್ರಾಮ ಎಂದೇ ತಿಳಿದುಕೊಳ್ಳಬೇಕು. ನಾನಿಂದು ನಿಮ್ಮಲ್ಲಿ ದೊಡ್ಡದೊಂದು ತ್ಯಾಗ ಮಾಡಲು ಕೇಳಿಕೊಳ್ಳುತ್ತೇನೆ. ಕೆಲವು ದಿನ ಕಷ್ಟ ಅನುಭವಿಸಲು ನೀವೆಲ್ಲ ಸಿದ್ಧರಾದರೆ ಭವಿಷ್ಯದಲ್ಲಿ ಅದೃಷ್ಟ ಹುಡುಕಿಕೊಂಡು ಬರಲಿದೆ' ಎಂದ. ಯಾವುದೋ ದೊಡ್ಡ ಅನಾಹುತಕ್ಕೆ ಹೊಂಚುಹಾಕಿದ್ದಾನೆ ಎಂದು ನನಗೆ ಆಗಲೇ ತೋರಿತು. ಆದರೆ ಇತರರಿಗೆ ವಿವೇಕ, ಪ್ರಜ್ಞೆ ಇರಬೇಕಲ್ಲ. ಅಮ್ಮ ಹಾಗೂ ಶಾಂತಿಯಕ್ಕ ಭಾರಿ ಕುತೂಹಲದಿಂದ ಆ ಘೋಷಣೆಗಾಗಿ ಕಾಯುತ್ತಿದ್ದರು. ಲೈಲಕ್ಕ, ಈ ವ್ಯಕ್ತಿಯ ಒಂದಷ್ಟು ಪ್ರೀತಿಗಾಗಿ ತಲೆ ನೆಲಕ್ಕೂರಿ ನಿಲ್ಲುವುದಕ್ಕೂ ಸಿದ್ಧಳಿದ್ದಳು. ತ್ಯಾಗ ಎಂದು ಹೇಳಿದ್ದು ಯಾವುದನ್ನು ಎಂದು ಸ್ಪಷ್ಟವಾಗಲಿಲ್ಲವಾದರೂ ನಮ್ಮಿಂದ ಏನನ್ನೋ ಕಸಿದುಕೊಳ್ಳಲು ಹೊಂಚು ಹಾಕಿದ್ದಾರೆ ಎಂಬುದು ನನಗೆ ಆಗಲೇ ಹೊಳೆದಿತ್ತು. ಅದು ಏನು, ಎಷ್ಟು ಎಂಬುದನ್ನು ತಿಳಿಯುವುದಕ್ಕಾಗಿ ಕಾತರಳಾಗಿದ್ದೆ. ಅದರ ಬಗ್ಗೆ ನಾನು ಕೇಳುವುದು ಖಚಿತ ಎಂಬ ಸಂದೇಹದಿಂದ ನನ್ನನ್ನೊಮ್ಮೆ ದುರುಗುಟ್ಟಿ ನೋಡಿದ. ನಂತರ ಹೇಳಿದ:

'ಈಗ ನೀವು ಅನುಭವಿಸುತ್ತಿರುವ ಸಮಸ್ಯೆಗಳಿಗೆಲ್ಲ ಯಾರು ಕಾರಣ? ಮೂರು ಹೊತ್ತು ಸರಿಯಾದ ಊಟವಿಲ್ಲ. ಒಲೆ ಉರಿಸಲು ಕಟ್ಟಿಗೆ ಇಲ್ಲ. ಚಂದದ ಬಟ್ಟೆಗಳನ್ನು ಖರೀದಿಸಲು ಆಗುತ್ತಿಲ್ಲ. ಶಿಕ್ಷಣವಂತೂ ಇಲ್ಲವೇ ಇಲ್ಲ. ಇದಕ್ಕೆಲ್ಲ ಹೊಣೆ ಯಾರು...?' 'ನೀನೇ' ಎಂದು ಹೇಳಿಯೇ ಬಿಡೋಣ ಎಂದುಕೊಳ್ಳುವಷ್ಟರಲ್ಲಿ ಅಮ್ಮ, ಅಕ್ಕಂದಿರು, ರಾಮನ್ ಕುಟ್ಟಿ ಮತ್ತು ಕೃಷ್ಣನ್ ಕುಟ್ಟಿ ಅವರ ಮುಖದಲ್ಲಿದ್ದ ಭಕ್ತಿಯ ಭಾವ ಕಂಡು ವಿಸ್ಮಿತಳಾದೆ.

'ಯೋಚಿಸಿ ನೋಡಿ. ಎಲ್ಲದಕ್ಕೂ ಕಾರಣ ಆಚೆ ಕಡೆಯವರಲ್ಲವೇ? ನಿಮಗೆ ದಕ್ಕಬೇಕಾದ್ದನ್ನೆಲ್ಲ ಅವರು ಕಸಿದುಕೊಂಡದ್ದರಿಂದ ತಾನೇ ಈ ಸ್ಥಿತಿ ನಿರ್ಮಾಣವಾಗಿರುವುದು...?

ಈ ಮಾತು ಕೇಳುತ್ತಿದ್ದಂತೆ ಅಮ್ಮ, ಅಕ್ಕಂದಿರು ಮತ್ತು ಗಂಡುಮಕ್ಕಳಿಬ್ಬರು ಹೌದೆನ್ನುವ ರೀತಿಯಲ್ಲಿ ತಲೆಯಾಡಿಸಿದರು. ಇವರು ಹೇಳುವ ಆಚೆಕಡೆಯವರು ಎಂದರೆ ಯಾರೋ ನಮ್ಮ ಬದ್ಧಶತ್ರುಗಳು ಎಂದು ಒಂದು ಕ್ಷಣ ಅನಿಸಿದರೂ ಅನಿಸೀತು. ಆದರೆ ವಾಸ್ತವ

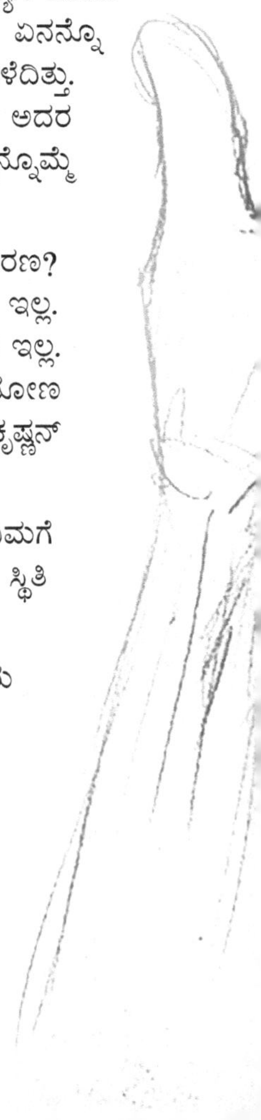

ಅದಲ್ಲ. ಅವರು ಬೇರಾರೂ ಅಲ್ಲ. ಅಜ್ಜಿಯ ಅಕ್ಕ-ತಂಗಿಯರ ಮಕ್ಕಳು, ಅಂಬಿಕ ಮತ್ತು ಅಂಬಾಲಿಕ. ಶಾಂತಿಯಕ್ಕ ಹುಟ್ಟಿದ ಸಂದರ್ಭದಲ್ಲಿ ಅಮ್ಮನಿಗೆ ಸಹಾಯ ಮಾಡುವುದಕ್ಕಾಗಿ ಬಂದ ಅವರು ಬೆಳೆದದ್ದು ಇಲ್ಲೇ. ಅಮ್ಮನಿಗೆ ನಂತರವೂ ಮಕ್ಕಳಾದರು. ಅಂಬಿಕ ಮತ್ತು ಅಂಬಾಲಿಕೆಯರು ಇಲ್ಲೇ ಉಳಿದರು. ಅವರ ಕೈಗೆ ಹಣ ಬಂತು. ಮೊದಮೊದಲು ಅಡುಗೆ ಮನೆಯ ಕಡೆ ಉಳಿದುಕೊಂಡವರು ಕ್ರಮೇಣ ಒಂದೊಂದೇ ಭಾಗವನ್ನು ತಮ್ಮದಾಗಿಸಿಕೊಂಡರು. ಮನೆಯ ಸುತ್ತ ಕಾಂಕ್ರೀಟ್ ಹಾಕಿಸಿದರು. ಈ ರೀತಿ ಅತಿಕ್ರಮಿಸಿಕೊಂಡರೆ ಜಗಳ, ಹೊಡೆದಾಟ ಆಗದೇ ಇರುತ್ತದೆಯೇ? ಅಲ್ಲದಿದ್ದರೂ ಒಬ್ಬರ ಬಳಿ ಹೆಚ್ಚು ಸಂಪತ್ತಿದೆ ಅಂದಮೇಲೆ ವಿವಾದಗಳು ಸಾಮಾನ್ಯವಲ್ಲವೇ...? ಗಂಡನ ತಲೆಕೆಡಿಸಿ ನಮ್ಮ ಪಾಲಿನದ್ದನ್ನೆಲ್ಲ ಬಾಚಿಕೊಂಡರು ಎಂಬುದು ಅಮ್ಮನಿಗೆ ಅವರ ಮೇಲೆ ಕೋಪಕ್ಕೆ ಕಾರಣ. ಶಾಂತಿಯಕ್ಕನ ಅಪ್ಪ ಮತ್ತು ನನ್ನಪ್ಪನನ್ನು ಅವರು ಆಗಲೇ ತೆಕ್ಕೆಗೆ ಬೀಳಿಸಿದ್ದರು. ಆದರೆ ವಾಸ್ತು ದೋಷ ಪರಿಹಾರಕ್ಕೆಂದು ಸನ್ಯಾಸಿಯಪ್ಪನನ್ನು ಈ ಊರಿಗೆ ಕರೆದುಕೊಂಡು ಬಂದವರೂ ಅವರೇ ಎಂಬುದನ್ನು ಜನರು ನಿಧಾನಕ್ಕೆ ಮರೆತೇಬಿಟ್ಟರು. ತಿಂಗಳ ಪೂಜೆ ಮತ್ತು ಭಗವದ್ಗೀತೆ ಪಾರಾಯಣಕ್ಕೆ ಕರೆದಾಗಲೆಲ್ಲ ಸನ್ಯಾಸಿಯಪ್ಪ ಈಗಲೂ ಅಲ್ಲಿಗೆ ಹೋಗುತ್ತಾನೆ. ಅಂಥ ವ್ಯಕ್ತಿ ಆಚೆ ಕಡೆಯವರ ವಿರುದ್ಧ ಧರ್ಮಯುದ್ಧ ಸಾರಿದಾಗ ಅಮ್ಮ ಮತ್ತು ಮಕ್ಕಳು ಸಂಭ್ರಮಪಟ್ಟ ಆ ಘಳಿಗೆಯನ್ನು ನೆನೆದಾಗ ನನಗೆ ಈಗಲೂ ಕೋಪ ನೆತ್ತಿಗೇರುತ್ತದೆ. ಆದರೆ ಯಾರಿಗೆ, ಏನನ್ನು ಹೇಗೆ ಹೇಳಬೇಕು ಎಂಬ ಕಲೆ ಸನ್ಯಾಸಿಯಪ್ಪನಿಗೆ ಸಿದ್ಧಿಸಿತ್ತು.

'ಭಾರತಿಯಮ್ಮ... ಮಕ್ಕಳೇ... ಇಷ್ಟು ಕಾಲ ನೀವೆಲ್ಲ ಅನುಭವಿಸಿದ ಸಂಕಟವನ್ನು ನೆನೆದಾಗ ನನ್ನ ಹೃದಯ ಮಿಡಿಯುತ್ತದೆ. ಹೇ ತಾಯಿ, ನೀನು ಈ ವರೆಗೆ ಮೂರು-ನಾಲ್ಕು ಗಂಡಂದಿರನ್ನು ಅನುಭವಿಸಿದೆ. ಆಚೆ ಕಡೆಯ ಮೋಸಗಾರರನ್ನು ಓಡಿಸಲು ಮತ್ತು ನಿಮಗೆ ಸಂಬಂಧಪಟ್ಟದ್ದನ್ನು ಗಳಿಸಿಕೊಡಲು ಅವರ್‍ಯಾರಿಗೂ ಸಾಧ್ಯವಾಗಲಿಲ್ಲ. ನಾನಾದರೋ ಅವರನ್ನು ಇಲ್ಲಿಂದ ಗಡಿಪಾರು ಮಾಡಿಯೇ ತೀರುತ್ತೇನೆ, ನಿಮಗೆ ಸೇರಬೇಕಾದ ಆಸ್ತಿಯನ್ನು ನಿಮ್ಮ ಕೈಗೆ ಒಪ್ಪಿಸುವೆ ಎಂದು ಇಲ್ಲಿ ಕಾಲೂರಿದ ದಿನವೇ ತೀರ್ಮಾನಿಸಿದ್ದೆ. ನಿಮ್ಮ ಆಸ್ತಿ ಮಾತ್ರವಲ್ಲ, ಅವರ ಆಸ್ತಿಯೂ ನಿಮಗೆ ಸಿಗುವಂತೆ ಮಾಡುವೆ. ಆ ನಂತರ ನೀವು ಸಕಲ ಸೌಭಾಗ್ಯದೊಂದಿಗೆ ಜೀವನ ನಡೆಸಬಹುದು...'

ಈ ಮಾತುಗಳನ್ನು ಕೇಳುತ್ತಿದ್ದಂತೆ ರಾಮನ್ ಕುಟ್ಟಿ ಮತ್ತು ಕೃಷ್ಣನ್ ಕುಟ್ಟಿ ಕುಣಿದು ಕುಪ್ಪಳಿಸಿದರು. ಅಮ್ಮ ಮತ್ತು ಅಕ್ಕಂದಿರು ಇನ್ನಷ್ಟು ವಿಧೇಯರಾಗಿ ಕೈ ಮುಗಿದು

ನಿಂತರು. 'ನೀವು ಹೇಳಿದ್ದನ್ನೆಲ್ಲ ಮಾಡಲು ನಾವು ಸಿದ್ಧ' ಎಂದು ಹೇಳಿ ಅಮ್ಮ ಕಣ್ಣೀರು ಹಾಕಿದರು. ಸನ್ಯಾಸಿಯಪ್ಪನಿಗೆ ಇನ್ನಷ್ಟು ಹುರುಪು ಬಂತು. ಸನ್ಯಾಸಿಯಪ್ಪ ಸ್ವಲ್ಪ ಹೊತ್ತು ಕಣ್ಣು ಮುಚ್ಚಿ ಧ್ಯಾನ ಮಾಡುವಂತೆ ನಟಿಸಿದ. ನಿಂತು ನಿಂತು ಕಾಲು ಆಯಾಸಗೊಂಡಾಗ ಕಣ್ಣು ತೆರೆದು, ಜೋರಾಗಿ ಹೇಳಿದ:

'ನಾವು ಈ ಕೇರಿಗೆ ಬೆಂಕಿಹಚ್ಚಲಿದ್ದೇವೆ'

ಎಲ್ಲರಿಗೂ ಒಮ್ಮೆಲೇ ದಿಗ್ಭ್ರಮೆಯಾಯಿತು. ಅಮ್ಮ ಬೆನ್ನು ಬಾಗಿಸಿ ಆತಂಕದಿಂದ ಕೇಳಿದರು: 'ಯಾಕೆ, ಅದ್ಯಾಕೆ...?' ರಾಮನ್ ಕುಟ್ಟಿಗೆ ಮತ್ತೊಂದು ಸಂದೇಹ: 'ಕೇರಿಗೆ ಬೆಂಕಿ ಹಚ್ಚಿದರೆ ಪೊಲೀಸರು ಬಂಧಿಸುವುದಿಲ್ಲವೇ...?' 'ಕೇರಿಗೆ ಬೆಂಕಿ ಹಚ್ಚಿದರೆ ನಮ್ಮ ಈ ಮನೆಯೂ ಸುಟ್ಟುಹೋಗುವುದಿಲ್ಲವೇ...?' ಎಂದು ಶಾಂತಿಯಕ್ಕ ಕೇಳಿದರು. ಆದರೆ ನನಗಿದ್ದ ಆತಂಕ, ಕೇರಿ ಸುಟ್ಟರೆ ಜನರು ಸಾಯುವುದಿಲ್ಲವೇ ಎಂಬುದಾಗಿತ್ತು. ನಾನು ಬಾಯಿ ತೆರೆಯುವ ಮೊದಲೇ ಅವರು ಹೇಳತೊಡಗಿದರು: 'ಎಲ್ಲರೂ ಶಾಂತಚಿತ್ತರಾಗಿ ಕೇಳಿ. ಯಾರಿಗೂ ಪೊಲೀಸರ ಭಯ ಬೇಡ. ನನ್ನ ಮಂತ್ರಶಕ್ತಿಯಿಂದ ಪೊಲೀಸರನ್ನು ತಡೆಯಲಾಗುವುದು. ನಮ್ಮ ಮೇಲೆ ಯಾರಿಗೂ ಸಂದೇಹ ಬಾರದು. ಯಾಕೆಂದರೆ ಮೊದಲು ಬೆಂಕಿಹಚ್ಚುವುದು ಇದೇ ಮನೆಗೆ...'

ನನ್ನ ಎದೆಗೆ ಕಾದ ಕಬ್ಬಿಣದಿಂದ ಇರಿದಂತಾಯಿತು. 'ಅಯ್ಯೋ... ಹಾಗಾದರೆ ನಮ್ಮ ವಾಸವೆಲ್ಲಿ? ಊಟ-ನಿದ್ದೆ ಎಲ್ಲಿ..' ಎಂಬ ಪ್ರಶ್ನೆಗಳು ಎದ್ದವು. ಆತ ಬಲಗೈ ಎತ್ತಿ ಅವರನ್ನೆಲ್ಲ ಸಮಾಧಾನಪಡಿಸಿದ.

'ಭಾರತಿಯಮ್ಮ, ನೀವು ಒಂದಿನಿತೂ ಆತಂಕಪಡಬೇಕಾಗಿಲ್ಲ. ನಾನು ದಿವ್ಯದೃಷ್ಟಿಯಲ್ಲಿ ಎಲ್ಲವನ್ನೂ ಕಂಡಿದ್ದೇನೆ. ಇದೊಂದು ಧರ್ಮಯುದ್ಧ. ಇದಕ್ಕಾಗಿ ಈ ಮನೆಯೇ ಮೊದಲು ಭಸ್ಮವಾಗಬೇಕು. ಇಲ್ಲಿಂದ ಬೆಂಕಿಯ ಜ್ವಾಲೆ ಬೇರೆ ಮನೆಗಳಿಗೂ ಹಬ್ಬಲಿದೆ. ಆಗ ಆಚೆಕಡೆಯವರು ಪರದಾಡುವರು. ಈ ಮನೆಯ ನಿಜವಾದ ಮಾಲೀಕರು ಎಂಬ ನೆಲೆಯಲ್ಲಿ ನಂತರ ನಿಮಗಷ್ಟೇ ಇದರ ಒಡೆತನ ಸಿಗಲಿದೆ. ಅಗ್ನಿ ಅನಾಹುತದ ಹಿನ್ನೆಲೆಯಲ್ಲಿ ಸರ್ಕಾರ ನೀಡುವ ಪರಿಹಾರವನ್ನು ನಾನು ಕೊಡಿಸುವೆ. ಆ ಹಣದಲ್ಲಿ ನಿಮಗೆ ಇಲ್ಲೊಂದು ಬಂಗಲೆಯನ್ನೇ ನಿರ್ಮಿಸಬಹುದು. ಆದರೆ ಮುಂದಿನ ಒಂದೆರಡು ದಿನ, ಹೆಚ್ಚೆಂದರೆ ಒಂದು ವಾರ ನೀವು ಸ್ವಲ್ಪ ಕಷ್ಟ ಅನುಭವಿಸಬೇಕಾದೀತು. ಅದಕ್ಕೆ ನೀವು ಸಿದ್ಧರಾಗಬೇಕು. ಅದರಿಂದ ನಿಮಗಷ್ಟೇ ಅಲ್ಲ, ಈ ಊರಿಗೇ ಒಳಿತಾಗಲಿದೆ. ಆ ಕುತಂತ್ರಿ ಹೆಂಗಸರನ್ನು ಇಲ್ಲಿಂದ ಓಡಿಸಲೇಬೇಕಾಗಿದೆ, ಊರಿನ ಪುರುಷರ ಆಸ್ತಿ ರಕ್ಷಣೆಗಾಗಿ ಮತ್ತು ಮಹಿಳೆಯರ ನೆಮ್ಮದಿಗಾಗಿ...'

ಆತ ಹೇಳಿದಂತೆ ಯಾವುದೂ ನಡೆಯದು ಎಂದು ನನ್ನ ಮನಸ್ಸು ಹೇಳುತ್ತಿತ್ತು. ಆದರೆ ಅದು ಯಾರಿಗೆ ಕೇಳಿಸುತ್ತದೆ? ಸನ್ಯಾಸಿಯಪ್ಪ ಹೇಳುವುದನ್ನು ಮಾತ್ರವಲ್ಲವೇ ಎಲ್ಲರೂ ಕೇಳುವುದು. ಊರಿಗೇ ಬೆಂಕಿ ಹಚ್ಚುವುದನ್ನು ಯೋಚಿಸಿ ನನ್ನ ತಲೆ ಕೆಟ್ಟುಹೋಯಿತು. 'ಯಾವುದೇ ವಸ್ತು ತೆಗೆದಿಟ್ಟುಕೊಳ್ಳಬೇಡಿ. ಹಾಗೆ ಮಾಡಿದರೆ ನಮ್ಮ ಮೇಲೆಯೇ ಎಲ್ಲರಿಗೂ ಸಂದೇಹ ಉಂಟಾಗಲಿದೆ' ಎಂದು ಹೇಳಿ ಒಂದು ಬಟ್ಟೆಯ ತುಂಡನ್ನು ಕೂಡ ತೆಗೆದಿರಿಸಿಕೊಳ್ಳಲು ಬಿಡಲಿಲ್ಲ. ನಮ್ಮನ್ನೆಲ್ಲ ಹೊರಹಾಕಿದ. 'ಅಂಬಿಕ, ಅಂಬಾಲಿಕ ಮತ್ತು ಅವರ ಕಡೆಯವರು ಹೆದರಿ ಓಡುವುದನ್ನು ನೋಡಬೇಕಾದರೆ ಅತ್ತ ಹೋಗಿ' ಎಂದ. ಅವರೆಲ್ಲ ಹಾಗೆಯೇ ಮಾಡಿದರು. ಆದರೆ ನಾನು ಮಾತ್ರ ಸಂಕಟದೊಂದಿಗೆ ನಮ್ಮ ಮನೆಯ ಕಡೆಗೇ ನೋಡುತ್ತ ನಿಂತೆ. ಬೂದುಬಣ್ಣದ ಮೋಡಗಳು ಆಕಾಶದಲ್ಲಿ ಹೊಗೆಸೂಸಿದಂತೆ ಓಡುತ್ತಿದ್ದವು. ಹೆಂಚು ಹಾಕಿದ ಮತ್ತು ಹುಲ್ಲು ಹಾಸಿದ ಮನೆಗಳು ಒತ್ತೊತ್ತಾಗಿ ನಿಂತಿರುವುದು ಕಂಡಿತು. ಅಷ್ಟರಲ್ಲಿ ನಮ್ಮ ಮನೆಯ ಒಳಗೆ 'ಢಂ...' ಎಂಬ ಸದ್ದು ಕೇಳಿಸಿತು. ಹೆಂಚುಗಳು ಸಿಡಿದು ಅಷ್ಟು ದೂರ ಬಿದ್ದವು. ನಾವೆಲ್ಲ ದಾರಿ ಸಿಕ್ಕಲ್ಲಿ ಓಡಿದೆವು. ಭಾರವಾದ ಯಾವುದೋ ವಸ್ತುವೊಂದು ನನ್ನ ತಲೆಗೆ ಬಡಿಯಿತು. ತಲೆ ಒಡೆದೇ ಹೋಯಿತು ಎಂದೆನಿಸಿತು. ಸಾವರಿಸಿಕೊಂಡು ಕಣ್ಣು ತೆರೆದು ನೋಡಿದರೆ ನಮ್ಮ ಮನೆಗೆ ಸಮೀಪದಲ್ಲಿದ್ದ ಹುಲ್ಲು ಹಾಸಿದ ಮನೆಗೂ ಅಲ್ಲಿಂದ ಮತ್ತೊಂದಕ್ಕೂ ಬೆಂಕಿ. ಅದು ಕಾಷಾಯ ಬಣ್ಣದ ರೇಷ್ಮೆಬಟ್ಟೆ ತೊಟ್ಟ ಹುಚ್ಚು ಸನ್ಯಾಸಿಯಂತೆ ನಾಲಿಗೆ ಚಾಚುತ್ತಲೇ ಇತ್ತು. ಕೇರಿ ಹತ್ತಿ ಉರಿಯಿತು. ಆಡು, ಎಮ್ಮೆ, ನಾಯಿ, ಬೆಕ್ಕುಗಳ ರೋದನ; ಮಕ್ಕಳು, ವೃದ್ಧರು ಒಳಗೊಂಡಂತೆ ಮನುಷ್ಯನ ಚೀರಾಟ ಎದೆಗೆ ಚುಚ್ಚಿತು. ಅಗ್ನಿಶಾಮಕ ಸಿಬ್ಬಂದಿ ಬಂದರು. ಪೊಲೀಸ್ ವಾಹನಗಳೂ ತಲುಪಿದವು. ಎಲ್ಲಿ ನೋಡಿದರೂ ಕಪ್ಪು ಹೊಗೆ, ಎತ್ತ ಕಿವಿಕೊಟ್ಟರೂ ನರಳಾಟ.

ನಾವೆಲ್ಲ ತಿಂಗಳುಗಟ್ಟಲೆ ಆಸ್ಪತ್ರೆಯಲ್ಲೇ ಕಳೆದೆವು. ಹೋಗಲು ಬೇರೆ ಜಾಗ ಇರಲಿಲ್ಲ. ಬೆಂಕಿಯಿಂದ ಬಚಾವಾದವರು ಮತ್ತು ದೇಹ ಅರೆಬರೆ ಸುಟ್ಟವರ ನೋವು, ಸಂಕಟವನ್ನು ನೋಡುತ್ತ ಕಳೆದ ಆ ದಿನಗಳನ್ನು ನೆನಪಿಸಿಕೊಂಡರೆ ಮೈ ಕಂಪಿಸುತ್ತದೆ. ಲೈಲಕ್ಕ ತೀರಿಹೋಗಿದ್ದಳು. ಅಮ್ಮನ ದೇಹ ಭಾಗಶಃ ಸುಟ್ಟುಹೋಗಿತ್ತು. ಶಾಂತಿಯಕ್ಕ ಬಲಭಾಗದ ಕಣ್ಣು ಕಳೆದುಕೊಂಡಿದ್ದಳು. ರಾಮನ್‌ಕುಟ್ಟಿ ಮತ್ತು ಕೃಷ್ಣನ್‌ಕುಟ್ಟಿಯ ಚರ್ಮ ಸುಟ್ಟುಹೋಗಿತ್ತು. ಮೊಣಕಾಲಿನ ಚಿಪ್ಪಿಗೆ ಬಲವಾದ ಪೆಟ್ಟುಬಿದ್ದಿತ್ತು. ಆಸ್ಪತ್ರೆಯಲ್ಲಿ ನಮ್ಮನ್ನು ಭೇಟಿಯಾಗಲು ಮೊದಲು

ಬಂದವರು ಅಂಬಿಕ ಮತ್ತು ಅಂಬಾಲಿಕ. ರೇಷ್ಮೆ ಸೀರೆಯುಟ್ಟುಕೊಂಡು, ಚಿನ್ನದ ಬಳೆ ತೊಟ್ಟುಕೊಂಡು ಬಂದಿದ್ದ ಅವರು ಹಳೆಯ ಬಟ್ಟೆ, ಚಾಪೆ ಮತ್ತು ಸ್ವಲ್ಪ ಹಣ ಕೊಟ್ಟದ್ದು ಉಪಕಾರವಾಯಿತು. ಅವರನ್ನು ಕಂಡದ್ದೇ ತಡ, ಅಚ್ಚರಿಗೊಂಡ ಅಮ್ಮ 'ನಿಮಗೇನೂ ಆಗಲಿಲ್ಲವೇ...?' ಎಂದು ಕೇಳಿದಳು. ಆಗ ಪರಸ್ಪರ ಮುಖ ನೋಡುತ್ತ ಅವರು ನಕ್ಕ ಆ ನಗು ನನ್ನ ಮನಸ್ಸಿನಲ್ಲಿ ಹಚ್ಚ ಹಸಿರಾಗಿ ಅಚ್ಚೊತ್ತಿದೆ. ಎಲ್ಲ ಮುಗಿದು ಆಸ್ಪತ್ರೆಯಿಂದ ಬಂದು ನೋಡುತ್ತೇವೆ, ಕೇರಿಯಲ್ಲೊಂದು ಅಗಲವಾದ ರಸ್ತೆ. ಮಧ್ಯದಲ್ಲಿ ಬೃಹತ್ ಕಟ್ಟಡದ ಅಡಿಪಾಯ. ನಮ್ಮ ಮನೆ ಇದ್ದ ಜಾಗಕ್ಕೆ ಕಾಂಪೌಂಡ್ ಕಟ್ಟಲಾಗಿತ್ತು. ಅದರ ಒಳಗೆ ಆಶ್ರಮವೊಂದು ತಲೆ ಎತ್ತಿತ್ತು. ಬಾಗಿಲ ಬಳಿ ಶ್ರೀರಾಮ, ಸೀತೆ, ಲಕ್ಷ್ಮಣ ಆಶೀರ್ವಾದ ನೀಡುತ್ತ ನಿಂತಿದ್ದಾರೆ. ಒಮ್ಮೊಮ್ಮೆ ರಾಮನ್‌ಕುಟ್ಟಿ ಮತ್ತು ಕೃಷ್ಣನ್ ಕುಟ್ಟಿ ಮಾಡುವಂತೆ, ಹನುಮಂತ ಮೊಣಕಾಲೂರಿ ಕೈಮುಗಿಯುತ್ತಿದ್ದಾನೆ. ಒಳಗೆ ಪ್ರವೇಶಿಸಲು ಪ್ರಯತ್ನಿಸಿದಾಗ ಬಾಗಿಲ ಬಳಿ ಇದ್ದ ದಢೂತಿ ದೇಹದವರು ಮತ್ತು ಸ್ವಾಮಿಗಳು ನಮ್ಮನ್ನು ಹೊರಗೆ ತಳ್ಳಿದರು. ಆಶ್ರಮದ ಹಿಂಭಾಗದಲ್ಲಿ ಅಂಬಿಕ ಮತ್ತು ಅಂಬಾಲಿಕಳ ಮನೆ ಹೊಸ ಬಣ್ಣದೊಂದಿಗೆ ಕಂಗೊಳಿಸುತ್ತಿತ್ತು. ಅಂಗಳದಲ್ಲಿದ್ದ ಕುಂಡಗಳಲ್ಲಿ ಹೂಗಳು ಅರಳಿದ್ದವು. ನಮಗೆ ಅದೊಂದು ಅರಮನೆಯಂತೆ ಗೋಚರಿಸಿತು. ಹೆಂಚು ಹಾಸಿದ ನಮ್ಮ ಹರಕು ಮನೆ ಹೋದ ಕೂಡಲೇ ಅಲ್ಲೆಲ್ಲ ಎಷ್ಟೊಂದು ಬದಲಾವಣೆ!

ಸನ್ಯಾಸಿಯಪ್ಪನನ್ನು ಹುಡುಕುತ್ತ ನಾವು ಅಡಿಗರ ಚಹಾ ಅಂಗಡಿಗೆ ಹೋದೆವು. 'ಅವರು ಹಿಮಾಲಯದಲ್ಲಿ ಧ್ಯಾನಸ್ಥರಾಗಿದ್ದಾರೆ' ಎಂದು ಅಡಿಗರು ತಿಳಿಸಿದರು. ಸರ್ಕಾರ ಪರಿಹಾರ ನೀಡುತ್ತಿದೆ ಎಂದು ತಿಳಿದು ಜಿಲ್ಲಾಧಿಕಾರಿ ಕಚೇರಿಗೆ ಹೋದೆವು. ಹಣವೆಲ್ಲ ಸನ್ಯಾಸಿಯಪ್ಪ ಆಗಲೇ ತೆಗೆದುಕೊಂಡಾಗಿದೆ ಎಂದು ಗೊತ್ತಾದದ್ದು ಆಗಲೇ. ಬೊಬ್ಬೆ ಹೊಡೆಯುತ್ತ ವಾಪಸ್ ಬಂದ ನಾವು ರಸ್ತೆ ಬದಿಯಲ್ಲಿದ್ದ ಖಾಲಿ ಜಾಗದಲ್ಲಿ ಗುಡಿಸಲು ಹಾಕಿ ವಾಸ ಮಾಡಿದೆವು.

ಹೀಗಿರಲು ಒಂದು ದಿನ ಸನ್ಯಾಸಿಯಪ್ಪ, ಕೃಷ್ಣನ್ ಕುಟ್ಟಿ ಮತ್ತು ರಾಮನ್ ಕುಟ್ಟಿ ಕಾರಿನಲ್ಲಿ ಬಂದಿಳಿದರು. ಸನ್ಯಾಸಿಯಪ್ಪನನ್ನ ಕಂಡದ್ದೇ ತಡ, ಅಮ್ಮ ಅತ್ತುಕೊಂಡು ಅವರ ಬಳಿಗೆ ಓಡಿಹೋದರು. 'ನನ್ನ ಬದುಕು ಮೂರಾಬಟ್ಟೆ ಮಾಡಿಬಿಟ್ಟಿಯಲ್ಲಪ್ಪಾ...' ಎಂದು ತಲೆ ಮೇಲೆ ಕೈ ಹೊತ್ತು ಗೋಳಾಡಿದರು. ಸನ್ಯಾಸಿಯಪ್ಪ ಗದ್ಗದಿತನಾದ. ಕಣ್ಣುಗಳು ತುಂಬಿದವು. ತೋಳಲ್ಲಿದ್ದ ರೇಷ್ಮೆಯ ಶಲ್ಯ ತೆಗೆದು ಮುಖ ಒರೆಸುತ್ತ ಹೇಳಿದ: ಭಾರತಿಯಮ್ಮ, ನಾನೊಬ್ಬ ಸಾಧು, ಸಾಯಲು ಬಿದ್ದ ಸನ್ಯಾಸಿ. ಸೂರಿಲ್ಲ, ನೆಲೆಯಿಲ್ಲ, ಬಂಧು ಬಳಗವಿಲ್ಲ, ಬಂಧನವಿಲ್ಲ, ಕರ್ಮಪಾಶವೂ

ಇಲ್ಲ. ಒಟ್ಟಾರೆ ಇರುವುದು ಈ ಗಂಟು ಮಾತ್ರ. ಇಲ್ಲಿಂದ ಹೋಗಿ ಎಂದು ನೀವು ಹೇಳಿದರೆ ಅಭ್ಯಂತರವಿಲ್ಲ. ಗಂಟು ಹೆಗಲಿಗೇರಿಸುವುದು, ನಡೆಯುವುದು ಅಷ್ಟೇ...'

ಮುಖ ಮುಚ್ಚಿಕೊಂಡು ಕಣ್ಣೀರು ಹಾಕುತ್ತ ಹಿಂತಿರುಗಿ ನೋಡದೇ ಆಶ್ರಮದತ್ತ ಹೆಜ್ಜೆ ಹಾಕಿದ. ಪೂಜಾ ಸಾಮಗ್ರಿಗಳೊಂದಿಗೆ ರಾಮನ್ ಕುಟ್ಟಿ ಮತ್ತು ಕೃಷ್ಣನ್ ಕುಟ್ಟಿ ಹಿಂಬಾಲಿಸಿದರು. ಎರಡು ದಿನ ಕಳೆದು ನಾನು ಕೆಲಸ ಹುಡುಕುತ್ತ ಊರಿಡೀ ಅಲೆದಾಡಿದೆ. ಸಂಜೆ ಬಂದು ನೋಡುತ್ತೇನೆ, ಗುಡಿಸಲಿನಲ್ಲಿ ಅಮ್ಮ ಇಲ್ಲ. ಮೂವರು ಬಂದು ಅಮ್ಮನನ್ನು ಕರೆದುಕೊಂಡು ಹೋದರು ಎಂದು ಶಾಂತಿಯಕ್ಕ ಹೇಳಿದಳು. ಹೊಸ ಮನೆ ಕಟ್ಟಿಕೊಡಲು ಕರೆದುಕೊಂಡು ಹೋಗಿರಬಹುದು ಎಂದು ನಾವಂದುಕೊಂಡೆವು. ಆದರೆ, ಪೂರ್ವಾಶ್ರಮದಲ್ಲಿ ತನಗೆ ಹೆಂಡತಿ-ಮಕ್ಕಳಿದ್ದರು ಎಂದು ಗೊತ್ತಾಗಬಾರದು ಎಂದು ಅಮ್ಮನನ್ನು ಸನ್ಯಾಸಿಯಪ್ಪ ಹುಚ್ಚಾಸ್ಪತ್ರೆಗೆ ಸೇರಿಸಿದ ಎಂದು ತಡವಾಗಿ ಗೊತ್ತಾಯಿತು. ಏನೇ ಆಗಲಿ, ಕೊಂದು ಹಾಕಿಲ್ಲವಲ್ಲ ಎಂದು ಸಮಾಧಾನಪಟ್ಟುಕೊಂಡೆವು.

ಕೇರಿ ಇದ್ದಲ್ಲಿ ದೊಡ್ಡದೊಂದು ಸೂಪರ್ ಮಾರ್ಕೆಟ್ ತಲೆ ಎತ್ತಿತು. ಅಗಗ ಬಳಿ ಸನ್ಯಾಸಿಯಪ್ಪನ ಆಶ್ರಮ ಎದ್ದುನಿಂತಿತು. ನಮ್ಮ ಮನೆ, ಮಠ ಹೋಯಿತು. ಸ್ವಚ್ಛ ದೇಶ ಯೋಜನೆ ಜಾರಿಗೊಂಡಾಗ ಗುಡಿಸಲು ಕೂಡ ಮಾಯವಾಯಿತು. ಕಣ್ಣು ಕಳೆದುಕೊಂಡ ಶಾಂತಿಯಕ್ಕ ಬೀದಿಯಲ್ಲಿ ಭಿಕ್ಷೆ ಬೇಡಲು ಆರಂಭಿಸಿದರು. ಈಗ ಎಲ್ಲಿದ್ದಾರೋ ಯಾರು ಬಲ್ಲ! ನಾನು ನೋಡಿ, ಹೀಗಿದ್ದೇನೆ. ಪ್ರತಿ ವರ್ಷ ಬಾಣಂತನ. ಆಶ್ರಮದಲ್ಲಿ ಮಕ್ಕಳಿಗೆ 'ತಾಯಿ ತೊಟ್ಟಿಲು' ಯೋಜನೆ ಇರುವುದೊಂದು ದೊಡ್ಡ ಸಮಾಧಾನ. ಆದರೆ ಯಾಕೋ ಏನೋ, ಇದನ್ನೆಲ್ಲ ನೋಡುತ್ತಿದ್ದರೆ ನನಗೆ ಹಳೆಯ ನೆನಪುಗಳೆಲ್ಲ ಮರುಕಳಿಸಿ ಕಾಲಬುಡದಲ್ಲೇ ತರಗೆಲೆಗೆ ಬೆಂಕಿ ಬಿದ್ದಂತೆ ಉರಿ ಏಳುತ್ತದೆ. ಹಾಗೆ ಅನಿಸಿದಾಗಲೆಲ್ಲ ಅಮ್ಮನನ್ನು ನೋಡಲು ಹೋಗುವೆ. ಅವರಲ್ಲಿ ಸಂಕಲೆಯಲ್ಲಿ ಬಂಧಿ. ಬಟ್ಟೆಯೆಲ್ಲ ಹರಿದು ಹೋಗಿದೆ. ದೇಹದ ತುಂಬ ಹುಳಗಳು. ಆದರೂ ಆ ಕಣ್ಣುಗಳನ್ನು ನೋಡಿದರೆ ಎಷ್ಟೊಂದು ಸ್ವಚ್ಛ....!

ಸೆಪ್ಟೆಂಬರ್ ೩೦

ಸೆಪ್ಟೆಂಬರ್ 30, 2004. ಇಬ್ಬರೂ ಮೊದಲ ಬಾರಿ ಒಂದೇ ಕೋಣೆಯೊಳಗೆ ಬಂಧಿಯಾದ ದಿನ. ಆಕೆಯ ಕಣ್ಣುಗಳನ್ನೇ ದಿಟ್ಟಿಸಿ ನೋಡುತ್ತ ಆತ ಉಸುರಿದ– 'ಕಾಳ್ಗಿಚ್ಚು... ಹೌದು, ನಿನ್ನ ಕಂಗಳಲ್ಲಿ ಈಗ ಕಾಳ್ಗಿಚ್ಚು...' ಆತ ಮಾತು ಮುಗಿಸುವಷ್ಟರಲ್ಲಿ ಆಕೆಗೆ ಆತನ ಮೇಲೆ ಭರವಸೆ ಹೆಚ್ಚಿತು. ಹೌದು, ಅದು ನಿಜವಾಗಿಯೂ ಕಾಳ್ಗಿಚ್ಚೇ ಆಗಿತ್ತು. ಚಳಿಯಲ್ಲಿ ಮುದ ನೀಡುವ ಕೆಂಡವಲ್ಲ, ದೀಪದಿಂದ ಹೊರಹೊಮ್ಮಿ ಹೊಳೆಯುವ ಜ್ವಾಲೆಯೂ ಅಲ್ಲ. ಸೆಣಸಾಡಿ ಎದುರಿಸಲು ಆಗದಂಥ, ಓಡಿ ತಪ್ಪಿಸಿಕೊಳ್ಳಲೂ ಸಾಧ್ಯವಿಲ್ಲದ, ಸುಟ್ಟು ಕರಕಲಾಗಿಸುವ ಬೆಂಕಿ. ಅರಣ್ಯದೊಳಗೆ ಬಿಸಿಲಿಗೆ ಬಾಡಿದ ಹೂಗಿಡಗಳಿಗೆ ಕೊಳ್ಳಿ ಇಡುವ ಬೇಟೆಗಾರನಂತೆ ಆಕೆಯ ಹೃದಯದಲ್ಲಿ ತಿದಿಯೂದಿ ಬೆಂಕಿಯುಂಡೆ ಸಿಡಿಸಿದ್ದ ಆತ. ಒಳಗೆಲ್ಲ ಬೆಂದು ಹೋಗಿತ್ತು. ಬೆಂಕಿಯ ನಾಲಿಗೆ ಹೊರಗೆಯೂ ಚಾಚಿತು. ಅದು ಆಕೆಯ ರೆಕ್ಕೆಗಳನ್ನು ಸುಟ್ಟಿತು. ಗೂಡು ಹೊತ್ತಿ

ಉರಿಯಿತು. ಗೂಡಿನಿಂದ ಕೊಂಬೆಗೆ ಚಾಚಿದ ಬೆಂಕಿ ಮರವನ್ನೂ ಕಾಡನ್ನೂ ಸುಟ್ಟಿತು. ಆಕೆ ಬೆಂಕಿಯುಗುಳುವ ಕಾಡಾದಳು. ಜೊತೆಗೆ ಸುಟ್ಟು ಬೂದಿಯಾಗಲು ಮತ್ತೊಂದು ಕಾಡಿನ ಹುಡುಕಾಟವೂ ನಡೆಯಿತು.

ಆತನಲ್ಲಿದ್ದದ್ದೋ... ಒಲೆ ಮಾತ್ರ, ಗ್ಯಾಸಿನಿಂದ ಉರಿಸುವ ಒಲೆ. ಅಗತ್ಯವಿದ್ದಾಗ ಆತ ಸ್ವಿಚ್ ತಿರುವಿದ, ಕಡ್ಡಿ ಗೀರಿ ಬೆಂಕಿ ಹಚ್ಚಿದ. ತನ್ನ ಕೆಲಸ ಆದ ನಂತರ ಮತ್ತೆ ಸ್ವಿಚ್ ತಿರುವಿದ, ಬೆಂಕಿ ನಂದಿಸಿದ. ಕಾಡು ಹಾಗಲ್ಲ, ತನ್ನ ಅಂಚಿನ ಹುಲ್ಲು ಕಡ್ಡಿ ಬೂದಿಯಾಗುವವರೆಗೂ, ಕೊನೆಯ ಹಕ್ಕಿಮರಿ ಕರಕಲಾಗುವವರೆಗೂ ಬೆಂಕಿ ಉಗುಳಿತು. ಹೊಗೆ ಮಾಯವಾದರೂ ಒಳಗೆ ಕುದಿಯುತ್ತಲೇ ಇತ್ತು. ಈ ನೆಲ ತಂಪಾಗಲು, ಮತ್ತೆ ಹಸನಾಗಲು ಇನ್ನೆಷ್ಟು ಮಳೆ ಸುರಿಯಬೇಕೋ, ಎಷ್ಟು ಹಿಮ ಬೀಳಬೇಕೋ...

ಸೆಪ್ಟೆಂಬರ್ 30ರ ಅದೇ ಸಮಯ, ಆಕೆ ಕಚೇರಿಯಲ್ಲಿ ಎಲ್ಲರಿಗೂ ಸಿಹಿ ಹಂಚಿದಳು. 'ನನ್ನ ಮದುವೆ ನಿಶ್ಚಯವಾಯಿತು. ಎಲ್ಲರೂ ಅಭಿನಂದಿಸುವಿರಾ...' ಎಂದು ಕೇಳಿದಳು. ತುರ್ತು ಕೆಲಸಗಳ ನಡುವೆಯೂ ಎಲ್ಲರೂ ಚಪ್ಪಾಳೆ ತಟ್ಟಿದರು. ತಮಾಷೆಯ ಮಾತುಗಳನ್ನಾಡಿದರು. ಆಕೆ ಗಹಗಹಿಸಿ ನಕ್ಕಳು. 'ಸೆಪ್ಟೆಂಬರ್ 30, ನನ್ನ ಖಾತೆ ಮುಚ್ಚುವ ದಿನ...'

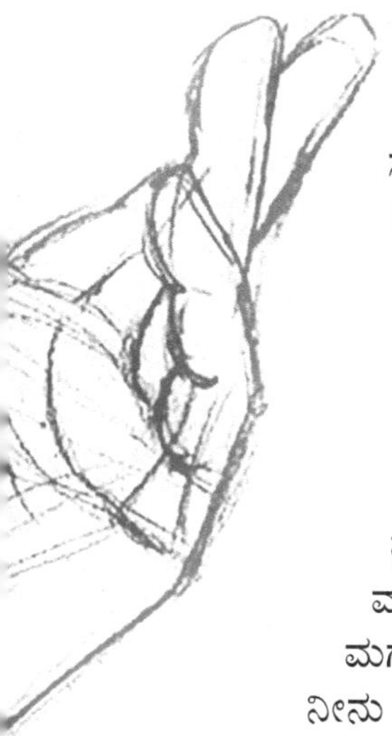

ಸೆಪ್ಟೆಂಬರ್ 30, 2005. ಸಾಗವಾನಿ ಮರದ ಕೊಂಬೆ ಮೇಲೆ ನಿರ್ಮಿಸಿದ ಗುಡಾರದಲ್ಲಿ ಜೊತೆಗೂಡಿ ಬೆಂದ ಅದೇ ಸಮಯದಲ್ಲಿ ಕಚೇರಿಯ ಮೂಲೆಯೊಂದರ ಕ್ಯೂಬಿಕ್‌ನಲ್ಲಿ ಆತ ಬೆನ್ನು ಹಾಕಿ ಕುಳಿತಿದ್ದ. ಒಳಗೆ ಬೇಗುದಿ, ಅಗ್ನಿಪರ್ವತದ ಒಳಗಿನ ಅತಂತ್ರ ಸ್ಥಿತಿ. ಯಾರೋ ಬಂದೂಕಿನ ಕುದುರೆ ಎಳೆದಂತೆ ಭಾಸವಾಯಿತು. ಹತ್ತಿರದಲ್ಲೆಲ್ಲೋ ಹೊಗೆಯ ವಾಸನೆ. ಏನೇ ಆಗಲಿ, ವಯಸ್ಸಿನಲ್ಲಿ ಹಿರಿಯಳನ್ನು ಪ್ರೇಮಿಸಬಾರದು. ಆಕೆ ಮುದ್ದಾಡಿ ಮುದ್ದಾಡಿ ಇಲ್ಲದೇ ಮಾಡುವಳು. ಸೆರಗು ಹಿಡಿದು ಶಾಲೆಯತ್ತ ಹೆಜ್ಜೆ ಹಾಕುವ ಮಗುವಿನ ಹಾಗೆ ಹಿಂದೆ ಬರುವಂತೆ ಮಾಡುವಳು. 'ರೋಮಿ, ನೀನು ತಿಂಡಿ ತಿಂದೆಯಾ? ತುಂಬ ತಂಪಿದೆ, ಜ್ಯೂಸ್ ಕುಡಿಯಬೇಡ. ಗೆಳೆಯರೊಂದಿಗೆ ಹೆಚ್ಚು ಕಾಲ ಕಳೆಯಬೇಡ. ನೋಡು, ನೀನು ಕೊಠಡಿಯಿಂದ ಹೊರಟಿದ್ದೀಯಾ? ಹೊರಡುವಾಗ ಮೆಸೇಜ್ ಮಾಡಬೇಕು. ವಾಪಸ್ ಬಂದಮೇಲೂ ಅಷ್ಟೇ. ನೀನು ಎಷ್ಟೊತ್ತಿಗೆ ಏಳುತ್ತೀಯಾ ಎಂದು ನನಗೆ ತಿಳಿಯಬೇಕು. ಮಲಗುವ ಮೊದಲೂ ತಿಳಿಸಬೇಕು...'

ಎಷ್ಟೂಂತ ಸಹಿಸೋದು? ಕಪ್ಪಗೆ, ತೆಳ್ಳಗೆ, ಕುಳ್ಳಗಿರುವ ಹೆಣ್ಣು ಆಕೆ. ದೊಡ್ಡ ಕಣ್ಣುಗಳು, ಬೆಳ್ಳಗಿನ ಹಲ್ಲುಗಳು. ಕಳಂಕ ಕಾಣದ ಹುಸಿನಗು. ಇದೆಲ್ಲ ಸೇರಿದ

ಅಪೂರ್ವ ಸೌಂದರ್ಯದ ಒಡತಿ. ಒಂದು ದಿನ ಸುಮ್ಮನೇ ಛೇಡಿಸಿದೆ. ಅಷ್ಟಕ್ಕೇ ಹೀಗೆ ಅಂಟಿಕೊಳ್ಳುತ್ತಾಳೆ ಎಂದು ನನಗೇನು ಗೊತ್ತು... ಈಗ ಒಂಥರಾ ಕಟ್ಟಿಹಾಕಿದ ಸ್ಥಿತಿ. 'ನನಗೆ ತಿಳಿಯದೇ ನೀನ್ಯಾಕೆ ಸಿನಿಮಾಗೆ ಹೋದೆ? ಈ ಶರ್ಟ್ ನಿನಗೆ ಕೊಟ್ಟವರು ಯಾರು? ನೋಡೋಣ, ನಿನ್ನ ಫೋನ್ ಇತ್ತ ಕೊಡು... ಇದು ಯಾರ ನಂಬರ್? ಅಯ್ಯೋ ಈ ಹುಡುಗಿ ಯಾರು? ಆಕೆ ಯಾಕೆ ನಿನಗೆ ಫೋನ್ ಮಾಡುತ್ತಾಳೆ? ನನ್ನೊಂದಿಗಿನ ಬಾಳ್ವೆ ಸಾಕಾಯಿತು, ಸೆಪ್ಟೆಂಬರ್ 30ರಿಂದ ಎಲ್ಲವೂ ಬದಲಾಯಿತು ಅಲ್ಲವೇ...?

ಸೆಪ್ಟೆಂಬರ್ 30, 2003. ಖಾತೆ ಮುಕ್ತಾಯಗೊಳಿಸುವ ದಿನ, ಆತ ಕಚೇರಿಗೆ ಕಾಲಿಟ್ಟಿದ್ದು ಆವತ್ತೇ. ಎಷ್ಟೋ ದಿನ ಹಗಲು-ರಾತ್ರಿ ಕೆಲಸ. ಅದೆಷ್ಟೋ ಸಮಯ ಇಬ್ಬರೇ ಇದ್ದ ದಿನಗಳು. ಕೆಲಸ ಮುಗಿಸಿ ಹೊರಗೆ ಬರುವಾಗ ತಡರಾತ್ರಿ. ಬಾನಲ್ಲಿ ಕುಡುಗೋಲಾಕೃತಿಯ ಚಂದಿರನ ನಗು. ಮನೆಯತ್ತ ಹೆಜ್ಜೆ ಹಾಕುವಾಗ ಆತ ಹಾಡು ಗುನುಗಿದ, ಆಕೆ ದನಿಗೂಡಿಸಿದಳು. ಸ್ವಲ್ಪ ದೂರ ಕ್ರಮಿಸಿದಾಗ ಅದು ಒಂದೇ ದನಿಯಾಯಿತು. ನಗೆ ಮೂಡಿತು. ಕಚೇರಿಯ ಸಮೀಪದಲ್ಲೇ ಮನೆಯೊಂದರ ಮೇಲಿನ ಕೊಠಡಿಯಲ್ಲಿ ಬಾಡಿಗೆಗಿದ್ದ ಆಕೆಯನ್ನು ಗೇಟಿನವರೆಗೂ ಬಿಡಲು ಆತ ಹೋದ. ನಾಲ್ಕು ಹೆಜ್ಜೆ ಕ್ರಮಿಸಿದಾಗ ಮೊಬೈಲ್‌ಗೆ ಮೆಸೇಜ್ ಕಳುಹಿಸಿದ- ಥ್ಯಾಂಕ್ಯೂ. ಆಕೆ ತಕ್ಷಣ ಉತ್ತರ ಕಳುಹಿಸಿದಳು-ಜೂನಿಯರ್‌ಗಳಿಗೆ ಸಹಾಯ ಮಾಡುವುದು ನನ್ನ ಕರ್ತವ್ಯವಷ್ಟೇ. 'ನೀವೀಗ ನನಗಿಂತ ಸೀನಿಯರ್ ಅಧಿಕಾರಿ ಮಾತ್ರವಲ್ಲ...' ಆತನ ಉತ್ತರ. 'ಮತ್ತೆ ಇನ್ನೇನು...?' ಆಕೆಯ ಪ್ರಶ್ನೆಯಲ್ಲಿ ಕುತೂಹಲದ ಭಾವ. 'ನನ್ನ ಪಾಲಿನ ಯಾರೋ ಎಂಬ ಅನಿಸಿಕೆ...' ಆತನ ಮಾತು ಆಕೆಯಲ್ಲಿ ಭ್ರಾಂತಿ ಮೂಡಿಸಿತು. 'ಯಾರು? ನಿನಗೆ ನಾನು ಯಾರು...?'

ಸೆಪ್ಟೆಂಬರ್ 30, 2005. ಮೇಜಿನ ಮೇಲೆ ಮೊಣಕೈ ಊರಿದ್ದ ಆತ ಅಂಗೈಗಳಿಂದ ಮುಖ ಮುಚ್ಚಿದ್ದ. ಯಾರಾಕೆ? ಒತ್ತಡದ ನಡುವೆ ಕಚೇರಿಯಲ್ಲಿ ಸಾಂತ್ವನ ತುಂಬುತ್ತಿದ್ದ ಏಕೈಕ ಸಹೋದ್ಯೋಗಿ. ಕೆಲಸದಲ್ಲಿ ಪಳಗಿದ ಕೈ, ಗುಣಶೀಲೆ, ಹಾಸ್ಯಪ್ರವೃತ್ತಿಯ ವ್ಯಕ್ತಿತ್ವ. ಆದರೆ ಸ್ಫುರದ್ರೂಪಿಯಲ್ಲ. ಜೊತೆಗಾತಿಯಾಗಿಸಲು ಸಾಧ್ಯವಿಲ್ಲ. ಆದರೂ ಆಕೆಯೊಂದು ಸವಾಲೇ. ಆ ಸವಾಲನ್ನು ಸ್ವೀಕರಿಸುವುದರಲ್ಲಿ ಏನೋ ಸುಖ ಇದ್ದಂತೆ ಅನಿಸಿತು. ತಂದೆ ದೂರವಾಗಿರುವ ಕುಟುಂಬ. ಇಬ್ಬರು ಸಹೋದರಿಯರಿಗೆ ಶಿಕ್ಷಣ ಕೊಡಿಸಿದ್ದೂ ಮದುವೆ ಮಾಡಿಸಿದ್ದೂ ಆಕೆಯೇ. ಆಕೆಯ ಮನಸ್ಸಿನ ಗಾಯವನ್ನು ಆತ ಬೇಗನೇ ಪತ್ತೆ ಮಾಡಿದ.

'ಮದುವೆ...' ಗಾಯಕ್ಕೇ ಕೈ ಹಾಕಿದ.

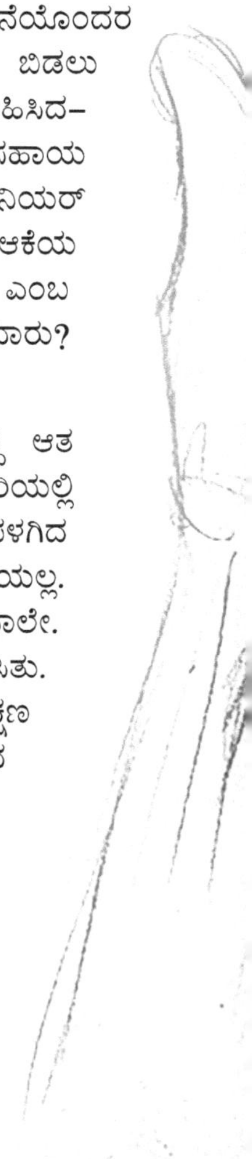

‘ಮದುವೆಯೇ...? ನನಗ್ಯಾಕೆ ಮದುವೆ?’

ಆಕೆ ಸ್ವಲ್ಪ ಬಿಗಿಯಾದಳು.

‘ನನಗೆ ಹಾಗೆ ಯಾರನ್ನೋ ಮದುವೆಯಾದರೆ ಸಾಲದು. ನನ್ನಷ್ಟೇ ಕಲಿತ, ಒಳ್ಳೆಯ ಕೆಲಸ ಇರುವ, ಗುಣವಂತ ಬೇಕು. ಆದರೆ ಅಂಥವನೊಬ್ಬ ಇದ್ದರೆ ಆತ ಚೆಲುವೆಯೊಬ್ಬಳನ್ನೇ ಮದುವೆಯಾದಾನು...’ ಮಾತು ಮುಗಿಸುವಷ್ಟರಲ್ಲಿ ‘ಹಾಗೆಂದು ನಿಮಗೆ ಹೇಳಿದವರು ಯಾರು’ ಎಂದು ಪ್ರಶ್ನಿಸಿದ ಆತ. ‘ಈ ವರೆಗೆ 43 ಮಂದಿ ಹೆಣ್ಣು ನೋಡಲು ಬಂದಿದ್ದರು. ಅಲಂಕಾರಗೊಂಡು ಅವರ ಮುಂದೆ ನಿಲ್ಲುವುದು, ಅವರು ಕಣ್ಣಲ್ಲೇ ದೇಹವನ್ನು ಅಳೆಯುವುದು, ಮುಖ ಸಪ್ಪೆ ಮಾಡಿಕೊಳ್ಳುವುದು... ನನ್ನ ಆಕಾರ, ಬಣ್ಣ ಮತ್ತು ಸೌಂದರ್ಯ ಯಾರನ್ನೂ ತೃಪ್ತಿಪಡಿಸಿಲ್ಲ...’ ಆ ವಾದವನ್ನು ಆತ ನಿರಾಕರಿಸಿದ. ‘ಹಾಗೆನ್ನಬೇಡಿ; ಯು.ಆರ್. ಚಾರ್ಮಿಂಗ್’ ಎಂದ. ಆಕೆಗದು ಹಿಡಿಸಲಿಲ್ಲ. ‘ನಿನ್ನ ಅನುಕಂಪೆಯ ಅಗತ್ಯವಿಲ್ಲ. ನಾನು ಹೀಗೆಯೇ ಬದುಕುವೆ. ಅದರಲ್ಲಿ ನನಗೆ ಬೇಸರವಿಲ್ಲ, ಯಾರ ಮೇಲೆ ಕೋಪವೂ ಇಲ್ಲ. ನಾನು ಏಕಾಂಗಿಯಾಗಿಯೇ ಇರಬಲ್ಲೆ. ನನಗೊಬ್ಬ ಪುರುಷನ ಅವಶ್ಯಕತೆ ಇಲ್ಲ..’

‘ಆದರೆ ಪುರುಷನೊಬ್ಬನಿಗೆ ನಿಮ್ಮ ಅಗತ್ಯವಿದೆಯಲ್ಲ, ಈ ನನಗೆ...’

ನನಗೆ ನಿಮ್ಮ ಅಗತ್ಯವಿದೆ ಎಂಬ ಆತನ ಮೋಹದ ಮಾತಿಗೆ ಆಕೆ ಪುಳಕಗೊಂಡು ಕಣ್ಣು ಮುಚ್ಚಿದಳು. ದೇಹವಿಡೀ ಹೊಗೆಯಾಡಿತು. ಕಣ್ಣುಗಳಲ್ಲಿ ಉರಿ ಕಾಡಿತು, ಎಲ್ಲೆಡೆ ಹೊಗೆ, ಹಸಿ ಕಟ್ಟಿಗೆಯನ್ನು ಹೊತ್ತಿಸಿದ ಹಾಗೆ. ‘ಐ ಯಾಮ್ ಇನ್ ಲವ್...’ ಆತನ ದನಿ ಕಂಪಿಸುತ್ತಿತ್ತು. ‘ನೀನು ಸುಂದರಿ. ನಾನು ಈವರೆಗೆ ಕಂಡವರ ಪೈಕಿ ಅತಿಸುಂದರಿ...’ ಎಂದು ಹೇಳಿ ಪುಸಲಾಯಿಸಿದ. ‘ನನ್ನನ್ನು ಏನೆಂದು ಕರೆದೆ...? ನೀನು ಎಂದೆಯಾ...?’ ಕ್ಷೀಣ ಧ್ವನಿಯಲ್ಲಿ ಆಕೆ ಪ್ರಶ್ನಿಸಿದಳು.

ಮಜ್ಜೆ–ಮಾಂಸವೆಲ್ಲ ಕರಗಿ ದೇಹ ಕೇವಲ ನರಗಳ ಮುದ್ದೆಯಾಯಿತು. ಬೃಹತ್ ಮರವೊಂದು ಹುಲ್ಲು ಕಡ್ಡಿಯಾದಂತಾಯಿತು. ಅಷ್ಟರಲ್ಲಿ ಆತ ಆಕೆಯನ್ನು ಅಪ್ಪಿಕೊಂಡ. ಆಕೆ ಚಡಪಡಿಸಿದಳು. ಆತ ಹಿಡಿತ ಬಿಗಿ ಮಾಡಿದ ‘ಬಿಡಲಾರೆ, ನನಗೆ ನೀನು ಬೇಕು’ ಎಂದು ಏದುಸಿರು ಬಿಟ್ಟ. ‘ರೋಮಿ, ಬೇಡ ಹೀಗೆಲ್ಲ ಮಾಡಬಾರದು’ ಎಂದು ಹೇಳಿ ಆಕೆ ಕೊಸರಿಕೊಳ್ಳಲು ಪ್ರಯತ್ನಿಸಿದಳು. ‘ಹೌದು, ಹೀಗೆಲ್ಲ ಮಾಡಬಾರದು, ಬಿಡಿಸಿಕೊಳ್ಳಲು ಪ್ರಯತ್ನಿಸಬಾರದು’ ಎಂದು

ಆತ ತಮಾಷೆ ಮಾಡಿದ. 'ಸೆಪ್ಟೆಂಬರ್ 30. ಖಾತೆ ಮುಚ್ಚುವ ದಿನ. ಅಲ್ಲಲ್ಲ, ಖಾತೆ ತೆರೆಯುವ ದಿನ. ನನ್ನ ನಿನ್ನ ಸ್ನೇಹದ ಸ್ಥಿರ ಖಾತೆ...'

ಸ್ಥಿರ ಖಾತೆ... ಆತ ಹಳೆಯದೊಂದು ಫೋಲ್ಡರ್ ತೆರೆದ. ಹಳೆಯ ಇ-ಮೇಲ್‌ಗಳನ್ನು ತೆರೆದು 'ಐ ಡ್ರೀಂ ಯೂ... ದೇರ್‌ಫೋರ್ ಐ ಯಾಮ್...' ಎಂದು ಓದಿದ. ಪ್ರೇಮದ ಮರ ಬೆಳೆಯಿತು. ಅದರ ತುಂಬ ಮುದ ನೀಡುವ ಎಲೆಗಳು. ಆತ ಯೋಚಿಸಿದ: ಆಕೆ ಒಳ್ಳೆಯ ಪ್ರೇಯಸಿ. ಅಲ್ಲದಿದ್ದರೂ ವಯಸ್ಸಿನಲ್ಲಿ ದೊಡ್ಡ ಹೆಂಗಸರು ಪ್ರೀತಿಸಲು ಒಳ್ಳೆಯ ಆಯ್ಕೆ. ಪ್ರಿಫರೆಬಲಿ, ಅವಿವಾಹಿತರು, ಪುರುಷನ ಬಗ್ಗೆ ತಿಳಿಯದವರು, ಆತನ ಕುರಿತು ಕನಸು ಕಾಣುವವರು. ಪಾಪ, ಅವರಿಗೆ ಪ್ರೀತಿ ಏನೆಂದು ಗೊತ್ತಿರುವುದಿಲ್ಲ, ಪ್ರೇಮದ ಸಿಹಿ ಉಂಡಿರುವುದಿಲ್ಲ. ಚುಂಬನದ ರೋಮಾಂಚಕ ಅನುಭವ ಇರುವುದಿಲ್ಲ. ಕಾದು ಕಾದು ಬೇಸರಗೊಂಡು ಸತ್ತೇ ಹೋಗುವರು. ಇಂಥ ಸಂದರ್ಭದಲ್ಲಿ ಒಂದು ಎಳೆ ಸಿಕ್ಕಿದರೂ ಸಾಕು, ಮುಗಿಬಿದ್ದು ಅಪ್ಪಿಕೊಳ್ಳುವರು. ಹತ್ತಿರ ಹೋಗಿ ನೋಡಿದರೆ ಅದ್ಭುತ-ಅವಳೊಳಗೆ ಒಬ್ಬಾಕೆ ಅಸಾಮಾನ್ಯ ಹೆಣ್ಣು. ಒಣಹುಲ್ಲುಗಾವಲಿನಲ್ಲಿ ಮೋಹದ ಸಾವಿರ ಬೀಜಗಳು ಬಿದ್ದುಕೊಂಡಿವೆ. ಮುಟ್ಟಿ ಕರೆದರೆ ಸಾಕು, ಅವು ಥಟ್ಟನೆ ಎದ್ದೇಳುತ್ತವೆ. ರೆಂಬೆ ಕೊಂಬೆಗಳನ್ನು ಚಾಚಿ ಹೂಗಳನ್ನು ಅರಳಿಸಿ ದೊಡ್ಡ ಮರವಾಗುತ್ತವೆ. ಹಿಂದೆ ಆಡಿದ ಮಾತುಗಳನ್ನು ಆತ ಮತ್ತೊಮ್ಮೆ ನೆನಪಿಸಿಕೊಂಡ: ಇದು ಸ್ಥಿರ ಖಾತೆಯಲ್ಲ, ನಿತ್ಯ ಹೂಡಿಕೆಯ ಖಾತೆ. ಸಾವಿನವರೆಗೂ ಖಾತ್ರಿ ಇರುವಂಥಾದ್ದು. 'ಮುಂದಿನ ಸೆಪ್ಟೆಂಬರ್ 30ರಂದು ರಜೆ ಹಾಕು. ಅಂದು ನಮ್ಮ ವಾರ್ಷಿಕೋತ್ಸವ. ಲೋನ್ ಮಿ ಎ ಡೇ ಆ್ಯಂಡ್ ನೈಟ್...' 'ರೋಮಿ ಬೇಡ, ಬೇಡವೇ ಬೇಡ' ಆಕೆ ತಪ್ಪಿಸಿಕೊಳ್ಳಲು ಪ್ರಯತ್ನಿಸಿದಳು. 'ಬೇಕು, ಬೇಕೇ ಬೇಕು' ಎಂದು ಹೇಳಿದ ಅಂದಿನ ಆ ಸರಸವನ್ನು ಆತ ನೆನಪಿಸಿಕೊಂಡ. ಅವಸರವಸರವಾಗಿ ಆ ಫೋಲ್ಡರ್ ಡಿಲಿಟ್ ಮಾಡಿ. ಹೊಸದೊಂದನ್ನು ತೆರೆದ.

ಸೆಪ್ಟೆಂಬರ್ 30, 2004. ಖಾತೆ ಮುಕ್ತಾಯದ ದಿನ. ರಜೆ ಸಿಗದೇ ಇದ್ದ ದಿನ. ಮೊದಲ ವಾರ್ಷಿಕೋತ್ಸವ ಬೇರೆ. ಇಬ್ಬರೂ ಸಿಕ್ ಲೀವ್ ಹಾಕಿದರು. ಗೆಳೆಯನ ಸಹಕಾರದಿಂದ ಕಾಡಿಗೆ ತೆರಳಿದರು. ಕಾನನದ ನಡುವೆ ಕಟ್ಟಿಗೆಯಿಂದ ನಿರ್ಮಿಸಿದ ಗುಡಿಸಲಿನಂಥ ಕಟ್ಟಡ. ಅಲುಗಾಡಿದಾಗಲೆಲ್ಲ ಸದ್ದು ಮಾಡುತ್ತ ಕಚಗುಳಿ ಇಡುವ ಹಲಗೆಗಳು. ಗಾಜಿನ ಕಿಟಕಿಗಳ ಮೂಲಕ ನೋಡಿದರೆ ಅಲ್ಲೇ, ಸ್ವಲ್ಪ ದೂರದಲ್ಲಿ ದೊಡ್ಡ ಕೆರೆ. ಗಾಳಿಗೆ ಓಲಾಡುವ ಎಲೆಗಳಿಂದ ಹೊರಸೂಸುವ ಸಣ್ಣ ಧ್ವನಿ, ಪಕ್ಷಿಗಳ ಕಲರವ. ಸುಮ್ಮನೇ ನಿಂತು ಕಿವಿಗೊಡುತ್ತಿದ್ದರೆ ಸ್ಪಷ್ಟವಾಗದ ಏನೇನೋ ಸದ್ದು. ತುರುಬು ಕಟ್ಟಿದಂತಿದ್ದ ಕತ್ತಲೆ ದಿಢೀರ್ ಕರಿ

ಕೂದಲನ್ನು ಬಿಚ್ಚಿ ಹರಡಿತು. ಕೆರೆಯ ಬಳಿ ಆನೆಗಳು ಬಂದವು. ವನಪಾಲಕರು ಕಡ್ಡಿಯಿಂದ ತಗಡಿಗೆ ಬಡಿದು ಸದ್ದು ಮಾಡಿ ಅವುಗಳನ್ನು ಓಡಿಸಿದರು. ಆ ಶಬ್ದ ದೂರದಲ್ಲಿ ಪ್ರತಿಧ್ವನಿಸುತ್ತಿದ್ದಂತೆ ಆ ಕಡೆಯಿಂದ ಕಾಡುಕೋಣಗಳ ಹೂಂಕಾರ. ಅರಣ್ಯದೊಳಗೆ ಬರೀ ರೋಧನವೇ ಕೇಳಿಸಿತು. ಬಿದಿರಿನ ಮೆಳೆಗಳು ಒಮ್ಮೆ ಓಲಾಡಿದವು. ಮರುಕ್ಷಣದಲ್ಲೇ ಚಿಂಯ್... ಚಿಟರ್‌ರ್‌ರ್ ಎಂದು ಸದ್ದು ಮಾಡುತ್ತ ನೆಲಕ್ಕೆ ವಾಲಿದವು. ಜೋರು ಗುಡುಗು. ಸುತ್ತಲೂ ಕತ್ತಲು.

ಚಿಮಿಣಿ ದೀಪದ ಬೆಳಕು ಅಲ್ಲಲ್ಲಿ ಮಿನುಗಿತು. ನೂರಾರು ಬಗೆಯ ಚಿಟ್ಟೆಗಳ ಹಾರಾಟ. 'ಭಯವಾಗುತ್ತಿದೆಯೇ...?' ಆತ ಕೇಳಿದ. 'ಹೆದರಿಕೆಯೇ ಯಾಕೆ...' ಆಕೆ ಆತಂಕದಲ್ಲೇ ನಕ್ಕಳು. 33 ವರ್ಷದ ಮಹಿಳೆ, ಅವಿವಾಹಿತೆ. ಐದು ವರ್ಷ ಕಿರಿಯ ಯುವಕನೊಂದಿಗೆ ಅರಣ್ಯದ ಮಧ್ಯದಲ್ಲಿ... ಆತ ತನ್ನ ಕೈಯನ್ನು ಆಕೆಯ ಅಂಗೈ ಮೇಲೆ ಕೈ ಇಟ್ಟ. 'ಐದು ವರ್ಷಗಳ ವ್ಯತ್ಯಾಸವನ್ನು ಪ್ರೀತಿಯಿಂದಲೇ ಸರಿದೂಗಿಸಲೇ...?' ಆಕೆಯ ಕಣ್ಣಿಂದ ಜಿಗುಗಿದ ನೀರನ್ನು ಒರೆಸಿದ. ಕೂದಲುಗಳೆಡೆಯಲ್ಲಿ ಬೆರಳಾಡಿಸಿ ಸಂತೈಸಿದ. ಅರಣ್ಯ ಇಲಾಖೆಯ ಮೆಸ್‌ನಲ್ಲಿ ಊಟ ಮಾಡಿ ಕತ್ತಲಲ್ಲಿ ವಾಪಸಾಗುವಾಗ ಅಪ್ಪಿ ಮುದ್ದಾಡಿದ. 'ರೋಮಿ, ನೀನೊಬ್ಬ ಪೆದ್ದ...' ಆಕೆ ಹೇಳಿದಳು. 'ಅಲ್ಲ, ನಾನು ಪೆದ್ದನಲ್ಲ' ಎಂದು ಹೇಳಿ ಆತ ಬಿಸಿಯುಸಿರಿನಿಂದ ಕಾದಿದ್ದ ತುಟಿಗಳನ್ನು ಆಕೆಯ ಕತ್ತಿನ ಮೇಲೆ ಒತ್ತಿದ. 'ಈ ಜಗತ್ತಿನ ಅತಿ ಬುದ್ಧಿವಂತ ನಾನೇ. ಅದನ್ನು ಕಾಲವೇ ಸಾಬೀತು ಮಾಡಲಿದೆ ನೋಡು....'

ಹೌದು, ಕಾಲ ಸಾಬೀತು ಮಾಡಿತು. ಆತ ಮತ್ತೊಂದು ಫೋಲ್ಡರ್ ತೆರೆದ. ಹೂ ಬಿರಿದು ಸುಗಂಧ ಬೀರುವ ಮರ. ಅದರ ಬುಡದಲ್ಲಿ ಆತ. ನೀಲಿ ಟಿ–ಶರ್ಟ್ ಮೇಲೆ ಬಿದ್ದಿರುವುದು ಆಕೆಯ ಶಾಲು. ಅದು ಆಕೆಯೇ ತೆಗೆದ ಚಿತ್ರ. ಬೇರೆ ಯಾವ ಚಿತ್ರದಲ್ಲೂ ಇಷ್ಟೊಂದು ಸೌಂದರ್ಯ ಎದ್ದು ಕಾಣುತ್ತಿಲ್ಲ. 'ಯು ಆರ್ ಎ ಗಿಫ್ಟೆಡ್ ಫೋಟೊಗ್ರಾಫರ್...' ಆತ ಅಭಿನಂದನೆಯ ನುಡಿಗಳನ್ನಾಡಿದ. 'ಆ ಚಿತ್ರ ಕ್ಯಾಮರದಿಂದಲ್ಲ, ಹೃದಯಾಂತರಾಳದಿಂದ ತೆಗೆದದ್ದು...' ಆಕೆ ಮತ್ತಷ್ಟು ಬಿರಿದಳು. 'ಎಂಥ ತಮಾಷೆ...' ಆತನಿಗೆ ಒಳಗೊಳಗೇ ನಗು ಬಂತು. ಮಲಗಿದ್ದ ಹಾವನ್ನು ಬಡಿದೆಬ್ಬಿಸಿತ್ತು ಆಕೆಯ ಮಾತುಗಳು. ಆ ಹಾವು ಮೈಯನ್ನೆಲ್ಲ ಸುತ್ತಿತು. ಎಲುಬುಗಳು ಮುರಿದವು. ನಿರ್ದಯವಾಗಿ ಎಲ್ಲವನ್ನೂ ನುಂಗಿತು. ಅಬ್ಬಾ ಆಕೆಯ ಪ್ರೀತಿಯ ಸಾಗರಕ್ಕೆ ಇಷ್ಟೊಂದು ಆಳವಿತ್ತೇ... ಎಷ್ಟು ಆತ್ಮೀಯವಾದ ಸಮರ್ಪಣ ಭಾವ... 'ಸ್ಟುಪಿಡ್...'

ಸ್ಟುಪಿಡ್...ಆಕೆಗೆ ತನ್ನ ಮೇಲೆಯೇ ಅಸಹ್ಯ ಅನಿಸಿತು. ಹೌದು, ನಾನು ಅವಿವೇಕಿ. ನೆನಪುಗಳ ಕಾನನದಲ್ಲಿ ಹಾದಿ ತಪ್ಪಿದವಳು. ಬೃಹತ್ ಮರಗಳ ಕಾಡು, ಮರಗಳ ಮೇಲೆ ಹಕ್ಕಿಗಳ ಗೂಡು. ಮಲೆಗಳ ಮೇಲೆ, ಕಾಡಿನ ಒಳಗೆ ವಿಚಿತ್ರ ಸದ್ದು. ಒಮ್ಮೆ ಮಾತ್ರ ಕಾಡು, ನಂತರ ಊರಷ್ಟೇ. ಊರಲ್ಲ, ನಗರ. ಒಮ್ಮೆಯಷ್ಟೇ ರಾತ್ರಿ. ಉಳಿದಂತೆಲ್ಲ ಹಗಲು. ಎಲ್ಲ ಕಡೆಯೂ ಮುಖ ಮುಚ್ಚಿಕೊಂಡು ಓಡಾಡುವ ಸ್ಥಳಗಳು. ಸಮಯ ಇಲ್ಲ, ಆದಷ್ಟು ಬೇಗ ಸಂಪರ್ಕ ಸಾಧಿಸಬೇಕು. ಬೇಗನೇ ಚೆಕ್ ಔಟ್ ಆಗಬೇಕು. ರಸ್ತೆಗೆ ಇಳಿದು ಅಪರಿಚಿತರಂತೆ ನಡೆದಾಡಬೇಕು... ನಂತರ ಮುಖಾಮುಖಿಯಾದದ್ದೇ ವಿರಳ. ಭೇಟಿಯಾದರೂ ಮಾತು ಕೇವಲ ಔಪಚಾರಿಕ. 'ಹುಷಾರಾಗಿಬೇಕು' ಎಂಬ ಕಾಳಜಿ ಬೇರೆ. 'ಯಾಕೆ ಹುಷಾರಾಗಿರಬೇಕು?' ಆಕೆಗೇನೋ ಸಂದೇಹ. 'ನಿನಗಾಗಿ, ನಮಗಾಗಿ ಹುಷಾರಾಗಿರಬೇಕು. ನಿನಗೆ ಸ್ವಲ್ಪವೂ ಸಹನೆ ಇಲ್ಲವೇ? ನಾನೇನಿದ್ದರೂ ನಿನ್ನವನಲ್ಲವೇ?' ಅಷ್ಟು ಹೇಳಿದರೂ ಆಕೆಗೆ ಸಮಾಧಾನವಾಗಿಲ್ಲ. 'ರೋಮಿ, ನೀನು ನನ್ನನ್ನು ದೂರ ಮಾಡಲು ಪ್ರಯತ್ನಿಸುತ್ತಿರುವೆಯಾ?' ಆತನಿಗೆ ಬೇಸರವಾಯಿತು. 'ನೀನಿಷ್ಟು ಕ್ಷುಲ್ಲಕವಾದರೆ ಹೇಗೆ? ಏನಿಲ್ಲದಿದ್ದರೂ ವಯಸ್ಸು 35 ಕಳೆಯಿತಲ್ಲ...' ಆತನ ಮೊಬೈಲ್ ಪದೇ ಪದೇ ರಿಂಗಣಿಸುತ್ತಿದೆ. ಮುಖಭಾವ ಬದಲಾಗುತ್ತಿದೆ. ಕೆಲವು ಸಲ ಫೋನ್ ಬಂದಾಗ ಎದ್ದು ಹೋಗಿ ಮಾತನಾಡುತ್ತಾನೆ. ಕೆಲವು ಮೆಸೇಜ್‌ಗಳನ್ನು ತಕ್ಷಣ ಡಿಲಿಟ್ ಮಾಡುತ್ತಾನೆ. 'ಯಾರು...'? ಆಕೆ ಕೇಳಿದಳು. ಆತ, 'ಹೇಳಿದರೆ ನಿನಗೆ ಗೊತ್ತಾಗದು' ಎಂದ. ಒಮ್ಮೆ 'ಹಳೆಯ ಗೆಳೆಯ' ಎಂದ. ಮತ್ತೊಮ್ಮೆ 'ಒಬ್ಬ ಕಸ್ಟಮರ್' ಎಂದು ಹೇಳಿದ. ಕೊನೆಗೊಮ್ಮೆ 'ಯಾವನೋ ನನ್ಮಗ, ಕಿರಿಕಿರಿ' ಎಂದ.

ಎಂಥಾ ಕಿರಿಕಿರಿ... ಒಬ್ಬನೇ ಕುಳಿತು ಯೋಚಿಸಿದ. ಎಂಥ ಸ್ವಾರ್ಥಿ. 'ನೋಡು, ನನಗೊಂದು ಕುಟುಂಬ ಇದೆ. ಅಮ್ಮ, ಅಪ್ಪ, ಅಣ್ಣಂದಿರು, ಗೆಳೆಯರು...'

'ಅವರೆಲ್ಲ ಈ ಹಿಂದೆಯೂ ಇದ್ದರಲ್ಲ...'

'ಹೌದು, ಇದ್ದರು. ಇನ್ನೂ ಇರುತ್ತಾರೆ'

'ಹಾಗಿದ್ದರೆ ನಾನು...?' ಆಕೆಯ ಮುಖ ಕೆಂಪಾಯಿತು. ಮೌನ ಆವರಿಸಿತು. 'ಯಾಕೆ ಉತ್ತರಿಸುತ್ತಿಲ್ಲ... ನಿನಗೆ ಸಾಕಾಯಿತೇ...?' ಆಕೆಯ ಮೈ ನಡುಗಿತು. 'ನನಗೆ ಹೀಗೆಯೇ ಆಗಬೇಕು. ನನ್ನಂಥವಳಿಗೆ ಹೀಗೆಯೇ ಆಗಬೇಕು. ಇಷ್ಟು ವರ್ಷ ಕಾದು ಕುಳಿತು...'

'ಕಾದು ಕುಳಿತದ್ದೇ? ಯಾರಿಗಾಗಿ, ನನಗಾಗಿಯೇ?. ನಿನಗೆ ಬೇರೆ ಯಾರೂ ಸಿಗಲಿಲ್ಲ. ಅದಕ್ಕಾಗಿ ಕಾದೆ ಅಷ್ಟೇ' ಆತ ಕಿರುಚಿದ.

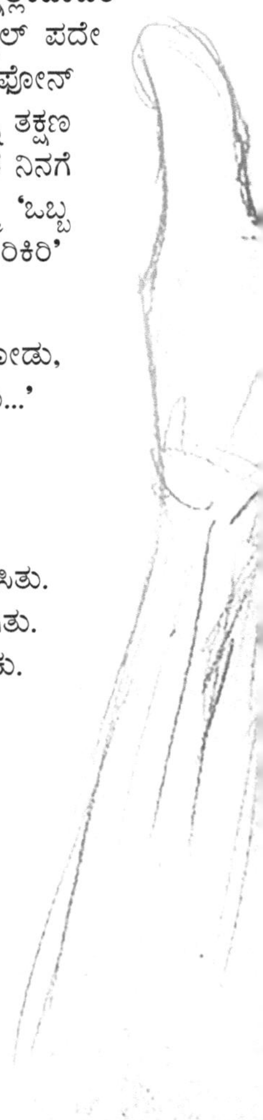

ಆಕೆಗೆ ನೆಲ ಬಿರಿದಂತಾಯಿತು. 'ಏನು ಹೇಳಿದೆ ನೀನು...?'

'ಯಾಕೆ, ಹೇಳಿದಾಗ ಕೇಳಿಸಿಕೊಳ್ಳಲಿಲ್ಲವೇ. ಎಲ್ಲ ಕಾಲದಲ್ಲಿ ಎಲ್ಲವೂ ಒಂದೇ ರೀತಿ ಇರಬೇಕೆಂದೇನೂ ಇಲ್ಲ. ಮನುಷ್ಯ ಬದಲಾಗ್ತಾನೆ, ಕೆಲವೊಂದನ್ನು ಅಡಗಿಸಿಡುತ್ತಾನೆ, ಸಾಯುತ್ತಾನೆ. ಅದು ಪ್ರಕೃತಿ ನಿಯಮ...' ಆತ ಫೋಲ್ಡರ್ ಡಿಲಿಟ್ ಮಾಡಿದ. ಹಳೆಯದನ್ನೆಲ್ಲ ಹೊರಗೆ ಚೆಲ್ಲುವ ಕಾಲ ಬಂತು. ಸೆಪ್ಟೆಂಬರ್ 30, ಖಾತೆ ಮುಕ್ತಾಯಗೊಳಿಸುವ ದಿನ.

ಸೆಪ್ಟೆಂಬರ್ 30, 2005. ಆಕೆ ಒಂದೊಂದೇ ಫೈಲ್ ತೆಗೆದು ಮುಚ್ಚಿಟ್ಟಳು. ಫೋಲ್ಡರ್‌ಗಳನ್ನು ಒಂದರ ನಂತರ ಒಂದನ್ನು ಡಿಲಿಟ್ ಮಾಡಿದಳು. ಸಿಸ್ಟಂ ನಿಧಾನಕ್ಕೆ ಶಟ್ ಡೌನ್ ಆಯಿತು. ಸಹೋದ್ಯೋಗಿಯೊಬ್ಬಳು ಛೇಡಿಸುವ ದನಿಯಲ್ಲಿ ಜೋರಾಗಿ ಹೇಳಿದಳು–'ನಿನಗೆ ಗೊತ್ತೇ? ಬೆಕ್ಕೊಂದು ಕಣ್ಣು ಮುಚ್ಚಿ ಹಾಲು ಕುಡಿಯುತ್ತಿದೆ...' ಇತರರು ಗೊತ್ತಿಲ್ಲ ಎಂಬಂತೆ ತಲೆ ಆಡಿಸಿದರು.

'ನಮ್ಮ ರೋಮಿ, ಮುಂದಿನ ವಾರ ಆತನ ನಿಶ್ಚಿತಾರ್ಥ. ನಮ್ಮನ್ನು ಯಾರನ್ನೂ ಆಹ್ವಾನಿಸುವುದಿಲ್ಲವಂತೆ...'

ಆಕೆ ರೋಷದಿಂದ ನಡುಗುತ್ತಾಳೆ. ನಂತರ ದೇಹವಿಡೀ ಮರಗಟ್ಟುತ್ತದೆ. ದೊಡ್ಡ ಸ್ಫೋಟದೊಂದಿಗೆ ಛಿದ್ರವಾಗುತ್ತದೆ.

ಸಹೋದ್ಯೋಗಿ ಹೇಳಿದಳು 'ನಾವ್ಯಾರಾದರೂ ಅಡ್ಡಗಾಲಿಟ್ಟರೆ... ಅದಕ್ಕೇ ಯಾರಿಗೂ ಹೇಳದೆ ನಿಶ್ಚಿತಾರ್ಥ'

ಆಕೆ ನಡುಗುವ ತುಟಿಗಳನ್ನು ಕಚ್ಚಿ ನಗುತ್ತಾಳೆ, ಕಣ್ಣುಗಳು ಮಂಜಾಗುತ್ತವೆ. ದೃಷ್ಟಿ ಮಂದವಾಗುತ್ತದೆ. ಆದರೆ ಕಣ್ಣು ಮುಚ್ಚಿದರೂ ಕಾಡು ಕಾಣುತ್ತಿದೆ. ಕಾಡು, ರೆಂಬೆ, ಕೊಂಬೆ, ಅಪ್ಪಿ ಹಿಡಿಯಲು ಪ್ರಯತ್ನಿಸಿದರೆ ಕೈಗಳೊಳಗೆ ಬಂಧಿಯಾಗದ ಹೆಮ್ಮರಗಳು. ಕಾಡನ್ನು ಮರೆಯಲಾಗುತ್ತಿಲ್ಲ. ಆತ ದೂರವಾಗುತ್ತಾನೆ.

'ನೀನು ಅದನ್ನೆಲ್ಲ ಮರೆಯಬೇಕು ಎಂದು ಹೇಳಿದವರು ಯಾರು? ಮದುವೆ ಯಾವುದಕ್ಕೂ ಅಂತ್ಯವಲ್ಲ. ಮತ್ತೆ, ಯಾವುದಾದರೂ ಬಗೆಯಲ್ಲಿ ನನಗೆ ತೊಂದರೆ ಕೊಡಲು ಪ್ರಯತ್ನಿಸಿದರೆ ನೋಡು, ಕ್ಲಿಪಿಂಗ್‌ಗಳು ಅನೇಕ ಇವೆ ನನ್ನ ಬಳಿ...'

ಆಕೆಯ ಕಣ್ಣುಗಳಲ್ಲಿ ಬೆಂಕಿಯುಂಡೆ.

'ನಾಚಿಕೆ ಇಲ್ಲವೇ ನಿನಗೆ...?'

‘ಇದರಲ್ಲಿ ನಾಚಿಕೆಪಡುವಂಥಾದ್ದು ಏನಿದೆ...?’ ಆತ ಕಂಪ್ಯೂಟರ್ ರೀಸ್ಟಾರ್ಟ್ ಮಾಡಿದ. ಬದುಕು ಹಾಗೆಯೇ ಅಲ್ಲವೇ...? ಕೆಲವನ್ನು ಮುಚ್ಚುವುದು, ಇನ್ನು ಕೆಲವನ್ನು ತೆರೆಯುವುದು. ಯಾವುದನ್ನು ಜೊತೆಯಲ್ಲಿ ಇರಿಸಿಕೊಳ್ಳಲು ಇಷ್ಟವಿಲ್ಲವೋ ಅದನ್ನು ಮುಗಿಸಿಯೇ ಬಿಡುವುದು. ಎಲೆಗೂ ಮುಳ್ಳಿಗೂ ಕೇಡು ಬಾರದಂತೆ ಅದನ್ನು ನಿಭಾಯಿಸಬೇಕಷ್ಟೆ. ಮಾತುಕೊಟ್ಟದ್ದು, ಆಸೆ ಹುಟ್ಟಿಸಿದ್ದೆಲ್ಲ ನಿಜ. ಅದೆಲ್ಲ ಬದುಕಿನಲ್ಲಿ ಸಹಜವಲ್ಲವೇ? ಒಂದು ಕಡೆ ಉತ್ತಮ ಜೀವನ ನನಗಾಗಿ ಕಾಯುತ್ತಿದೆ. ಆಕೆ ಸುಂದರಿ, ಶ್ರೀಮಂತೆ. ಕುಟುಂಬದವರು ಮತ್ತು ಗೆಳೆಯರ ಬಳಗದ ಮುಂದೆ ಅಭಿಮಾನದಿಂದ ಕರೆದುಕೊಂಡು ಹೋಗಬಹುದು. ಮತ್ತೊಂದೆಡೆ ತನಗಿಂತ ಹೆಚ್ಚು ವಯಸ್ಸಿನ ಮಹಿಳೆ. ಕೆಲಸದ ಜಾಗದಲ್ಲಿ ಸೀನಿಯರ್. ಅದಕ್ಕೆ ತಕ್ಕಂತೆ ಮೇಲರಿಮೆ.

ಜೊತೆಯಲ್ಲೇ ಇದ್ದರೆ ಮುಂದೆ ದೊಡ್ಡ ಸಮಸ್ಯೆ ಆಗಬಹುದು. ಆಗ ಬೇರ್ಪಡಲೇಬೇಕಲ್ಲವೇ?

‘ಆದರೆ ಅಂದು ಕೊಟ್ಟ ಮಾತು..?’

‘ಓ ಅದಾ... ಯುದ್ಧ ಮತ್ತು ಪ್ರೀತಿಯಲ್ಲಿ ಏನೆಂದು ಹೇಳುವುದು? ನಂಬಿದ್ದು ನಿನ್ನ ತಪ್ಪು...’

‘ಹೌದು, ನಿಜ’ ಆಕೆ ನಿಟ್ಟುಸಿರುಬಿಟ್ಟಳು.

ಆಕೆ ಸಿಹಿ ಹಂಚಿದಳು. ‘ನನ್ನ ಮದುವೆ ಕೂಡ ನಿಶ್ಚಯವಾಯಿತು. ನೀನು ಬರಲೇಬೇಕು. ಆದರೆ ಅದಕ್ಕೂ ಮೊದಲು ಒಂದು ರಾತ್ರಿ... ನೆನಪಿನಲ್ಲಿರಿಸಿಕೊಳ್ಳಲು ಕೊನೆಯ ಒಂದು ರಾತ್ರಿ...ಅಂದು ಕಾಡಿನಲ್ಲಿ ಕಳೆದ ಆ ಮೊದಲ ರಾತ್ರಿಯಂತೆ...’

ಆತ ಸಿಹಿ ಸವಿದ. ‘ಬರುವೆ. ನಾನು ಎಲ್ಲದರಲ್ಲೂ ಜೊತೆ ಇರುವೆ. ಮೊದಲೇ ಹೇಳಿದೆನಲ್ಲ, ಮದುವೆ ಯಾವುದಕ್ಕೂ ಕೊನೆಯಲ್ಲ’

ಸೆಪ್ಟೆಂಬರ್ 30, 2005. ಕಾರ್ಗತ್ತಲು. ಕೆಲಸ ಮುಗಿಸಿ ಹೋಗುತ್ತಿದ್ದಾಗ ರಾತ್ರಿ ದೊಡ್ಡ ಕಾಡಿನಂತೆ ಭಾಸವಾಯಿತು. ಎರಡನೇ ಮಹಡಿಯಲ್ಲಿದ್ದ ಬಾಡಿಗೆ ಮನೆ ಬೃಹತ್ ಮರದ ಕೊಂಬೆಯಂತೆ ಕಂಡಿತು. ಎಚ್ಚರಿಕೆಯಿಂದ ಮೆಟ್ಟಿಲುಗಳನ್ನು ಏರಿದಳು. ಬೆಳಿಗ್ಗೆ ಖರೀದಿಸಿಟ್ಟಿದ್ದ ಮಲ್ಲಿಗೆಯ ಘಮ ಕೊಠಡಿಯನ್ನು ಪೂರ್ತಿಯಾಗಿ ಆವರಿಸಿತ್ತು. ಸ್ನಾನ ಬೇಗ ಮುಗಿಯಿತು. ರೇಷ್ಮೆಸೀರೆ ಉಟ್ಟುಕೊಂಡು ತುರುಬನ್ನು ಮಲ್ಲಿಗೆಯಿಂದ ಸಿಂಗರಿಸಿದಳು. ಕಣ್ಣಿಗೆ ಕಾಡಿಗೆ ಹಚ್ಚಿ ಮೈಮೇಲೆ ಸುಗಂಧ ದ್ರವ್ಯ ಪೂಸಿದಳು. ಆತನಿಗೆ ಕರೆ ಮಾಡಿ ‘ಒಂದು ಬಾರಿ, ಇದೊಂದು

ಬಾರಿ. ಕೊನೆಯದಾಗಿ. ಇನ್ನೆಂದೂ ಕೇಳಲಾರೆ' ಎಂದು ನೆನಪಿಸಿದಳು. ದಾರಿ ಕಾಯುತ್ತಿದ್ದಾಗ ಆಕೆ ಕಾಳ್ಗಿಚ್ಚಿನಲ್ಲಿ ಬೆಂದಳು. ಆತನಿಗೆ ಒಮ್ಮೆಯೂ ತನ್ನನ್ನು ಕಾಡಾಗಿ ಕಾಣಲು ಸಾಧ್ಯವಾಗಲಿಲ್ಲವಲ್ಲ ಎಂದು ಬೇಸರಿಸಿದಳು. ತಾನೊಂದು ಬೆಂಕಿಪೊಟ್ಟಣವಾಗಿ ಮಾತ್ರ ಬಳಕೆಯಾದೆನಲ್ಲ ಎಂದು ನೊಂದಳು. ಒಳಗೆ ತುಂಬ ಕಡ್ಡಿಗಳಿರುವ ಬರೀ ಬೆಂಕಿಪೊಟ್ಟಣವಾದೆ. ಒಂದು ಗ್ಯಾಸ್ ಸ್ಟವ್ ಉರಿಸಲಷ್ಟೇ ಬಳಕೆಯಾಗುವಂಥಾದ್ದು. ಬಳಸಿದ ಮೇಲೆ ನಂದಿಸಿ ಬಿಸಾಕುವಂಥಾದ್ದು. ಪಾಪ, ಆತ ತಪ್ಪು ತಿಳಿದುಕೊಂಡಿದ್ದ. ಕಾಡು ಅಷ್ಟು ಬೇಗ ಉರಿಯುತ್ತದೆಯೇ? ಉರಿದರೆ ನಂದುತ್ತದೆಯೇ? ಉರಿದದ್ದು ತಪ್ಪೆಂದು ಹೇಳುವುದಾದರೆ ಉರಿಸಿದ್ದು ಅದಕ್ಕಿಂತ ದೊಡ್ಡ ತಪ್ಪು. ಹಂಚಿಕೊಂಡ ಪ್ರಮಾದಕ್ಕೆ ಸಮಾನ ಪ್ರಾಯಶ್ಚಿತ್ತ.

ಸೆಪ್ಟೆಂಬರ್ 30, 2005. ಕೆಲಸ ಮುಗಿಸುವ ಉದ್ದೇಶದಿಂದ ಆತ ಬಂದ. ಕಳ್ಳಹೆಜ್ಜೆ ಇರಿಸುತ್ತ ಮೆಟ್ಟಿಲುಗಳನ್ನೇರಿದ. ಚಿಲಕ ಹಾಕದ ಬಾಗಿಲು ಬಡಿಯದೆಯೇ ತೆರೆಯಿತು. ಕತ್ತಲೆಯೆಡೆಗೆ ಸಾಗಿದ. ಆಕೆ ಆತನನ್ನು ಅತ್ಯುತ್ಸಾಹದಿಂದ ಬರಮಾಡಿಕೊಂಡಳು.

'ಇದು ಅರಣ್ಯ. ನಾವಿಲ್ಲಿ ಕಾಳ್ಗಿಚ್ಚು ಸೃಷ್ಟಿಸೋಣ...' ಆಕೆ ಆತನನ್ನು ಉದ್ರೇಕಿಸಿದಳು. ಆತ ಸಂಪೂರ್ಣವಾಗಿ ಮಣಿದ. ಅಷ್ಟರಲ್ಲಿ ಆಕೆ ಬೆಂಕಿಕಡ್ಡಿ ಗೀರಿದಳು. ಮೇಣದ ಬತ್ತಿ ಹಚ್ಚಿದಳು. ಮೊದಲೇ ಏರ್ಪಾಟು ಮಾಡಿದ್ದವರು ಓಡಿ ಬಂದರು. ಬಾಗಿಲನ್ನು ಒದ್ದು ಒಳಗೆ ನುಗ್ಗಿದರು. ನಿಗೂಢಗಳು ತುಂಬಿದ ಅರಣ್ಯದಂತಿರುವ ಕಾಂಕ್ರೀಟ್ ಕಾಡಿನೊಳಗೆ ಬೆಂಕಿ ಹಬ್ಬಿತು. ಜನರ ಗುಂಪಿನ ನಡುವೆ, ಕ್ಯಾಮರಾ ಕಣ್ಣುಗಳ ಮುಂದೆ ಹೆದರಿ ನಡುಗುತ್ತ ಕಾಜಾಣದಂತೆ ಆಕೆ ಅಭಿನಯಿಸಿದಳು. 'ಕಾಡಿನ ಬೆಂಕಿ', ಅನೈತಿಕ ಚಟುವಟಿಕೆ ಆರೋಪದ ಮೇಲೆ ಬಂಧನಕ್ಕೆ ಒಳಗಾಗಿ ಪೊಲೀಸ್ ವಾಹನದಲ್ಲಿ ಕುಳಿತಿದ್ದಾಗ ಬೆಂಕಿಯುಗುಳುತ್ತಿದ್ದ ಆತನ ಬಳಿ ಆಕೆ ಹೇಳಿದಳು: 'ನೋಡು ನನ್ನ ಕಣ್ಣುಗಳಲ್ಲಿ ಈಗಲೂ ಕಾಳ್ಗಿಚ್ಚು...'

ಗಂಡು ಪಿಶಾಚಿ

ಅವಳು ಒಬ್ಬಂಟಿಯಾಗಿದ್ದಳು. ಕೆಲವು ಪಯಣಗಳು ಹೀಗೆಯೇ, ಒಬ್ಬಂಟಿಯಾಗಿದ್ದರೇನೆ ಚೆನ್ನ. ಮಾಜಿ ಪ್ರಿಯಕರ ಸಾವಿಗೀಡಾದ ಬಂಗಲೆಯ ಕಡೆಗೆ ಹೆಜ್ಜೆ ಹಾಕುವಾಗ ಅವಳ ವೇಗ ಹೆಚ್ಚಿತ್ತು. ಮುಖ್ಯರಸ್ತೆಯಿಂದ ಆಚೆ ಸರಿದು, ಹುತ್ತಗಳು ಎದ್ದುನಿಂತಿದ್ದ ಎಸ್ಟೇಟ್‌ನ ಒಳಗೆ ಕಾಲಿಡುವಾಗಲೇ ಹಗಲು ಸತ್ತುಹೋಗಿತ್ತು. ರಾವಣನ ಕೋಟೆಯತ್ತ ಸಾಗುವ ಕಳ್ಳದಾರಿಯಂತಿದ್ದ ಮಣ್ಣಿನ ಹಾದಿಯ ಕೊನೆಯಲ್ಲಿ, ಗುಡ್ಡದ ಮೇಲಿದ್ದ ಬಂಗಲೆಯನ್ನು ದಿಟ್ಟಿಸುತ್ತಿದ್ದ ಆಕೆಗೆ ಕ್ರೂರ ಜಂತುವೊಂದು ಕತ್ತಲಲ್ಲಿ ಅವಿತು ಕೂರಲು ಪ್ರಯತ್ನಿಸುತ್ತಿರುವಂತೆ ಗೋಚರಿಸಿತು. ಆ ಸಂಜೆ ಆಕೆಗೆ ಸೊಗಯಿಸಲಿಲ್ಲ. ದಿನಕರನ ಕತ್ತುಕುಯ್ದಾಗ ಚೆಲ್ಲಿದ ನೆತ್ತರು ಹೆಪ್ಪುಗಟ್ಟಿ ಕಪ್ಪಿಟ್ಟಂತಿದ್ದ ವಾತಾವರಣಕ್ಕೆ ಮರ–ಗಿಡಗಳು ಅಂಟಿಕೊಂಡಿದ್ದಂತೆ ಭಾಸವಾಯಿತು. ದಿಢೀರನೆ ಪೊದೆಯೊಳಗೆ ಯಾರೋ ಏದುಸಿರು ಬಿಟ್ಟಂತೆ ತೋರಿತು. ಆವೇಶದಿಂದ ಒಮ್ಮೆ

ಚೀರುತ್ತ, ಮತ್ತೊಮ್ಮೆ ರೋಧಿಸುತ್ತ ದೊಡ್ಡ ತಲೆಯ ಹಕ್ಕಿಯೊಂದು ಸನಿಹದಲ್ಲೇ ಹಾರಿತು. ದೂರದಲ್ಲಿ ನಾಯಿಯೊಂದು ಪ್ರಾಣಭಯದಲ್ಲಿ ಬೊಗಳಿದ್ದು ಕೇಳಿಸಿತು.

ಬಂಗಲೆಯ ಈಗಿನ ಮಾಲೀಕ ಕೆಲಸಕ್ಕೆ ನಿಲ್ಲಿಸಿದಾತ ಮತ್ತು ಆತನ ಪತ್ನಿ ಕಮಾನುಗಳಿಂದ ಅಲಂಕೃತವಾಗಿರುವ ಹಜಾರದಲ್ಲಿ ನಿಂತು ಆಕೆಯನ್ನೇ ಗಮನಿಸಿದರು. ಒಬ್ಬಂಟಿ ಹೆಣ್ಣನ್ನು ನೋಡಿ ಅವರಿಗೆ ಗಾಬರಿಯಾಯಿತು. ಬಂದ ಟ್ಯಾಕ್ಸಿಯಲ್ಲೇ ವಾಪಸ್ ಕಳುಹಿಸಲು ಶತ ಪ್ರಯತ್ನ ಮಾಡಿದರು. ಕೊಲೆ ನಡೆದ ನಂತರ ಈ ಬಂಗಲೆಯಲ್ಲಿ ರಾತ್ರಿ ಕಳೆದವರಿಲ್ಲ. ಅಂಥ ಸಾಹಸ ಮಾಡಲು ಬಂದ ಮೂವರು ಈಗಾಗಲೇ ಜೀವ ಕಳೆದುಕೊಂಡಿದ್ದಾರೆ ಎಂದು ಹೇಳಿ ಹೆದರಿಕೆ ಹುಟ್ಟಿಸಿದರು. ಆದರೆ ಅದ್ಯಾವುದೂ ಆಕೆಗೆ ನಾಟಲಿಲ್ಲ. ಆಕೆ ವಿಚಲಿತಳಾಗಲಿಲ್ಲ. ಆತನ ಜೊತೆಗಿನ ಸಂಬಂಧ ಕಳೆದುಕೊಂಡ ನಂತರ ಆಕೆ ಹೀಗೆಯೇ, ಯಾವುದಕ್ಕೂ ಹೆದರುವುದಿಲ್ಲ. ಗಾಜಿನ ಪೆಟ್ಟಿಗೆಯೊಳಗೆ ಹಾಕಿಟ್ಟ ನಿಶ್ಚಲ ದೇಹದಂತೆ ಆಗಿತ್ತು ಅವಳ ಪರಿಸ್ಥಿತಿ. ಎಲ್ಲವೂ ಯಾಂತ್ರಿಕವಾಗಿತ್ತು. ಒಟ್ಟಾರೆ ಉಸಿರುಗಟ್ಟಿದಂಥ ಪರಿಸ್ಥಿತಿ. ಇದರಿಂದ ಮುಕ್ತಿ ಪಡೆಯುವುದೇ ಬಂಗಲೆಯ ಕಡೆಗಿನ ಅವಳ ಪಯಣದ ಉದ್ದೇಶವಾಗಿತ್ತು. ಪ್ರಿಯಕರ ಕೊನೆಯ ದಿನ ಕಳೆದ ಕೊಠಡಿಯಲ್ಲೇ ಆ ರಾತ್ರಿ ಕಳೆಯಬೇಕು ಎಂಬುದು ಆಕೆಯ ಆಸೆಯಾಗಿತ್ತು. ಅಲ್ಲಿಗೆ ತಲುಪಿದ ಮೇಲೆ, ವರ್ಷಗಳ ಹಿಂದೆ ಆತನಲ್ಲಿ ಸೇರುವುದಕ್ಕಾಗಿ ಖರೀದಿಸಿದ್ದ, ರಾತ್ರಿಯ ಮೋಹಕ ಘಳಿಗೆಗಳಿಗೆ ರಂಗು ತುಂಬುವ ಬಟ್ಟೆಯನ್ನು ಹಾಕಿಕೊಂಡಳು. ಅಮೃತಶಿಲೆಯಲ್ಲಿ ಕಡೆದು ನಿಲ್ಲಿಸಿದ್ದ ಬೃಹತ್ ಕಂಬಗಳು ಮತ್ತು ಸುಂದರ ಕಮಾನುಗಳಿರುವ ಹಜಾರದಿಂದ ತೊಡಗಿ ಭೋಜನ ಕೊಠಡಿಯ ಬದಿಯಿಂದ ಸಾಗಿದರೆ ಸಿಗುವ ಅಡುಗೆಮನೆಯ ಹತ್ತಿರ ತಲುಪಿದರೆ ನೆಲಮಾಳಿಗೆ ಸಿಗುತ್ತದೆ.

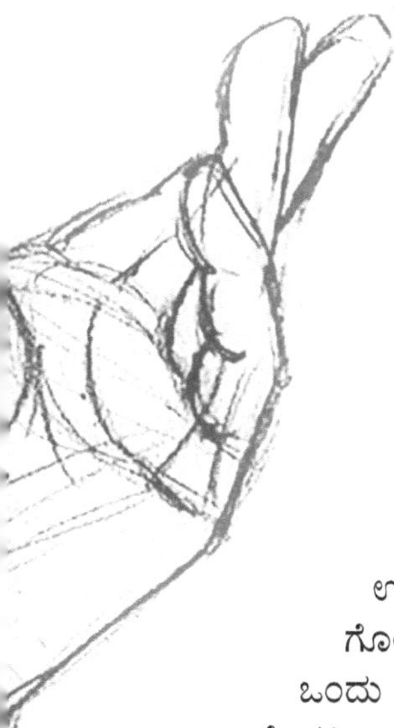

ಊಟದ ನಂತರ ಹಜಾರದಲ್ಲಿ ಶತಪಥ ಹಾಕುತ್ತಿದ್ದ ವೇಳೆ ಗೋಡೆಯಲ್ಲಿ ನೇತು ಹಾಕಿದ್ದ ಚಿಗರೆಗಳ ತಲೆಗಳನ್ನೇ ನೋಡುತ್ತ ಒಂದು ಕ್ಷಣ ಆಕೆ ಮೈಮರೆತಳು. ಅಷ್ಟರಲ್ಲಿ ಅಲ್ಲಿಗೆ ಬಂದ ಕೆಲಸದವನ ಹೆಂಡತಿ ಮಾರಿಗುಡಿಯಿಂದ ತಂದಿದ್ದ ಕುಂಕುಮವನ್ನು ಹಣೆಗಿಟ್ಟಳು. ಕೈಗೊಂದು ನೂಲನ್ನೂ ಕಟ್ಟಿದಳು. ಅಷ್ಟರಲ್ಲಿ ಆಕೆ ಒಂದು ಕ್ಷಣ ಬೆಚ್ಚಿಬಿದ್ದಳು. ಮೊದಲ ಸಮಾಗಮದ ನಂತರ ಮಾಜಿ ಪ್ರಿಯಕರನೂ ಆಕೆಯ ಹಣೆಗೆ ಇದೇ ರೀತಿ ಕುಂಕುಮದ ಬೊಟ್ಟು ಇಟ್ಟಿದ್ದ. ಕೆಲಸದವ ಪತ್ನಿಯ ಜೊತೆ ಅವರು ವಾಸಿಸುವ ಗುಡಿಸಲಿಗೆ ತೆರಳಿದ ನಂತರ ಇಡೀ ಬಂಗಲೆಯಲ್ಲಿ ಆಕೆ ಒಬ್ಬಂಟಿಯಾದಳು. ಕೈಗೆ ಕಟ್ಟಿದ ದಾರವನ್ನು ಆಕೆ ಬಿಚ್ಚಿ ಎಸೆದಳು. ಹಣೆಯಿಂದ ಕುಂಕುಮವನ್ನು

ಒರೆಸಿ ತೆಗೆದಳು. ನಂತರ ಪ್ರಿಯಕರನ ಪ್ರೇತವನ್ನು ಕಲ್ಪನೆ ಮಾಡಿ ತನ್ನ ಮುಂದೆ ಆವಾಹಿಸಲು ಪ್ರಯತ್ನಿಸಿದಳು. ಆಗ ಅವಳ ಪಾಲಿಗೆ ಭಯವೂ ಆತಂಕವೂ ರತಿಯೂ ಎಲ್ಲ ಒಂದೇ ಆಗಿತ್ತು.

ಆಕೆ ನಿಧಾನಕ್ಕೆ ನಿದ್ದೆಗೆ ಜಾರಿದಳು. ನಾಯಿಯೊಂದು ವಿಚಿತ್ರ ರೀತಿಯಲ್ಲಿ ಸದ್ದು ಮಾಡಿದಾಗ ಅವಳಿಗೆ ಎಚ್ಚರವಾಯಿತು. ಬೊಬ್ಬಿಡುವ ನಾಯಿಗಳ ಸಂಖ್ಯೆ ಎರಡಾಯಿತು, ನಾಲ್ಕಾಯಿತು, ನಂತರ ಲೆಕ್ಕಕ್ಕೆ ಸಿಗದಷ್ಟಾಯಿತು. ಪರಿಸರವಿಡೀ ಭೀಕರವಾಯಿತು. ಅಷ್ಟರಲ್ಲಿ ಪ್ರೇತ ಬಂತು. ಸುತ್ತಲೂ ಕತ್ತಲು. ಕೆಳಗಿನ ಕೊಠಡಿಯಲ್ಲಿ ಯಾರೋ ಕೂಗಿದಂತೆ ಕೇಳಿಸಿತು. ನಂತರ ಎಲ್ಲ ಸದ್ದು ಒಮ್ಮೆಲೇ ನಿಂತುಹೋಯಿತು. ಹೆದರಿಕೆ ಹುಟ್ಟಿಸುವಂಥ ನೀರವ. ಆಕೆ ಬಾಲ್ಕನಿಯ ಕಡೆಗಿರುವ ಬಾಗಿಲು ತೆರೆದಳು. ಜಂತಿಗಳಿಲ್ಲದ ದೊಡ್ಡ ಕಿಟಕಿಗಳು ತೆರೆದೇ ಇದ್ದವು. ಹೊರಗೆ ಹೋಗಿ ನೋಡಿದರೆ ಪಕ್ಕದ ಕೋಣೆಯ ಬಾಗಿಲು ಕೂಡ ತೆರೆದಿತ್ತು. ಅಲ್ಲಲ್ಲಿ ಯಾರೋ ಓಡಾಡುವಂತೆ, ಕೆಲವರು ಏದುಸಿರು ಬಿಡುವಂತೆ ಕೇಳಿಸಿತು. ಗಾಬರಿಯಿಂದ ಅತ್ತಿತ್ತ ನೋಡುತ್ತಿರುವಾಗಲೇ ಆಕೆಯ ಎದುರು ಆತ ನೆರಳಿನಂತೆ ಪ್ರತ್ಯಕ್ಷನಾದ.

'ಯಾರದು..?'

ಆತಂಕಭರಿತ ಧ್ವನಿಯಲ್ಲಿ ಆಕೆ ಕೇಳಿದಳು. ನೆರಳು ಮಾಯವಾಯಿತು. ಕಳ್ಳನೇನಾದೂ ಆಗಿರಬಹುದೇ...?

ಆತಂಕಗೊಂಡ ಆಕೆ ಕೊಠಡಿಯೊಳಗೆ ಧಾವಿಸಿ ಭಾಗಿಲು ಮುಚ್ಚಿದಳು. ಮೊಬೈಲ್ ಫೋನ್ ಕೈಗೆತ್ತಿಕೊಂಡು ರೇಂಜ್ ಇದೆಯಾ ಎಂದು ಪರೀಕ್ಷಿಸಿದಳು. ಕಳ್ಳ ಒಳಗೆ ಬಂದರೆ ಏನು ಮಾಡುವುದು ಎಂಬ ಚಿಂತೆಯೂ ಕಾಡಿತು. ಎದೆ ನಡುಕ ಹೆಚ್ಚಾಯಿತು. ಹಿಂದೊಮ್ಮೆ ಮಾಜಿ ಪ್ರಿಯಕರನನ್ನು ಕೊನೆಯದಾಗಿ ನೋಡಿದಾಗ ಇದೇ ರೀತಿ ಎದೆ ಬಡಿದುಕೊಂಡದ್ದು ಆಕೆಗೆ ನೆನಪಾಯಿತು. ಛೇ... ನೀನೆಂಥ ಹೃದಯ? ಒಬ್ಬ ಕಳ್ಳನನ್ನು ಕಂಡೊಡನೆ ಹೀಗೆ ಹೆದರಿ ಬಡಿದುಕೊಳ್ಳುವುದೇ...? ಎಂದು ಅವಳು ಗದರಿದಳು.

ಜೋರಾಗಿ ಗಾಳಿ ಬೀಸಿತು. ಕೆಲವೇ ನಿಮಿಷಗಳಲ್ಲಿ ಅದು ಸುಂಟರಗಾಳಿಯ ರೂಪ ತಾಳಿತು. ಆಕೆ ಯಾವ ಭಾವೋದ್ವೇಗವೂ ಇಲ್ಲದೆ ನಿಂತಿದ್ದರಿಂದ ಕಸಿವಿಸಿಗೊಂಡಂತೆ ಗಾಳಿ ಮೇಜಿನ ಮೇಲಿದ್ದ ವಸ್ತುಗಳನ್ನು ನೆಲಕ್ಕೆ ಬೀಳಿಸಿತು. ಕಟ್ಟಿದ್ದ ತುರುಬನ್ನು ತಿರುಗಿಸಿ ಬಿಚ್ಚಿ ಕೆಳಗೆ ಚೆಲ್ಲಿತು. ನಿಲುವಂಗಿಯ ಕೆಳವಿನ ಭಾಗವನ್ನು ಎಳೆದು ನೆಲಕ್ಕೆ ಉಜ್ಜಿತು. ಕಣ್ಣಿನೊಳಗೂ ಮೂಗಿನೊಳಗೂ ಪ್ರವೇಶಿಸಿ ಉಸಿರು ಕಟ್ಟಿಸಿತು.

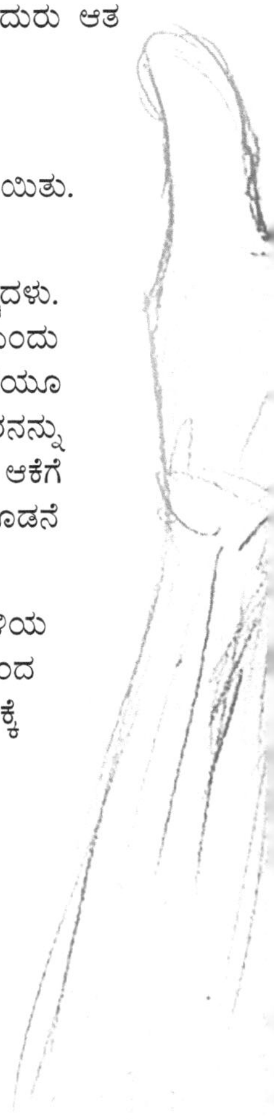

ಅಷ್ಟರಲ್ಲಿ ಆಕೆಗೆ ಸ್ಪಷ್ಟವಾಗಿ ಮನದಟ್ಟಾಯಿತು, ಹೊರಗೆ ಕಂಡದ್ದು ಕಳ್ಳನನ್ನಲ್ಲ, ಮಾಜಿ ಪ್ರಿಯಕರನ ಪ್ರೇತವನ್ನು ಎಂದು. ಬಾಗಿಲು ತೆರೆದು ಹೊರಗೆ ಹೋದ ಆಕೆ ಮೆಟ್ಟಿಲುಗಳ ಬಳಿ ತೆರಳಿದಳು. ವಿದ್ಯುತ್ ಕಡಿತಗೊಂಡಿತು. ಕತ್ತಲೆ ಆವರಿಸಿತು. ವಿಚಲಿತಗೊಳ್ಳದ ಆಕೆ ಮೆಟ್ಟಿಲುಗಳನ್ನು ಇಳಿಯಲು ಶುರು ಮಾಡಿದಳು. ವಿಸ್ತಾರವಾದ ಕೆಳಗಿನ ಕೋಣೆಯಲ್ಲಿ ನಿಂತಳು. ಪ್ರಿಯಕರನ ಪ್ರೇತ ತನ್ನತ್ತ ಬಂದು ನೆತ್ತರು ಹೀರಿ ಕೊಲ್ಲುವ ದೃಶ್ಯ ಕಲ್ಪನೆಯಲ್ಲಿ ಮೂಡಿತು. ಅದೊಂದು ಕಾಲ್ಪನಿಕ ಸಾವಾಗಿತ್ತು. ಪ್ರಿಯಕರ ಕೊಲೆಯಾದ ಬಂಗಲೆಯಲ್ಲೇ ತನ್ನ ಸಾವು ಕೂಡ ಸಂಭವಿಸುವುದನ್ನು ಊಹಿಸಿಕೊಂಡ ಆಕೆ ಉಲ್ಲಸಿತಳಾದಳು. ಆತನ ಹೆಪ್ಪುಗಟ್ಟಿದ ನೆತ್ತರ ಮೇಲೆ ತನ್ನ ಹಸಿ ನೆತ್ತರು ಬೀಳುವುದನ್ನು ಆಕೆ ಕಲ್ಪನೆ ಮಾಡಿಕೊಂಡಳು. ಇದನ್ನು ಯಾರೂ ನಂಬಲಾರರು. ಮಾಜಿ ಪ್ರಿಯಕರ ಇಂಥ ಪ್ರೀತಿಗೆ ಅರ್ಹನೂ ಅಲ್ಲ. ಆದರೂ ಎಂಥ ದಿವ್ಯ ಪ್ರೇಮವಿದು–ಆಕೆ ನಸುನಕ್ಕಳು.

ಗಾಜಿನ ಬಾಗಿಲುಗಳು ಮತ್ತು ಗಾಜಿನ ಕಪಾಟುಗಳು ತುಂಬಿರುವ ಆ ಬಂಗಲೆ ರಾಜಾಡಳಿತದ ಸಂದರ್ಭದಲ್ಲಿ ನಿರ್ಮಿಸಿದ್ದು. ಕೆಲವು ವರ್ಷಗಳ ಹಿಂದೆ ಆಕೆಯ ಗೆಳತಿಯ ಸಂಬಂಧಿಕರು ಅದನ್ನು ಖರೀದಿಸಿದ್ದರು. ಕೋಣೆಯ ತಂಬ ಗೆದ್ದಲು ಗೂಡು ಕಟ್ಟಿದ ಮಣ್ಣಿನ ವಾಸನೆ ಬಡಿಯತೊಡಗಿತು. ಊಟ ಮಾಡುವಾಗ ಮೇಜಿನ ಮೇಲೆ ಕಂಡಿದ್ದ ಮೇಣದ ಬತ್ತಿ ಮತ್ತು ಬೆಂಕಿಪೊಟ್ಟಣ ನೆನೆದು ಆಕೆ ಅತ್ತ ಹೆಜ್ಜೆ ಹಾಕಿದಳು. ಮೊಂಬತ್ತಿ ಹಚ್ಚಿದಳು. ಅಷ್ಟರಲ್ಲಿ ಪ್ರೇತ ಪ್ರತ್ಯಕ್ಷವಾಯಿತು. ಬದುಕಿನಲ್ಲಿ ಮೊದಲ ಬಾರಿ ಆಕೆ ಪುರುಷ ಪಿಶಾಚಿಯನ್ನು ಕಂಡಳು. ಒಳಗೆಲ್ಲ ಟೊಳ್ಳು. ಗಾಜಿನ ಆವರಣದಂತೆ ಕಂಡುಬರುವ ತೊಗಲು. ಮಾಂಸವಿಲ್ಲ; ಮಜ್ಜೆಯೂ ಇಲ್ಲ. ತಲೆ ಇದೆ, ಕೂದಲಿಲ್ಲ. ಹಲ್ಲುಗಳಿಲ್ಲ. ನೆತ್ತರು ಜಿನುಗುವ ನಾಲಗೆ ಇಲ್ಲ. ದೇಹದ ಪೂರ್ತಿ ಗೀರುಗಳು. ಯಾವುದೇ ಕ್ಷಣದಲ್ಲಿ ಕಿತ್ತು ಬೀಳುವಂತಿದ್ದ ಕತ್ತು. ಕಣ್ಣಿನ ಒಳಗೆ ನಿಶ್ಚಲವಾದ ಬಿಳಿ ಉಂಡೆಗಳು. ಬೇರೆ ಯಾರೇ ಆಗಿದ್ದರೂ ಆ ರೂಪ, ಆ ಭಾವ ಕಂಡು ಅಲ್ಲೇ ಉಚ್ಚೆ ಹೊಯ್ಯುತ್ತಿದ್ದರು. ಆದರೆ ಆಕೆ ಹೆದರಲಿಲ್ಲ. ನಿರ್ದಯಿ, ಕಾಪಟ್ಯ ತುಂಬಿದ ಪಿಶಾಚಿಯನ್ನು ಕಂಡು ಆಕೆ ಮನದೊಳಗೇ ಅಸಹ್ಯಪಟ್ಟಳು. ದೆವ್ವವೇ ಆಗಿದ್ದರೂ ಪುರುಷ ಪುರುಷನೇ ಅಲ್ಲವೇ...? ಒಳ್ಳೆಯತನದ ತೋರಿಕೆಯಲ್ಲಿ ಆ ನಿಸ್ಸೀಮನೇ..

ಆಕೆಯ ಮುಂದೆ ದೊಡ್ಡಸ್ತಿಕೆ ತೋರಿಸಲು ದೆವ್ವ ಎರಡನೇ ಮಹಡಿಯ ವರೆಗೂ ಬೆಳೆಯಲು ಪ್ರಯತ್ನಿಸಿತು. ಗಾಜಿನಂತಿದ್ದ ಕೈಗಳನ್ನು ಛಾವಣಿ ವರೆಗೂ

ವಿಸ್ತರಿಸಲು ಪ್ರಯತ್ನಿಸಿತು. ಕತ್ತರಿಸಿ ಬೀಳುವಂತಿದ್ದ ಕತ್ತನ್ನು ಎತ್ತಿ ಸೆಟೆದು ನಿಲ್ಲಿಸಲು ಹವಣಿಸಿತು. 'ಇಂಥ ಪರಿಸ್ಥಿತಿಯಲ್ಲೂ ನಿನಗಿಂತ ನಾನೇ ಬಲಿಷ್ಠ. ಅದನ್ನು ಒಪ್ಪಿಕೋ' ಎಂಬ ಯಾಚನೆ ಎಲ್ಲೆಡೆಯಿಂದ ಕೇಳುವಂತೆ ಭಾಸವಾಯಿತು. ಆಕೆಗೆ ಗೊತ್ತಿಲ್ಲದೇ ಸೀಲಿಂಗ್ ಫ್ಯಾನೊಂದನ್ನು ಕೆಳಗೆ ಬೀಳಿಸಿದ ದೆವ್ವ ಅದು ಆಕೆಯ ತಲೆಗೆ ಅಪ್ಪಳಿಸುವ ಮುನ್ನ ತಡೆದು ಆಕೆಗೆ ಭಾರಿ ಉಪಕಾರ ಮಾಡಿದಂತೆ ನಟಿಸಿತು. ಬದುಕಿದ್ದಾಗ ಎಸಗಿದ ತಪ್ಪುಗಳನ್ನೆಲ್ಲ ಮರೆತು ಕೃತಜ್ಞತೆ ಸಲ್ಲಿಸಲು ಇದೊಂದು ಸುಸಂದರ್ಭ ಅಲ್ಲವೇ ಎಂದು ನಿಶ್ಶಬ್ದವಾಗಿ ಕೇಳುವಂತಿತ್ತು ಅದರ ಹಾವ-ಭಾವ. ಆಕೆಗೆ ನಗು ಬಂತು. ಬದುಕಿದ್ದಾಗ ಆಕೆ ಆತನನ್ನು ಮನಸಾರೆ ಪ್ರೀತಿಸಿದ್ದು ನಿಜ. ಆತನಿಗಾಗಿ ಸಾಯಲು ಸಿದ್ಧಳಾಗಿದ್ದಳು. ಎಲ್ಲ ತ್ಯಾಗಕ್ಕೂ ಆತ ಅರ್ಹ ಎಂದು ತಿಳಿದುಕೊಂಡಿದ್ದಳು. ಸತ್ತ ಪ್ರಿಯಕರನಿಗಾಗಿ ಸಾಯುವುದನ್ನು ಆಕೆ ಮತ್ತೊಮ್ಮೆ ಕಲ್ಪಿಸಿಕೊಂಡಳು. ಆಹಾ, ಅದೊಂದು ಕಾವ್ಯಾತ್ಮಕ ಸಾವಾಗಿರಬಹುದು. ರಾಜಕೀಯದಲ್ಲಿ ದೊಡ್ಡದೊಂದು ಸ್ಥಾನಕ್ಕೇರುವುದಕ್ಕೆ ಸಿದ್ಧನಾಗಿದ್ದ ಸಂದರ್ಭದಲ್ಲೇ ಆತ ಕೊಲೆಯಾದ ಅದೇ ಕೊಠಡಿಯಲ್ಲಿ ತಾನೂ ಸತ್ತು ಬಿದ್ದರೆ ಹೇಗಿರಬಹುದು ಎಂದು ಆಕೆ ಊಹಿಸಿದಳು. ನರಕದಲ್ಲಿ ಉರಿಯುವ ಕೆಂಡದಿಂದ ಆತನನ್ನು ಮೇಲೆತ್ತಲಾಗುವುದು. ಅದು ಅಸಾಧ್ಯ ಮತ್ತು ಆಕೆ ಇಷ್ಟಪಡದ ಕಾರ್ಯವೇ ಆಗಿದ್ದರೂ ಜನಪ್ರಿಯವಾಗಬಲ್ಲ ಪ್ರೇಮಕಾವ್ಯವಲ್ಲವೇ...?

ದೆವ್ವ ದಿಢೀರನೇ ಮಾಯವಾಯಿತು. ಬಹುಶ: ಆಕೆಗೆ ತನ್ನಲ್ಲಿ ಮತ್ತೊಮ್ಮೆ ಪ್ರೇಮಾಂಕುರವಾಗುವ ಸಾಧ್ಯತೆ ಇಲ್ಲ ಎಂಬುದು ಅದಕ್ಕೆ ಮನದಟ್ಟಾಗಿರಬೇಕು. ಮತ್ತೆ ಗಾಳಿ ಜೋರಾಗಿ ಬೀಸತೊಡಗಿತು. ದೀಪ ನಂದಿತು. ಕತ್ತಲು ಕವಿಯಿತು. ಕೆಲವು ಕ್ಷಣ ನೀರವ. ಮತ್ತೆ, ಅಲ್ಲಲ್ಲಿ ಏನೇನೋ ಉರುಳಿಬೀಳುವ ಸದ್ದು ಕೇಳಿಸಿತು. ಹೊರಗೆ, ಉಸಿರು ಸಿಗದೆ ಪ್ರಾಣ ಬಿಡುತ್ತಿರುವ ನೂರಾರು ಪುಟಾಣಿಗಳ ರೋದನ ಕೇಳಿಸಿದಂತಾಯಿತು. ದೆವ್ವ ಮತ್ತೆ ಬೆದರಿಸಲು ಪ್ರಯತ್ನಿಸುತ್ತಿರುವುದು ಖಾತರಿಯಾಯಿತು. ಆಕೆ ಉಸಿರು ಬಿಗಿ ಹಿಡಿದು ನಿಂತಳು. ಪಿಶಾಚಿಯಾದರೇನಂತೆ ಪುರುಷನಲ್ಲವೇ...? ಪ್ರೀತಿಸದವರನ್ನು ಬೆದರಿಸುವುದು ಮೇಧಾವಿತ್ವ ಮೆರೆಯುವ ಹಪಾಹಪಿ ಆತನ ಸಹಜ ಗುಣವಲ್ಲವೇ...?

ಯಾವುದೋ ಭಾರವಾದ ವಸ್ತು ತಲೆಗೆ ಬಡಿದು ಆಕೆ ನೆಲಕ್ಕೆ ಬಿದ್ದಳು. ಮೇಲಿಂದ ಯಾವ್ಯಾವುದೋ ವಸ್ತುಗಳು ಮತ್ತೆ ಮತ್ತೆ ಬೀಳತೊಡಗಿದವು. ಎಲುಬುಗಳೆಲ್ಲವೂ ಮುರಿದಂತೆ ಆಯಿತು. ಒಂದು ಕ್ಷಣ ಪ್ರಜ್ಞೆ ಕಳೆದುಕೊಂಡಳು. ಎಚ್ಚರಗೊಂಡಾಗ ಪ್ರೇತದ ಬಗ್ಗೆ ಇನ್ನಷ್ಟು ಜಿಗುಪ್ಸೆ ಮೂಡಿತು. ಥೂ...ಪಿಶಾಚಿಯಂತೆ, ಪಿಶಾಚಿ. ಹಿಂದಿನಿಂದ ಆಕ್ರಮಣ ಮಾಡದೆ, ಧೈರ್ಯವಿದ್ದರೆ ನನ್ನೆದುರು ಬಾ.

ಅಷ್ಟಾದರೂ ನೈತಿಕತೆ ತೋರಿಸು. ಅಂದು ಕತ್ತಿನಲ್ಲಿ ಚುಂಬನದ ಮಳೆಗರೆದ ಜಾಗದಲ್ಲೇ ತೀಕ್ಷ್ಣವಾದ ಉಗುರು ಚುಚ್ಚು.... ಒಮ್ಮೆಲೇ ವಿಕೃತ ಶಬ್ದಗಳೆಲ್ಲ ನಿಂತುಹೋದವು. ಎಲ್ಲೆಡೆ ಶಾಂತ. ಪಿಶಾಚಿಯಾದರೂ ಪುರುಷ ಪುರುಷನೇ ಅಲ್ಲವೇ? ಆತ, ಸೋತರೂ ಗೆದ್ದಂತೆ ನಟಿಸಬಲ್ಲ.

ಆಕೆ ಮತ್ತೆ ದೀಪ ಹಚ್ಚಿದಳು. ಡೈನಿಂಗ್ ಟೇಬಲ್‌ನ ಬಳಿ ಇದ್ದ ಕುರ್ಚಿ ಎಳೆದು ಕುಳಿತುಕೊಂಡಳು. ಕಲೆಯಿಂದ ಸೊಗಯಿಸುವ ಕಂಬಗಳ ನೆರಳು ಬೆಳಕು ಹರಡುತ್ತಿದ್ದಂತೆ ಭೀಕರವಾಗಿ ಅಲುಗಾಡತೊಡಗಿತು. ಅಲ್ಮೆರಾದಲ್ಲಿರಿಸಿದ್ದ ತುಕ್ಕು ಹಿಡಿದಿದ್ದ ಹಿತ್ತಾಳೆ ಶಿಲ್ಪಗಳು ಫಳಫಳ ಹೊಳೆಯತೊಡಗಿದವು. ಮೋಂಬತ್ತಿಯ ಬೆಳಕು ಎಲ್ಲೆಲ್ಲೋ ಬಡಿದು ವಿಧವಿಧ ಆಕಾರ ತಳೆಯತೊಡಗಿತು. ಅಷ್ಟರಲ್ಲಿ, ಎದುರಿಗಿದ್ದ ಕುರ್ಚಿಯಲ್ಲಿ ದೆವ್ವ ನಿಧಾನಕ್ಕೆ ಪ್ರತ್ಯಕ್ಷವಾಯಿತು. ಗಾಜಿನಿಂದ ಆವೃತ್ತವಾಗಿದ್ದ ಅದರ ದೇಹ ತಿದಿಯಲ್ಲಿರಿಸಿ ತೆಗೆದ ಕಬ್ಬಿಣದಂತೆ ಕೆಂಪಾಗಿತ್ತು. ಮುರಿದಿದ್ದ ಕತ್ತಿನಿಂದ ನೆತ್ತರನ್ನು ಹೋಲುವ ಕೆಂಪು ಕೆಂಡ ಚಿಮ್ಮಿತು. ಆಕೆಗೆ ಕನಿಕರ ತೋರಿತು, ಆತನ ಪಿಶಾಚಿ ಹೀಗಿರುತ್ತದೆ ಎಂದು ಆಕೆ ಊಹಿಸಿಯೇ ಇರಲಿಲ್ಲ. ಮರಕ್ಕಿಂತ ಎತ್ತರದ, ಬಂಗಲೆಗಿಂತ ದೊಡ್ಡ ಗಾತ್ರದ ಆಕೃತಿಯನ್ನು ನೋಡಲು ಆಕೆ ಬಯಸಿದ್ದಳು. ಗಂಡು ಪಿಶಾಚಿಯೊಂದು ಇಷ್ಟು ಕ್ಷುಲ್ಲಕವೇ...? ಆಕೆ ಜೋರಾಗಿ ನಕ್ಕಳು. ಕುಪಿತಗೊಂಡ ಪ್ರೇತದ ದೇಹ ಕೆಂಪಡರಿತು. ಕಣ್ಣುಗಳು ಕೆಂಡ ಉಗುಳಿದವು. ಬಾಯಿ ಬಿರಿಯಿತು. ಬೆಂಕಿಯ ಜ್ವಾಲೆ ಸಿಡಿಯಿತು. ಆಕೆ ವಿಚಲಿತಳಾಗಲಿಲ್ಲ. ಒಬ್ಬರನ್ನು ಎರಡು ಬಾರಿ ಕೊಲೆ ಮಾಡಲು ಪ್ರೇತಕ್ಕೂ ಸಾಧ್ಯವಿಲ್ಲ ಬಿಡಿ... ಆತ ಬದುಕಿದ್ದಾಗಲೇ ಪಿಶಾಚಿಯಾಗಿದ್ದ. ಆದರೆ ಆಗ ಬೇರೆ ಪಿಶಾಚಿಗಳ ಜೊತೆಗೆ ಇದ್ದ. ಈಗ ಏಕಾಂಗಿ. ಹಿಂದಿಗಿಂತ ಕ್ರೂರ. ಆದರೆ ಅಸಹಾಯಕ, ದುರ್ಬಲ. ಹೇಡಿ, ತನ್ನ ದೌರ್ಬಲ್ಯಗಳನ್ನು ಬಚ್ಚಿಡಲು ಇತರರನ್ನು ಹೆದರಿಸುತ್ತಿದ್ದಾನೆ.

ಪಿಶಾಚಿ ತಲೆ ಆಡಿಸುತ್ತ ಅಟ್ಟಹಾಸಗೈದಿತು. ಅದರ ನಾಲಿಗೆ ಬೆಂಕಿಯ ಕೆನ್ನಾಲಿಗೆಯಾಯಿತು. ಅದರ ಒಂದು ಕಿಡಿಯಲ್ಲಿ ತಾನು ಬೆಂದುಹೋಗುವುದನ್ನು ಆಕೆ ಕಲ್ಪಿಸಿಕೊಂಡಳು. ಹಾಗೆ ಆದರೆ ಅದೊಂದು ಭಾವತೀವ್ರ ಪ್ರಣಯವಾಗಬಲ್ಲುದು. ಬೆಂದು ಕರಗುತ್ತಿರುವಾಗಲೇ ಆಕೆ ಆತನನ್ನು ಅಪ್ಪಿಕೊಳ್ಳುವಳು. ಆತನೂ ಬೆಂಕಿಯಲ್ಲಿ ಬೆಂದು ಹೋಗುವನು. ಇಬ್ಬರೂ ಭಸ್ಮವಾಗುವರು. ಅದು ಅಪ್ಪಟ ಅಸಂಬದ್ಧ ಕಲ್ಪನೆ, ಆಕೆಗೆ ಅವಮಾನಕರ. ಆದರೂ ಅದು ಎಷ್ಟು ಹೃದ್ಯವಾದ ಪ್ರಣಯಕಥೆ!

ಆಕೆಯ ಪ್ರಕಾರ ದೇಹದ ಕೊಲೆಯಾಗುವ ಎಷ್ಟೋ ಮೊದಲೇ ಆತನ ಹೃದಯ ಆತ್ಮಹತ್ಯೆ ಮಾಡಿಕೊಂಡಿತ್ತು. ಅದಕ್ಕೂ ಮೊದಲು ಆತ ಆಕೆಯ ಆತ್ಮವನ್ನು ಕೊಂದಿದ್ದ. ಮನಸ್ಸು ಒಡೆದು ಚೂರುಚೂರಾದ ನಂತರ ಅನುಭವಿಸಿದ ವಿಪರೀತ ನೋವಿನ ತರುವಾಯ ಆಕೆಗೆ ಎಲ್ಲದರ ಮೇಲೆಯೂ ಹೇಸಿಗೆ ಕಾಡಿತ್ತು. ಪ್ರೀತಿಸುವುದಕ್ಕೂ ಪ್ರೀತಿಸಲ್ಪಡುವುದಕ್ಕೂ ಮೊದಲು ತನ್ನನ್ನು ತಾನು ಪ್ರೀತಿಸಲು ಕಲಿಯಬೇಕಾಗಿತ್ತು. ತಾನೊಂದು ತಿಪ್ಪೆಗುಂಡಿಯಲ್ಲಿ ಬಿದ್ದು ಹೊರಳಾಡುತ್ತಿರುವಂತೆ ತೋಚಿತು. ಯಾರು ಯಾರದೋ ವಿಸರ್ಜ್ಯಗಳು ಅಡಿಯಿಂದ ಮುಡಿಯವರೆಗೆ ಅಂಟಿಕೊಂಡಂತೆ ಭಾಸವಾಯಿತು. ಕೆಲವು ದಿನ ಪದೇ ಪದೇ ಸ್ನಾನ ಮಾಡಿದಳು. ಗಂಟಲಿಗೆ ಬೆರಳು ತಳ್ಳಿ ಒತ್ತಾಯಪೂರ್ವಕವಾಗಿ ವಾಂತಿ ಮಾಡಿದಳು. ವಿದೇಶದಲ್ಲಿ ಉದ್ಯೋಗ ಸಿಕ್ಕಿದ್ದು ಒಳ್ಳೆಯದೇ ಆಯಿತು. ಊರಿಗೆ ಮರಳದೆ, ಗೆಳತಿಯರನ್ನು ಭೇಟಿಯಾಗದೆ ವರ್ಷಗಳು ಕಳೆದು ಹೋದವು.

ಗೆಳತಿಯೊಬ್ಬಳು ಅಲ್ಲಿ ಭೇಟಿಯಾಗುವವರೆಗೆ ಆಕೆಗೆ ಊರಿನ ಯಾವ ವಿಷಯವೂ ತಿಳಿದಿರಲಿಲ್ಲ. ತಿಳಿಯುವ ಪ್ರಯತ್ನ ಮಾಡಿರಲಿಲ್ಲ ಎಂದು ಹೇಳುವುದೇ ಸರಿ. ಆತನ ಸಾವಿನ ವಿಷಯವನ್ನು ತಿಳಿಸಿದ್ದು ಕೂಡ ಆ ಗೆಳತಿಯೇ. ವಿಷಯ ತಿಳಿದ ನಂತರ ಪತ್ರಿಕೆಗಳ ಆನ್‌ಲೈನ್ ಆವೃತ್ತಿಗಳ ಮೂಲಕ ಮಾಹಿತಿ ಕಲೆ ಹಾಕಿದಳು. ಧಾರುಣವಾಗಿತ್ತು ಆತನ ಸಾವು. ಕೊಲೆಯಾದ ಮೂರನೇ ದಿನ ಮೃತದೇಹ ನೆಲಮಾಳಿಗೆಯಲ್ಲಿ ಪತ್ತೆಯಾಗಿತ್ತು. ಕತ್ತು ಕಡಿಯಲಾಗಿತ್ತು. ಆದರೆ ಮುಂಡದಿಂದ ರುಂಡ ಬೇರ್ಪಟ್ಟಿರಲಿಲ್ಲ. ಹೀಗಾಗಿ ನೇತಾಡುತ್ತಲೇ ಇತ್ತು. ದೇಹವನ್ನು ಕತ್ತರಿಸಲು ಮತ್ತು ಸುಡಲು ಪ್ರಯತ್ನಿಸಿದ ಲಕ್ಷಣಗಳು ಗೋಚರಿಸುತ್ತಿದ್ದವು. ಒಮ್ಮೆ, ತಾನು ಕವಿತೆ ಓದುತ್ತ ತಲೆಚಾಚಿದ ಆತನ ಎದೆಯ ಭಾಗವನ್ನು ಮಾತ್ರ ಕತ್ತರಿಸಿದೇ ಬಿಟ್ಟ ವಿಷಯ ಓದಿದಾಗ ಆಕೆಗೆ ಮತ್ತೆ ವಾಂತಿ ಬಂತು. ವಾಂತಿ ಮಾಡಿ ಮಾಡಿ ಆಯಾಸದಿಂದ ನಿದ್ದೆಗೆ ಜಾರಿದಳು. ಎಚ್ಚರವಾದಾಗ ಆತ ಮುಂದೆ ನಿಂತಂತೆ ತೋರಿತು. ಆತ ಬೆತ್ತಲಾಗಿದ್ದ.

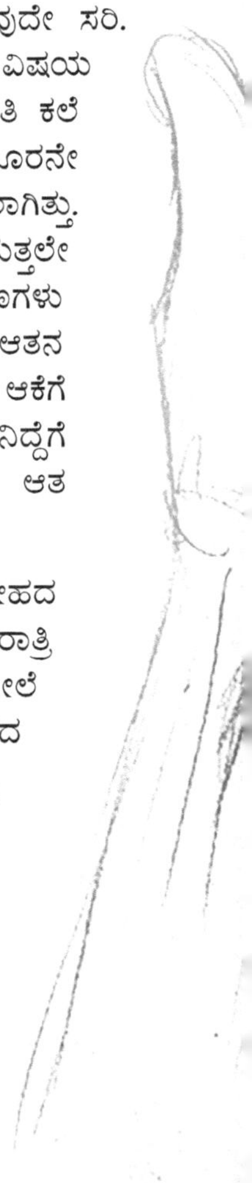

ಆಕೆಯ ಮನಸ್ಸಿನಲ್ಲಿ ಆತನ ನೆನಪು ಇರುವುದೇ ನಗ್ನ ದೇಹದ ವ್ಯಕ್ತಿಯಾಗಿ. ಬಾಡಿಗೆಗೆ ಪಡೆದ ಹೌಸ್‌ಬೋಟ್‌ನಲ್ಲಿ ಹುಣ್ಣಿಮೆಯ ರಾತ್ರಿ ಒಬ್ಬರಿಗೊಬ್ಬರು ಅಪ್ಪಿಕೊಂಡು ಕುಳಿತಿದ್ದೆವು. ಸರೋವರದ ಮೇಲೆ ಬೆಳದಿಂಗಳು ಚೆಲ್ಲುತ್ತಿದ್ದಂತೆ ಬೋಟ್ ಲಂಗರು ಹಾಕಿತು. ದೂರದ ಮರದ ಮೇಲೆ ಮಿನುಗುತ್ತಿದ್ದ ನೂರಾರು ಮಿಂಚುಹುಳಗಳನ್ನು ನೋಡುತ್ತ ಮೈಮರೆತಿದ್ದ ಆಕೆ ತಿರುಗಿ ನೋಡುತ್ತಿದ್ದಾಗ ಆತ ಸ್ನಾನದ ಕೋಣೆಯಿಂದ ಹುಟ್ಟುಡುಗೆಯಲ್ಲೇ ಹೊರಬಂದ. ಆತನ ದೆವ್ವವನ್ನು ನೆನೆಸಿಕೊಂಡಾಗ ಆಕೆಯ ಮುಂದೆ ಅಂದಿನ

ಅದೇ ದೃಶ್ಯ ಮೂಡಿತ್ತು. ಆದರೆ ಗಾಜಿನ ದೇಹಕ್ಕೆ ಲಿಂಗ ಇರಲಿಲ್ಲ. ಆದ್ದರಿಂದ ದೆವ್ವ ಬೆತ್ತಲೆ ಇದೆಯೋ ಇಲ್ಲವೋ ಎಂದು ಸ್ಪಷ್ಟವಾಗುತ್ತಿರಲಿಲ್ಲ. ಏನಾದರೂ ಏನಂತೆ, ಗಂಡು ಪಿಶಾಚಿಗಳಿಗೆ ಮತ್ತೊಬ್ಬರನ್ನು ಕಾಡಲು ಲಿಂಗವೇ ಬೇಕೆಂದೇನೂ ಇಲ್ಲವಲ್ಲ...

ದೆವ್ವಕ್ಕೆ ಯಾಕೋ ಆಕೆಯ ಮನದಾಳ ಅರ್ಥವಾಯಿತು ಎನಿಸುತ್ತದೆ. ಕೆಲಕಾಲ ಅದು ಚಡಪಡಿಸತೊಡಗಿತು. ಅಷ್ಟರಲ್ಲಿ ಬಂಗಲೆಯೊಳಗೆ ಸಂಚಲನವಾಯಿತು. ನಿಶ್ಶಬ್ಧದ ನಡುವೆ 'ವಾಪಸ್ ಹೋಗು' ಎಂದು ಯಾರೋ ಜೋರಾಗಿ ಹೇಳಿದಂತೆ ಕೇಳಿಸಿತು. ಆಕೆ ಜೋರಾಗಿ ನಕ್ಕಳು. ಮಾಜಿ ಪ್ರಿಯಕರನ ಕೊಲೆಯಾದ ಬಂಗಲೆಯಲ್ಲಿ ಬದುಕಿನ ಉಳಿದ ದಿನಗಳನ್ನು ಕಳೆಯುವ ಮತ್ತು ಮುದುಕಿಯಾಗಿ ಅಲ್ಲೇ ಕೊನೆಯುಸಿರೆಳೆಯುವುದನ್ನು ಆಕೆ ಕಲ್ಪನೆ ಮಾಡಿಕೊಂಡಳು. ಆಹಾ ಹಾಗಾದರೆ, ಅದೊಂದು ರೋಮಾಂಚಕಾರಿ ಸಾವು ಆಗಿರಬಹುದು. ಅಲ್ಲಿಯವರೆಗೆ ಪ್ರತಿ ರಾತ್ರಿಯೂ ಆಕೆ ಆತನನ್ನು ಎಬ್ಬಿಸಿ ಕುಶಲೋಪರಿ ಮಾತನಾಡಬಹುದಲ್ಲ... ಕತ್ತರಿಸಿದ ಕತ್ತಿನೊಂದಿಗೆ ಆತ ಕಣ್ಣು, ಮೂಗು ಮತ್ತು ಬಾಯಿಯ ಮೂಲಕ ಬೆಂಕಿಯುಂಡೆ ಉಗುಳುತ್ತ ವಿಭ್ರಾಂತಿಯೊಂದಿಗೆ ಅಲೆಯಬೇಕು. ಇದು, ಅರ್ಥವಿಲ್ಲದ ಮತ್ತು ಆತ್ಮಹತ್ಯೆಗೆ ಸಮಾನವಾದ ಕೃತ್ಯ. ಆದರೂ ಎಷ್ಟು ಭಾವುಕ ಪ್ರೇಮ ಕಥೆ...!

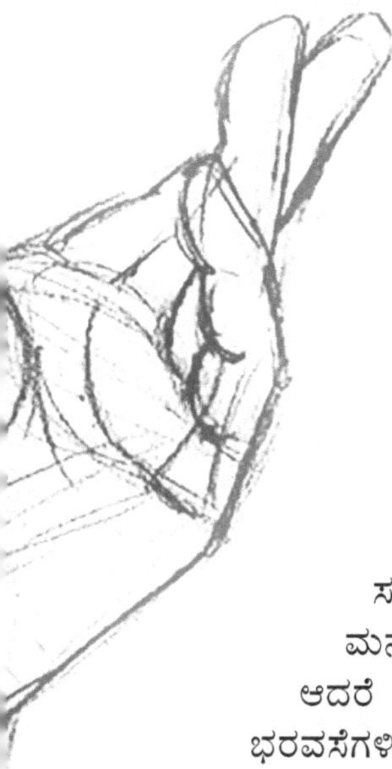

ಗಾಳಿ ಇನ್ನಷ್ಟು ಪ್ರಕ್ಷುಬ್ಧವಾಯಿತು. ಮಾಳಿಗೆ ಮನೆಗೆ ಹೊಂದಿಕೊಂಡಿದ್ದ ಮರಗಳು ನವಿಲುಗಳಂತೆ ನರ್ತಿಸಿದವು. ವಿಕಾರ ಶಬ್ದಗಳನ್ನು ಹೊರಡಿಸುತ್ತ ಭಯ ಹುಟ್ಟಿಸಿದವು. ಕರಿ ಬೆಕ್ಕುಗಳು ಗಂಡಸರ ಧ್ವನಿಯಲ್ಲಿ ಜೋರಾಗಿ ಕೂಗುತ್ತ ಹತ್ತಿರ ಹತ್ತಿರ ಬಂದವು. ಕೆಂಪು ನಾಲಿಗೆಯನ್ನು ಹೊರಚಾಚಿ ಆಕೆಯನ್ನೇ ದಿಟ್ಟಿಸಿದವು. ಗಂಡು ಪಿಶಾಚಿ ಮತ್ತೊಂದು ಸುತ್ತಿನ ಆಕ್ರಮಣಕ್ಕೆ ಸಜ್ಜಾಗುತ್ತಿದೆ ಎಂಬುದು ಆಕೆಗೆ ಮನದಟ್ಟಾಯಿತು. ದೆವ್ವಕ್ಕೇನಂತೆ, ಭೂತಕಾಲ ಮಾತ್ರ ಇರುವುದು. ಆದರೆ ಪ್ರೇತ ಅಲ್ಲದವರಿಗೆ ವರ್ತಮಾನದ ಸಾಧ್ಯತೆಗಳಿವೆ, ಭವಿಷ್ಯದ ಭರವಸೆಗಳಿವೆ. ಭೂತಕಾಲದಿಂದ ನುಣುಚಿಕೊಳ್ಳುವ ಆಸೆ ಇರುತ್ತದೆ. ತನ್ನ ಬದುಕಿಗೆ ಯಾರೇ ಹೊಸಬರು ಬಂದರೂ ಆತ ಬೆತ್ತಲೆಯಾಗಿ ಸುತ್ತ ತಿರುಗುತ್ತಿರುವುದನ್ನು ನೆನೆದಾಗ ಆಕೆಗೆ ತುಂಬ ಕೋಪ ಬಂತು. ಪ್ರೀತಿಸಲಾಗದೆ, ಬೇರೆಯವರ ಪ್ರೀತಿಗೆ ಒಳಗಾಗಲು ಸಾಧ್ಯವಾಗದೆ, ಸ್ಪರ್ಶಿಸಲಾಗದೆ, ಸಂತಸಪಡಲು ಮತ್ತು ಬೇರೆಯವರನ್ನು ಅಭಿನಂದಿಸಲು ಆಗದೆ ಬಾಟ್ಲಿಯೊಳಗೆ ಬಂದಿಯಾದ ಚಿಟ್ಟೆಯಂತೆ ಆಕೆ ಎಷ್ಟೋ ಸಂದರ್ಭದಲ್ಲಿ ಚಡಪಡಿಸಿದ್ದಾಳೆ.

ಪ್ರೇತ ಮತ್ತಷ್ಟು ವ್ಯಗ್ರವಾಯಿತು. ತಲೆಯನ್ನು ನೇರವಾಗಿ ನಿಲ್ಲಿಸಲು ಪ್ರಯತ್ನಿಸಿ ಕಣ್ಣುಗಳಿಂದ ಬೆಂಕಿಯುಂಡೆಯನ್ನು ಉಗುಳಿತು. ಕುರ್ಚಿಗಳು ಉರಿಯತೊಡಗಿದವು. ಕೊಠಡಿಯ ತುಂಬ ಬೆಳಕಾಯಿತು. ಆಕೆಯ ಬಟ್ಟೆಗೂ ಬೆಂಕಿ ತಗುಲಿತು. ಆಕೆ ನೆಲಮಾಳಿಗೆಯತ್ತ ಓಡಿದಳು. ಮೆಟ್ಟಿಲು ಇಳಿಯುವಾಗ ಪಿಶಾಚಿಯತ್ತ ತಿರುಗಿ ನೋಡಿದಳು. ಅದರ ಶಕ್ತಿ ಕುಂದುತ್ತಿರುವುದು ಕಂಡುಬಂತು. ಆಕೆಯ ಸ್ಥೈರ್ಯ ಹೆಚ್ಚಿತು. ಆಕೆಯ ಬಟ್ಟೆಗೆ ತಾಗಿದ್ದ ಬೆಂಕಿಯಿಂದಾಗಿ ನೆಲಮಾಳಿಗೆಯಲ್ಲಿ ಬೆಳಕಾಯಿತು. ಈಗಷ್ಟೇ ಕೊಲೆ ನಡೆದ ಕೊಠಡಿಯಂತೆ ಅದು ಆಗ ಗೋಚರಿಸಿತು. ಸುಟ್ಟ ಮಾಂಸದ ವಾಸನೆ ಅಲ್ಲೆಲ್ಲ ಹರಡಿತು.

ಆತನನ್ನು ಕೊಲೆ ಮಾಡಿದ ಜಾಗ ನೆತ್ತರ ಕೋಡಿಯಾಯಿತು. ಇಲ್ಲಿ ಮಲಗಿಸಿ ಅವರು ನಿಮ್ಮ ಕತ್ತು ಕುಯ್ದರು ಅಲ್ಲವೇ ಎಂದು ಆಕೆ ಕೇಳಿದಳು. ಪಿಶಾಚಿ ಅಟ್ಟಹಾಸಗೈಯುತ್ತ ಕೋಣೆಯೊಳಗೆ ಅತ್ತಿಂದಿತ್ತ, ಇತ್ತಿಂದತ್ತ ಓಡಾಡಿತು. ನಂತರ ಆಕೆಯ ಮೇಲೆರಗಿತು. ಆಕೆಗೆ ಒಮ್ಮೆ ವಿದ್ಯುತ್ ತಂತಿ ಮೈಮೇಲೆ ಬಿದ್ದು ಚರ್ಮ ಸುಟ್ಟಂತೆ, ಮತ್ತೊಮ್ಮೆ ಈಟಿಗಳಿಂದ ಮಾಂಸವನ್ನು ಚುಚ್ಚಿ ಹೊರಗೆಳೆದಂತೆ ಭಾಸವಾಯಿತು. ಆಕೆ ನೆಲಕ್ಕುರುಳಿದಳು. 'ನಿಮ್ಮ ನೆತ್ತರು ಹೆಪ್ಪುಗಟ್ಟಿರುವ ಜಾಗವಿದು...' ಎಂದು ಹೇಳುತ್ತಲೇ ಮಾದಕವಾಗಿ ನಕ್ಕಳು. ಅಷ್ಟರಲ್ಲಿ ಆಕೆಗೆ ಹೌಸ್‌ಬೋಟ್‌ನಲ್ಲಿ ಕಳೆದ ಆ ರಾತ್ರಿ ನೆನಪಾಯಿತು. ಅಂದಿನಂತೆ ತಲೆ ಎತ್ತಿ ನೋಡಿದರೆ, ಆತ ಬಚ್ಚಲು ಮನೆಯಿಂದ ಬೆತ್ತಲಾಗಿ ಬಂದ ದೃಶ್ಯ ನೆನಪಾಯಿತು. ಮುದ್ದಾಡಿದ ನಂತರ ಆತ ಹೊರಗೆ ಹೋದದ್ದು, ಅಷ್ಟರಲ್ಲಿ ಆತನದೇ ಪಕ್ಷದ ಇಬ್ಬರು ಸ್ನೇಹಿತರು ಒಳಗೆ ಬಂದದ್ದು, ಎರಡು ದಿನಗಳ ನಂತರ ಸರ್ಕಾರಿ ಆಸ್ಪತ್ರೆಯಲ್ಲಿ ಪ್ರಜ್ಞೆಗೆ ಮರಳಿದ್ದು, ಸಾಕ್ಷಿಗಳು ಇಲ್ಲದ ಕಾರಣ ಪೊಲೀಸರು ಆಕೆಯ ದೂರನ್ನು ವಜಾ ಮಾಡಿದ್ದು, ಕುಟುಂಬದವರು ಮತ್ತು ಊರ ಜನರೆಲ್ಲ ಗೇಲಿ ಮಾಡಿದ್ದು...

ಒಡಲಲ್ಲಿ ಬೆಂಕಿ ಪ್ರವಹಿದಂತಾಯಿತು.

ಆತನ ಸಾವಿನ ದಿನವನ್ನು ಮನಸ್ಸಿನಲ್ಲೇ ಮರುಸೃಷ್ಟಿ ಮಾಡಿಕೊಂಡಳು. ಮೇಲಿನ ಕೋಣೆಯಲ್ಲಿ ಮಲಗಿದ್ದ ಆತನಿಗೆ ಯಾರೋ ಮತ್ತು ಬರಿಸುವ ಚುಚ್ಚುಮದ್ದು ನೀಡಿದರು. ಕೆಳಗಿನ ಕೊಠಡಿಯಲ್ಲಿ ಕಾಯುತ್ತಿದ್ದ ಶತ್ರುಗಳು ಆತನನ್ನು ಎಳೆದುಕೊಂಡು ನೆಲಮಾಳಿಗೆಯತ್ತ ಹೋದರು. ಅಷ್ಟರಲ್ಲಿ ಆತನಿಗೆ ಎಚ್ಚರವಾಯಿತು. ಅವರು ಹಸಿಹಸಿಯಾಗಿ ಆತನ ಕತ್ತು ಕೊಯ್ದರು.

ಆಕೆಯ ಮನಸ್ಸಿನಲ್ಲಿ ಮೂಡಿದ ಚಿತ್ರಗಳು ದೆವ್ವದ ಮನಸ್ಸಿನಲ್ಲೂ ಪ್ರತಿಫಲನಗೊಂಡವು. ಅದು ಇನ್ನಷ್ಟು ವ್ಯಗ್ರವಾಯಿತು.

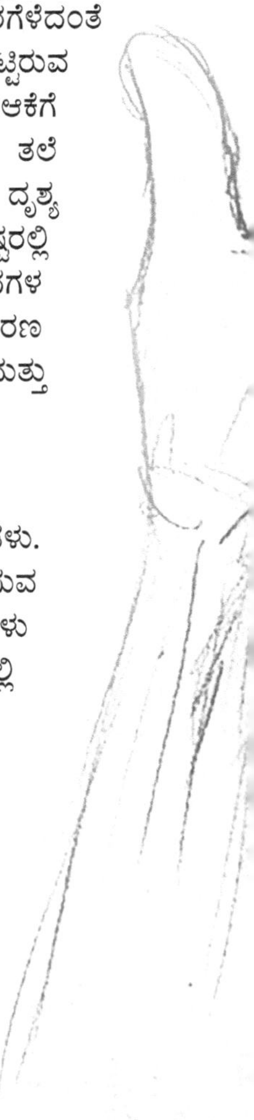

ಕೊನೆಯ ಪ್ರಯತ್ನ ಎಂಬಂತೆ ಅದು ಆಕೆಯ ಕಣ್ಣುಗಳಿಗೆ ಬೆಂಕಿ ಚೆಂಡುಗಳನ್ನು ಎಸೆಯಿತು. ಆಕೆಗೆ ಕೋಪ ನೆತ್ತಿಗೇರಿತು. ನಿಮ್ಮ ಹೆಣ ನೋಡಲು ಪತ್ನಿ ಬಂದದ್ದು ನೆನಪಿದೆಯಾ? ಎಂದು ಹಂಗಿಸುವ ಧಾಟಿಯಲ್ಲಿ ಕೇಳಿದಳು. ಪತ್ನಿಗೆ ನೀವು ಸತ್ತದ್ದಕ್ಕೆ ಒಂದಿನಿತೂ ಬೇಸರವಿಲ್ಲ ಎಂಬುದನ್ನು ಜಗತ್ತಿಗೇ ಸಾರಿ ಹೇಳುವ ಆಸೆ ಇತ್ತು. ಆದ್ದರಿಂದ ಹೆಣದ ಮುಂದೆ ನಿಂತಿದ್ದಾಗ ಅವರ ಕಣ್ಣಿಂದ ಒಂದು ಹನಿ ನೀರು ಜಿನುಗಲಿಲ್ಲ. ಒಂದಿಷ್ಟೂ ಭಾವುಕರಾಗಿರಲಿಲ್ಲ. ಪರಿಚಿತರೊಂದಿಗೆ ಮಾತನಾಡಿ ವಾಪಸಾದರು. ಮೂರು ತಿಂಗಳಲ್ಲಿ ಮತ್ತೊಂದು ಮದುವೆಯಾದರು. ಆ ಪ್ರಿಯಕರನನ್ನು ಅವರು ಅಷ್ಟೊಂದು ಪ್ರೀತಿಸುತ್ತಿದ್ದರೇ...? ಅಥವಾ ನಿಮ್ಮಲ್ಲಿ ಅವರಿಗೆ ಹೇಳತೀರದಷ್ಟು ಅಸಹನೆ ಇತ್ತೋ...? ಆಕೆ ಜೋರಾಗಿ ನಗಾಡಿದಳು.

ಅಷ್ಟರಲ್ಲಿ ಪರಿಸರ ಶಾಂತವಾಯಿತು. ದೆವ್ವವೇ ಆದರೇನಂತೆ, ಪುರುಷ ಪುರುಷನೇ ಅಲ್ಲವೇ? ಮತ್ತೊಬ್ಬರೊಂದಿಗೆ ಹೋಲಿಕೆ ಮಾಡುವುದನ್ನು ಆತ ಸಹಿಸಲಾರ. ಆದ್ದರಿಂದಲೇ ಪುರುಷನೊಬ್ಬನನ್ನು ಪತ್ನಿಯಷ್ಟು ಸಲೀಸಾಗಿ ಸಾಯಿಸಲು ಬೇರೆ ಯಾರಿಗೂ ಸಾಧ್ಯವಿಲ್ಲ. ದೆವ್ವದ ಮೈಮೇಲಿನ ಬಿರುಕುಗಳು ದೊಡ್ಡದಾದವು. ಆಕೆಯ ಧೈರ್ಯ-ಸ್ಥೈರ್ಯ ಹೆಚ್ಚಿತು. ಏನೇ ಆಗಲಿ, ನಿಮ್ಮ ಪತ್ನಿ ಈಗ ಖುಷಿಯಾಗಿದ್ದಾರೆ. ಇಬ್ಬರು ಮಕ್ಕಳಾಗಿದ್ದಾರೆ. ಈ ಬಂಗಲೆಯನ್ನು ಅವರು ಮಾರಿದರು. ಅವರ ನೆನಪಿನಲ್ಲಂತೂ ನೀವು ಇಲ್ಲವೇ ಇಲ್ಲ. ನೀವೀಗ ನನ್ನಂತೆ ನಿಮ್ಮಿಂದ ಕೊಲೆಯಾದವರ ಮನಸ್ಸಿನಲ್ಲಷ್ಟೇ ಉಳಿದುಕೊಂಡಿದ್ದೀರಿ. ಎಂಥ ವಿಪರ್ಯಾಸ ಅಲ್ಲವೇ...?

ನೋಡನೋಡುತ್ತಿದ್ದಂತೆ ದೆವ್ವ ಮಾಯವಾಯಿತು. 'ಇಲ್ಲಿಂದ ದಯವಿಟ್ಟು ದೂರ ಹೋಗುವೆಯಾ...?' ಎಂಬ ಕೂಗು ಗಾಳಿಯಲ್ಲಿ ಅಲೆಯಾಡಿತು. ಆಕೆ ಆತ್ಮತೃಪ್ತಿಯೊಂದಿಗೆ ನಗಾಡಿದಳು. 'ಹೋಗುವೆ. ಆದರೆ ಕೆಲವು ಪ್ರಯಾಣಗಳು ಒಬ್ಬಂಟಿಯಾಗಿ ಹೋಗುವುದಕ್ಕಾಗುವುದಿಲ್ಲವಲ್ಲ...'

ಹೊರಗೆ ಫೋನ್ ರಿಂಗಣಿಸಿತು. ಬೆಂಕಿ ನಂದಿತು. ವಿದ್ಯುತ್ ದೀಪಗಳು ಉರಿದವು. ಬೆಳಕು ಎಲ್ಲೆಡೆ ಪಸರಿಸಿತು. ಕಾಲಿಂಗ್ ಬೆಲ್ ಸದ್ದಾಯಿತು. ಮಿಂಚಿನಂತೆ ಮೆಟ್ಟಿಲುಗಳತ್ತ ಓಡಿದ ಆಕೆ ಒಂದರೆ ಕ್ಷಣದಲ್ಲಿ ಹಜಾರ ತಲುಪಿದಳು. ಬಾಗಿಲು ತೆರೆದಳು. ನಿದ್ದೆಗಣ್ಣಿನಲ್ಲಿದ್ದ ಕಾವಲುಗಾರನ ಪತ್ನಿಯ ಹಿಂದೆ ತನ್ನ ಹೊಸ ಪ್ರಿಯಕರ ಗಾಬರಿಯಾಗಿ ನಿಂತಿದ್ದ. ಆಕೆಯನ್ನು ನೋಡಿದಾಕ್ಷಣ ನಿಟ್ಟುಸಿರು ಬಿಟ್ಟ. ಬಾಗಲು ಹಾಕಿ ಬ್ಯಾಗ್ ಎಳೆದುಕೊಂಡು ಮೆಟ್ಟಿಲುಗಳೇರುವಾಗ 'ತೊಂದರೆಯೇನೂ ಇಲ್ಲವಲ್ಲ...' ಎಂದು ಮತ್ತೊಮ್ಮೆ

ವಿಚಾರಿಸಿದ. 'ನೀವು ಬರುವಿರಿ ಎಂಬ ನಂಬಿಕೆಯೇ ಇರಲಿಲ್ಲ' ಎಂದು ಆಕೆ ಸಂಭ್ರಮದಿಂದ ಹೇಳಿದಳು. 'ಬಾರದೇ ಇರಲು ಸಾಧ್ಯವಾಗಲಿಲ್ಲ' ಎಂದು ಹೇಳಿ ಪ್ರಿಯಕರ ನಗೆಸೂಸಿದ. ಹಳೆಯ ಪ್ರಿಯಕರ ಕೊನೆಯದಾಗಿ ಮಲಗಿದ್ದ ಕೋಣೆಯತ್ತ ಆಕೆ ಪ್ರಿಯಕರನನ್ನು ಕರೆದುಕೊಂಡು ಹೋದಳು. ಅಷ್ಟರಲ್ಲಿ ವಿದ್ಯುತ್ ದೀಪಗಳು ಪುನಃ ನಂದಿದವು. ಗಾಳಿ ಮತ್ತೆ ಸುಳಿಯಾಡತೊಡಗಿತು. ಮರಗಳು ಜೋರಾಗಿ ಚೀರಿದವು. ನರಿ–ಮರಿಗಳು ಬೊಬ್ಬಿರಿದವು. ನಾಯಿಗಳು ಕುಂಯ್ ಕುಂಯ್ ಎನ್ನುತ್ತ ಬಾಲಮುದಡಿಸಿ ಅತ್ತಿತ್ತ ಓಡಾಡಿದವು. ಬಂಗಲೆಯಲ್ಲಿ ಅಲ್ಲೋಲ ಕಲ್ಲೋಲವಾಯಿತು. ಪ್ರಿಯಕರ, ಆಕೆಯ ಹೆಗಲ ಮೇಲೆ ತಲೆಯಿಟ್ಟು ಆರಾಮವಾಗಿ ನಿದ್ರಿಸಿದ. ಆಕೆಗೆ ಆಗ ಕಾಮವೂ ಕವಿತೆಯೂ ಒಂದೇ ಎಂಬಂತೆ ಭಾಸವಾಯಿತು. ರೋಮಾಂಚಕಾರಿಯಾಗದೆ, ಮನಸ್ಸನ್ನು ಮುಟ್ಟದೆ ಅವೆರಡೂ ಆಕೆಯ ಅನುಭವಕ್ಕೆ ಬಂದಿದ್ದವು.

'ಚಂದದ ಮನೆ. ನಾವು ಇಲ್ಲೇ ವಾಸವಿರೋಣವಂತೆ...' ಪ್ರಿಯಕರ ಹೇಳಿದ.

'ನಿಮಗೆ ದೆವ್ವದ ಭಯವಿಲ್ಲವೇ...?' ಆಕೆ ಕೇಳಿದಳು.

'ಇಲ್ಲ ನಾವು ಗಂಡಸರೆಲ್ಲ ಎಂದೋ ಮಣ್ಣಾಗಿ ಹೋಗಿರುವ ಪುರುಷತ್ವದ ಪ್ರೇತಗಳಲ್ಲವೇ..? ಪ್ರಿಯಕರನ ಉತ್ತರ.

'ನನ್ನ ಭಯವಿಲ್ಲವೇ... ಮಾಜಿ ಪ್ರಿಯಕರ ಕೊಲೆಯಾದ ಮನೆಯಲ್ಲಿ ಹೊಸ ಪ್ರಿಯಕರನ ಜೊತೆ ಮಂಚವೇರುವಷ್ಟು ಕ್ರೂರಿಯಾದ ಹೆಣ್ಣನ್ನು ಯಾರಾದರೂ ಪ್ರೀತಿಸುವರೇ...?' ಆಕೆ ಕೆಣಕಿದಳು.

'ಪ್ರೀತಿಸುವಾಗ ಹೆಣ್ಣು–ಗಂಡು ಎಂಬ ಭಾವದ ಹಂಗು ಇರುವುದಿಲ್ಲ. ನಾವು ಎಲ್ಲ ಎಲ್ಲೆಗಳನ್ನು ಮೀರಿದ ಮುಕ್ತ ಮನಸ್ಸಿನ ಮನುಷ್ಯರಾಗೋಣ..' ಪ್ರಿಯಕರ ಭರವಸೆಯ ನುಡಿಗಳನ್ನಾಡಿದ.

ಕತ್ತಲಲ್ಲಿ, ಗಾಜಿನ ದೊಡ್ಡ ವಸ್ತುವೊಂದು ದೂರದಲ್ಲೆಲ್ಲೋ ಬಿದ್ದು ಚೂರಾದ ಸದ್ದು ಕೇಳಿಸಿತು.

ಪ್ರಯಾಣಗಳಿಲ್ಲದೆ ಯಾವ ಮನುಷ್ಯನೂ ಸ್ವತಂತ್ರ ಆಗಲಾರ. ಮಾಜಿ ಪ್ರಿಯಕರನ ಕೊಲೆಯಾದ ಬಂಗಲೆಯಿಂದ ಆಕೆ ವಾಪಸಾಗುವಾಗ ಒಬ್ಬಂಟಿಯಾಗಿರಲಿಲ್ಲ. ಕೆಲವು ಪ್ರಯಾಣಗಳು ಹಾಗೆಯೇ, ಒಬ್ಬಂಟಿಯಾಗಿ ಹೋಗಲು ಸಾಧ್ಯವಿಲ್ಲ...

ಮಾಧ್ಯಮ ಧರ್ಮರಾಜ

ಮನುಷ್ಯ ಯಾವತ್ತೂ ಹಾಗೆ. ತನಗೆ ಇಷ್ಟವಿರುವುದರ ಮೇಲೆ ಮಾತ್ರ ಆತನಿಗೆ ನಂಬಿಕೆ; ನಂಬಿಕೆ ಇರುವುದರ ಮೇಲಷ್ಟೇ ಆತನಿಗೆ ಇಷ್ಟ. ಇಷ್ಟಾನಿಷ್ಟಗಳುಳ್ಳ ನಂಬಿಕೆಯ ಸುದ್ದಿಗಳನ್ನು ಓದುಗರ ಮುಂದಿಡುವುದು ನೈಜ ಪತ್ರಿಕಾ ಧರ್ಮ ಎಂಬ ಮಹಾಸತ್ಯವನ್ನು ನನಗೆ ಬೋಧಿಸಿದವರು ಧರ್ಮರಾಜ ಸರ್. ಆದ್ದರಿಂದಲೇ ಬೇರೆಲ್ಲ ಕೆಲಸಗಳನ್ನು ಬದಿಗಿರಿಸಿ ಇಂದು ಇಲ್ಲಿಗೆ ನಾನು ಧಾವಿಸಿ ಬಂದಿದ್ದೇನೆ. ಜೀವನದಲ್ಲಿ ನಾನು ಏನಾದರೂ ಆಗಿದ್ದರೆ ಅದಕ್ಕೆ ಕಾರಣ ಧರ್ಮರಾಜ ಸರ್. ಆದ್ದರಿಂದ ಅವರ ಬಗ್ಗೆ ದಿನಿವಿಡೀ ಮಾತನಾಡುವುದಕ್ಕೂ ನಾನು ಸಿದ್ಧ. ನನ್ನ ಪಾಲಿಗೆ ಅವರೊಬ್ಬ ಅವತಾರ ಪುರುಷ. ಧರ್ಮರಾಜ ಸರ್ ನನ್ನ ಸ್ವದೇಶಾಭಿಮಾನಿಯೂ ಕೇಸರಿಯೂ ಆಗಿದ್ದಾರೆ. ಮುಟ್ಟಿದ್ದೆಲ್ಲ ಚಿನ್ನವಾಗಿಸುವ ಕೈ ಅವರದು. ಭೂಮಿಯೊಳಗೆ ಧಾತು ಲವಣಗಳ ಪ್ರಮಾಣ ಕ್ಷಯಿಸುತ್ತಿದೆ ಮತ್ತು

ಕೇರಳದಲ್ಲಿ ಚಿನ್ನದ ನಿಕ್ಷೇಪ ಇಲ್ಲ ಎಂಬುದು ಎಲ್ಲರಿಗೂ ಗೊತ್ತಿದೆ. ಆದ್ದರಿಂದ ನಮ್ಮ ಅಗತ್ಯಕ್ಕೆ ಬೇಕಾದ ಚಿನ್ನವನ್ನು ನಾವೇ ತಯಾರಿಸಬೇಕು ಎಂಬ ಮಹತ್ವದ ಸಂದೇಶ ಸಾರಿದವರು ಧರ್ಮರಾಜ ಸರ್. ನನ್ನಂಥವರ ಪಾಲಿಗೆ ಅದೊಂದು ಚಿಂತನಾರ್ಹ ವಿಷಯ. ಅದೇ ಧರ್ಮ; ಜೀವನವಿಧಾನ.

ಈ ನಾಡಿಗೂ ಜನರಿಗೂ ಮಾಧ್ಯಮಗಳಿಗೂ ಧರ್ಮರಾಜ ಸರ್ ನೀಡಿದ ಕೊಡುಗೆಯ ಬಗ್ಗೆ ಸವಿಸ್ತಾರವಾಗಿ ಮಾತನಾಡುವಷ್ಟು ದೊಡ್ಡವಳು ನಾನಲ್ಲ. ಆದರೆ ಪ್ರಾಮಾಣಿಕ ಪತ್ರಕರ್ತನೊಬ್ಬ ಸಮುದಾಯಕ್ಕೆ ಯಾವೆಲ್ಲ ರೀತಿಯಲ್ಲಿ ಪ್ರೇರಣೆಯಾಗಬಲ್ಲ ಎಂದು ತಿಳಿದುಕೊಳ್ಳುವ ಆಸಕ್ತಿಯುಳ್ಳವರಿಗೆ ಧರ್ಮರಾಜ ಸರ್ ಅವರ ವೈಯಕ್ತಿಕ ಮತ್ತು ವೃತ್ತಿಜೀವನ ಪಠ್ಯಪುಸ್ತಕ ಇದ್ದಂತೆ. ಇದಕ್ಕೆ ಪೂರಕವಾಗಿ ಪ್ರಸಂಗವೊಂದನ್ನು ನಿಮ್ಮೆಲ್ಲರ ಅನುಮತಿಯೊಂದಿಗೆ ಇಲ್ಲಿ ಪ್ರಸ್ತಾಪಿಸಲು ಬಯಸುತ್ತೇನೆ. ಅದಕ್ಕೂ ಮೊದಲು, ಧರ್ಮರಾಜ ಸರ್ ಅವರ ಆತ್ಮೀಯತೆಯ ಹೆಮ್ಮರದ ನೆರಳಲ್ಲಿ ಬೆಳೆದು ಹೆಸರು ಗಳಿಸಿದ ಮತ್ತೊಬ್ಬ ವ್ಯಕ್ತಿಯನ್ನು ನೆನಪಿಸಿಕೊಳ್ಳುವುದು ಸೂಕ್ತ ಎಂದೆನಿಸುತ್ತದೆ. ಆ ವ್ಯಕ್ತಿ ಬೇರೆ ಯಾರೂ ಅಲ್ಲ. ನಮ್ಮನ್ನೆಲ್ಲ ದುಃಖದ ಕಡಲಿಗೆ ತಳ್ಳಿ ಅಕಾಲದಲ್ಲಿ ತೀರಿ ಹೋಗಿರುವ ಪೊಲೀಸ್ ಐಜಿ ರೋಮಿಯೊ ಪಾಟ್ಟತ್ತಿಲ್. ಧರ್ಮರಾಜ ಸರ್ ಯಾರು, ಏನು ಎಂದು ನಮ್ಮ ಪೈಕಿ ಹೆಚ್ಚಿನವರಿಗೆ ಗೊತ್ತಿದೆ. ಬಹುತೇಕರು ಅವರನ್ನು ಕಂಡಿದ್ದೀರ. ಅವರು ಸುಂದರ, ಸುಕೇಶ, ಸುಮನಸ್ಕ ಮತ್ತು ಸುಶೀಲ. ಎಲ್ಲಕ್ಕಿಂತ ಮಿಗಿಲಾಗಿ ಸುರೇಂದ್ರನೂ, ಪ್ರಜ್ಞಾವಂತನಾದ ಸುಪಾನನೂ ಆಗಿದ್ದಾರೆ. ಐಜಿ ರೋಮಿಯೊ ಸಕಲಕಲಾವಲ್ಲಭನೂ ಸಕಲ ವಿದ್ಯಾಪಾರಂಗತನೂ ಸಕಲಗುಣ ಸಂಪನ್ನನೂ ಸಕಲ ಜನಪ್ರಿಯನೂ ಎಲ್ಲಕ್ಕಿಂತ ಮಿಗಿಲಾಗಿ ಸಹೃದಯನೂ ಆಗಿದ್ದರು. ಸಮಾಜವನ್ನು ಸ್ವಸ್ಥ ಮತ್ತು ಸುಸ್ಥಿರವಾಗಿರಿಸುವಲ್ಲಿ ಮಾಧ್ಯಮ ಮತ್ತು ಕಾರ್ಯಾಂಗದ ಪಾತ್ರ ಮಹತ್ವದ್ದು ಎಂದು ನಾವೆಲ್ಲ ಹೇಳುವುದಿದೆ. ಅದನ್ನು ಪ್ರಾಯೋಗಿಕವಾಗಿ ತೋರಿಸಿಕೊಟ್ಟವರು ಈ ಇಬ್ಬರು ಮಹಾನ್ ಪ್ರತಿಭೆಗಳು. ಆತ್ಮೀಯರೆ, ಧರ್ಮರಾಜ ಸರ್ ಮತ್ತು ರೋಮಿಯೊ ಸರ್ ಅವರ ಭೇಟಿ ಆಕಸ್ಮಿಕ. ಆದರೂ ಈ ಕಾಲಘಟ್ಟಕ್ಕೆ ಸಂಬಂಧಿಸಿ ತಾಳೆಯೋಲೆಗಳಲ್ಲಿ ಸುವರ್ಣಾಕ್ಷರಗಳಲ್ಲಿ ಬರೆದಿಡಬೇಕಾದ ಘಳಿಗೆ ಅದು. ಧರ್ಮರಾಜ ಸರ್ ಅವರ ಬಿಡುಗಡೆ ಮತ್ತು ಪತ್ರಿಕಾ ಸ್ವಾತಂತ್ರ್ಯಕ್ಕಾಗಿ ನಾವೆಲ್ಲ ಹೋರಾಟಕ್ಕೆ ಅಣಿಯಾಗಿರುವ ಈ ಮುಸ್ಸಂಜೆಯಲ್ಲಿ, ಮಂದಮಾರುತಕ್ಕೆ ಮರದ ರೆಂಬೆಗಳು ತಲೆಯಾಡಿಸುತ್ತಿರುವ ಈ ಸುಂದರ ಸಮಯದಲ್ಲಿ ಅವರಿಬ್ಬರ ಗೆಳೆತನ ಮತ್ತು ವರ್ಣರಂಜಿತ ಬದುಕಿನ ಬಗ್ಗೆ ಕೆಲವು ಮಾತುಗಳನ್ನು ಆಡದೇ ಇರುವುದು ಸರಿಯಲ್ಲ. ಇದನ್ನು ನೀವು ನಂಬಿದ್ರೆ ನಂಬಿ, ಬಿಟ್ರೆ ಬಿಡಿ.

ರೋಮಿಯೋ ಸರ್ ಕೋಯಿಕ್ಕೋಡ್ ಗ್ರಾಮಾಂತರ ಎಸ್‌ಪಿ ಆಗಿ ಮಿಂಚುತ್ತಿದ್ದಾಗ ಅಂದರೆ ಸರಿಯಾಗಿ 12 ವರ್ಷಗಳ ಹಿಂದೆ ಅವರಿಬ್ಬರ ಭೇಟಿಯಾಗಿತ್ತು ಎಂಬುದು ನಿಮ್ಮ ಪೈಕಿ ಬಹುತೇಕರಿಗೆ ತಿಳಿದಿರಲಿಕ್ಕಿಲ್ಲ. ಅಂದು ರೋಮಿಯೊ ಅವರ ತಮ್ಮನ ಕಂಪ್ಯೂಟರ್ ಶೋ ರೂಮಿನಿಂದ ಮೌಸೊಂದು ಕಳವಾಗಿತ್ತು. ಅದನ್ನು ಕದ್ದದ್ದು ಅಂಗಡಿಯಲ್ಲಿ ಕಸ ಗುಡಿಸುತ್ತಿದ್ದ ಮತ್ತು ಮೆಸ್‌ನಲ್ಲಿ ಅಡುಗೆ ಸಹಾಯಕಿಯಾಗಿದ್ದ ಶೀಲ ಎಂಬ ಸಂದೇಹ ಮೂಡಿದ್ದು ಎಲ್ಲ ಕೋಲಾಹಲಗಳಿಗೂ ನಾಂದಿ. ಈ ಶೀಲ ಸಾಮಾನ್ಯ ಹೆಣ್ಣಲ್ಲ. ಆಕೆ ಬೆಂಕಿಯ ಚೆಂಡು. ಕರ್‍ರಗೆ, ತೆಳ್ಳಗೆ ಇದ್ದ ಆಕೆ ಜೋರಾಗಿ ಗಾಳಿ ಬೀಸಿದರೆ ಹಾರಿ ಹೋಗಿಯೇ ಬಿಡುತ್ತಾಳೆ ಎಂದೆನಿಸುವಂತಿದ್ದಳು. ನೋಡುವುದಕ್ಕೆ ಹಾಗಿದ್ದರೂ ಗಟ್ಟಿಗಿತ್ತಿ, ಮಹಾ ಹಠಮಾರಿ. ಯಾವುದಕ್ಕೂ ಹೆದರದ, ಯಾರನ್ನೂ ಲೆಕ್ಕಿಸದ ಜವಾರಿ ಹೆಣ್ಣು. ಸಣ್ಣವಳಿದ್ದಾಗಲೇ ತಂದೆ-ತಾಯಿಯನ್ನು ಕಳೆದುಕೊಂಡಿದ್ದಳು. ಹೀಗಾಗಿ ಬಾಲಮಂದಿರದಲ್ಲಿ ಬೆಳೆದವಳು. ಇನ್ನೇನು ಮಹಿಳಾ ನಿಲಯಕ್ಕೆ ಹೋಗುವುದಕ್ಕೆ ಮೊದಲೇ 17ನೇ ವಯಸ್ಸಿನಲ್ಲಿ ಲಾರಿ ಚಾಲಕನೊಬ್ಬನೊಂದಿಗೆ ಓಡಿಹೋದಳು. ಆದರೆ ಆತನಿಗೆ ಕಟ್ಟಿಕೊಂಡವರೂ ಇಟ್ಟುಕೊಂಡವರೂ ಬಹಳ ಮಂದಿ ಇದ್ದಾರೆಂದು ಗೊತ್ತಾದದ್ದೇ ತಡ, ಅವನ ಕಪಾಳಕ್ಕೆ ಹೊಡೆದು ಹೊರನಡೆದಿದ್ದಳು. ನಂತರ ವೃದ್ಧಾಶ್ರಮವೊಂದರಲ್ಲಿ ಕೆಲಸಕ್ಕೆ ಸೇರಿಕೊಂಡಳು. ನೋಡಿಕೊಳ್ಳಲು ಯಾರೂ ಇಲ್ಲದ ಕಾರಣ ತಾಯಿಯನ್ನು ಅಲ್ಲಿ ಬಿಟ್ಟಿದ್ದ ರಮೇಶನ ಪರಿಚಯವಾದದ್ದು ಅಲ್ಲೇ. ಪ್ರತಿ ಭಾನುವಾರ ಅಲ್ಲಿಗೆ ಭೇಟಿ ನೀಡುತ್ತಿದ್ದ ರಮೇಶ ತಾಯಿಗೆ ಹಣ, ಹಣ್ಣು ಕೊಟ್ಟು ಮರಳುತ್ತಿದ್ದ.

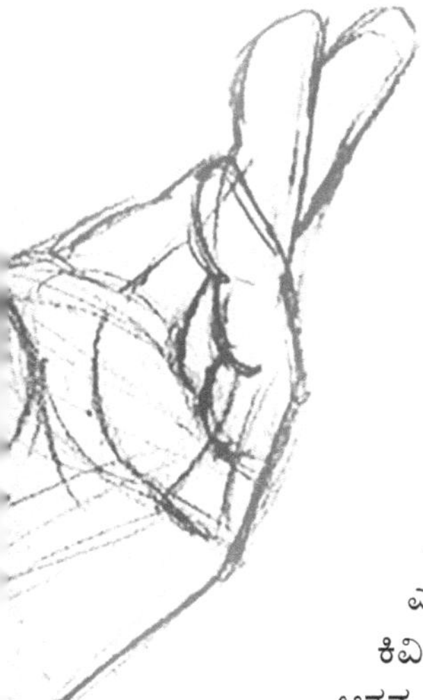

ಮಳೆಗಾಲದ ಒಂದು ದಿನ ಆಸ್ತಮಾ ಹೆಚ್ಚಾಗಿ ತಾಯಿ ತೀರಿಕೊಂಡಾಗ 'ಅಯ್ಯೋ... ನನಗಿನ್ನು ಯಾರಿದ್ದಾರಪ್ಪೋ...' ಎಂದು ಬೊಬ್ಬಿಡುತ್ತಿದ್ದ. ಈ ಕೂಗಾಟದಿಂದ ಎಲ್ಲಿ ತನ್ನ ಕಿವಿಯ ತಮಟೆ ಒಡೆದುಹೋಗುವುದೋ ಎಂದು ಹೆದರಿ ಆತನ ಬಳಿಗೆ ಹೋಗಿ 'ಹೀಗೆ ಬಾಯಿ ಬಡ್ಕೊಳಾಕೆ ನಾಚಿಕೆ ಇಲ್ವೇ ನಿನಗೆ? ಯಾರೂ ಇಲ್ಲ ಎಂದು ತಿಳ್ಕೋಬೇಡ. ನಾನಿದ್ದೇನೆ' ಎಂದು ಸಮಾಧಾನಪಡಿಸಿದಳು. ಎರಡು ವಾರಗಳ ನಂತರ ತಾಳಿ ಮತ್ತು ರೇಷ್ಮೆ ಸೀರೆಯೊಂದಿಗೆ ಬಂದ ಆತ ಆಕೆಯನ್ನು ಕರೆದುಕೊಂಡು ಹೋದ. ಹ್ಞಾಂ... ಅಂದಹಾಗೆ, ಮದುವೆಯಾಗುವ ಸಂದರ್ಭದಲ್ಲಿ ರಮೇಶನ ಮೇಲೆ ಒಂದು ಕೊಲೆ ಪ್ರಕರಣ, ಮೂರು ಹತ್ಯೆಯತ್ನ ಪ್ರಕರಣ ಮತ್ತು ಎರಡು ಹೊಡೆದಾಟದ ಪ್ರಕರಣಗಳು ಮಾತ್ರವೇ ಇದ್ದವು. ಮಗಳು ಜನಿಸಿ ಆಕೆಯನ್ನು

ಶಾಲೆಗೆ ಸೇರಿಸುವಷ್ಟರಲ್ಲಿ ಆತನ ಹೆಸರಿನಲ್ಲಿ ದಾಖಲಾದ ಹೊಡೆದಾಟದ ಪ್ರಕರಣಗಳ ಸಂಖ್ಯೆ ಏಳಕ್ಕೇರಿದವು. ಆದರೆ ಅವುಗಳ ಪೈಕಿ ನಾಲ್ಕರಲ್ಲಿ ಮಾತ್ರ ಶಿಕ್ಷೆಗೆ ಒಳಗಾಗಿದ್ದ. ಆದ್ದರಿಂದ ಜೈಲಿಗೆ ಹೋಗಿ-ಬರುವುದು ನಡೆಯುತ್ತಿತ್ತು. ಆದರೆ ಮಗಳನ್ನು ಇಂಗ್ಲಿಷ್ ಶಾಲೆಗೆ ಸೇರಿಸುವಷ್ಟರಲ್ಲಿ ಆತನಿಗೆ ಹಳೆಯ ಕೊಲೆ ಪ್ರಕರಣದಲ್ಲಿ ಎರಡು ವರ್ಷ ಜೈಲುವಾಸವಾಯಿತು. ಹೀಗಾಗಿ ಶೀಲಳಿಗೆ ಕಾಯಂ ಆಗಿ ಕೆಲಸವೊಂದು ಅನಿವಾರ್ಯವಾಯಿತು. ರೋಮಿಯೊ ಅವರ ತಮ್ಮನ ಕಂಪ್ಯೂಟರ್ ಕೇಂದ್ರ ಶಾಲೆಗೆ ಸಮೀಪವೇ ಇತ್ತು. ಮಗಳನ್ನು ಶಾಲೆಗೆ ಬಿಡಲು ಮತ್ತು ವಾಪಸ್ ಕರೆದುಕೊಂಡು ಬರಲು ಅನುಕೂಲವಾಗುವುದರಿಂದ ಅಲ್ಲಿ ಕೆಲಸಕ್ಕೆ ಸೇರಿದಳು. ಕಂಪ್ಯೂಟರ್ ಕೇಂದ್ರದಲ್ಲಿ ಸಂಜೆ ಹೋಂ ವರ್ಕ್ ಮಾಡಲು ಸ್ಥಳಾವಕಾಶವೂ ಇತ್ತು. ಆದ್ದರಿಂದ ಸಂಬಳ ಕಡಿಮೆಯಾಗಿದ್ದರೂ ರಮೇಶನ ಜೈಲುವಾಸ ಮುಗಿದ ನಂತರ ಕೂಡ ಅಲ್ಲೇ ಕೆಲಸ ಮುಂದುವರಿಸಿದಳು. ಒಂದು ದಿನ ಶೀಲ ಮೆಸ್‌ನಲ್ಲಿ ಚಹಾದ ಲೋಟಗಳನ್ನು ತೊಳೆದಿಡುತ್ತಿದ್ದಳು. ಮಗಳು ಇಂಗ್ಲಿಷ್ ಹೋಂ ವರ್ಕ್ ಮಾಡುತ್ತಿದ್ದಳು.

ಅಷ್ಟರಲ್ಲಿ ಬಾಗಿಲ ಬಳಿ ರೋಮಿಯೊ ಸರ್ ಪ್ರತ್ಯಕ್ಷವಾದರು. ಬಾಗಿಲಿನ ಎರಡೂ ಬದಿಗಳಿಗೆ ಕೈಗಳನ್ನಿರಿಸಿ 'ಮಗಳೇ ಶೀಲಾ, ನಮ್ಮದೊಂದು ಮೌಸ್ ಕಾಣೆಯಾಗಿದೆ. ನೀನೆಲ್ಲಾದರೂ ನೋಡಿದ್ದೀಯಾ...' ಎಂದು ಕೇಳಿದರು.

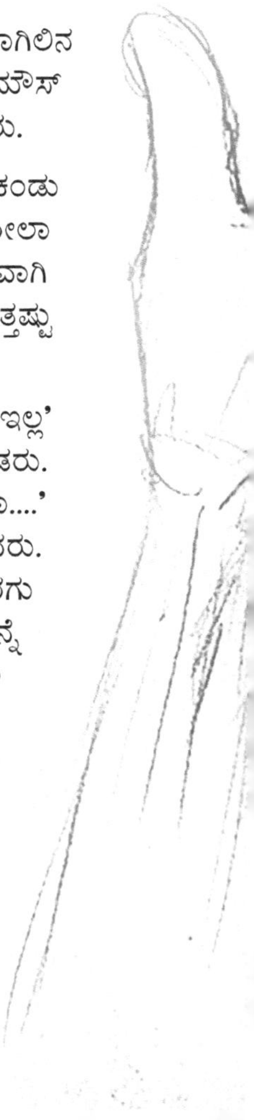

ಮೌಸ್ ಎಂದರೇನೆಂದು ಗೊತ್ತಾಗದ ಶೀಲ ಕಕ್ಕಾಬಿಕ್ಕಿಯಾದದ್ದನ್ನು ಕಂಡು ರೋಮಿಯೊ ಸರ್ ಮೌಸೊಂದನ್ನು ತಂದು ತೋರಿಸಿದರು. ಆಗ ಶೀಲಾ 'ಇಲ್ಲ ಸರ್, ನಾನು ಇಂಥಾದ್ದನ್ನು ತೆಗೆಯಲಿಲ್ಲ' ಎಂದಾಗ 'ಆಕಸ್ಮಿಕವಾಗಿ ನಿನ್ನ ಬಳಿಯೇನಾದರೂ ಬಂದಿದ್ದರೆ ಕೊಟ್ಟುಬಿಡು' ಎಂದು ಮತ್ತಷ್ಟು ಪ್ರೀತಿಯಿಂದ ಹೇಳಿದರು.

'ಗೊತ್ತಿದ್ದೂ ತೆಗೆಯಲಿಲ್ಲ, ಆಕಸ್ಮಿಕವಾಗಿ ನನ್ನ ಬಳಿ ಬರಲೂ ಇಲ್ಲ' ಎಂದು ಆಕೆ ಹೇಳಿದ್ದೇ ತಡ, ರೋಮಿಯೊ ತಾಳ್ಮೆ ಕಳೆದುಕೊಂಡರು. ಏಕಾಏಕಿ ಒಳಗೆ ಧಾವಿಸಿ 'ಛೀ... ನನ್ನ ಬಳಿ ನಾಟಕವಾಡ್ತೀಯಾ....' ಎಂದು ಘರ್ಜಿಸುತ್ತ ಆಕೆಯ ಕೆನ್ನೆಗೆ ಚಟಾರ್ ಎಂದು ಬಾರಿಸಿದರು. ಇದನ್ನೆಲ್ಲ ಗಮನಿಸುತ್ತಿದ್ದ ಮಗಳು ಹೆದರಿ ಓಡಿಬಂದು ಅಮ್ಮನ ಸೆರಗು ಹಿಡಿದುಕೊಂಡು ನೋಡುತ್ತಾ ನಿಂತಳು. ಒಂದು ಕೈಯಲ್ಲಿ ಕೆನ್ನೆ ಉಜ್ಜುತ್ತ ಮತ್ತೊಂದು ಕೈಯಲ್ಲಿ ಮಗಳನ್ನು ಒತ್ತಿ ಹಿಡಿಯುತ್ತ ಶೀಲ ಆ ಸಂದರ್ಭದಲ್ಲಿ ಹೇಳಿದ್ದು ಏನು ಗೊತ್ತಾ...? 'ಓಹೋ ಹೀಗಾ ಕಥೆ... ಹಾಗಾದರೆ ನಾನೇ ತೆಗೆದೆ ಬಿಡಿ ಸರ್' ಎಂದು. ಅಷ್ಟರಲ್ಲಿ ರೋಮಿಯೊ ಸರ್ ರೌದ್ರಾವತಾರ ತಾಳಿದರು. 'ಥೂ... ಕಳ್ಳಿ,

ನನ್ನಲ್ಲಿ ನಿನ್ನ ಆಟವೇ? ನಿನಗೆ ಕಲಿಸುತ್ತೇನೆ ಪಾಠ. ತಗಿ, ಮೌಸ್ ಎಲ್ಲಿ ಬೇಗ ತಗಿ...' ಎಂದು ಗದರಿಸಿದರು. ನಂತರ ಪೊಲೀಸ್ ಭಾಷೆಯಲ್ಲಿ ಬೈಗುಳಗಳ ಮಳೆ ಸುರಿಸಿದರು. ಅಷ್ಟರಲ್ಲಿ ಶೀಲ 'ಸರ್... ನಾನದನ್ನು ಮನೆಯಲ್ಲಿ ಇರಿಸಿದ್ದೇನೆ. ನಾಳೆ ತಂದುಕೊಟ್ಟರೆ ಸಾಲದೇ' ಎಂದು ಕೇಳಿದಳು. ಅಷ್ಟು ಹೇಳಿದ್ದೇ ತಡ 'ಗಾಡಿ ಹತ್ತು. ಈಗಲೇ ಹೋಗೋಣ' ಎಂದು ಹೇಳಿ ಕಳ್ಳ ಮಾಲು ವಶಪಡಿಸಿಕೊಳ್ಳಲು ಶೀಲ ಮತ್ತು ಮಗಳನ್ನು ತಮ್ಮ ಹೊಸ ಇನೋವಾದೊಳಗೆ ತಳ್ಳಿಕೊಂಡು ಹೊರಟೇಬಿಟ್ಟರು.

ಕಣ್ಣು ತೆರೆದು ನೋಡುವಷ್ಟರಲ್ಲಿ ಮನೆ ತಲುಪಿದರು. ಮನೆ ಎಂದರೆ ಅದು ಹುಲ್ಲು ಹಾಸಿದ, ತೆಂಗಿನ ಗರಿಗಳ ಬಾಗಿಲಿನ ಗುಡಿಸಲು. ಮಳೆನೀರು ಬೀಳದಂತೆ ಮುಂಭಾಗದಲ್ಲಿ ನೀಲಿ ಬಣ್ಣದ ಟಾರ್ಪಾಲಿನ್ ಕಟ್ಟಲಾಗಿತ್ತು. ಒಳಗೆ ಹೋದ ಶೀಲ 'ಸರ್, ಇಲ್ಲೆಲ್ಲೂ ಕಾಣುತ್ತಿಲ್ಲ. ಇವಳಪ್ಪ ರಮೇಶ ರಾಮನಾಟುಕರದತ್ತ ಹೋಗುವಾಗ ತೆಗೆದುಕೊಂಡು ಹೋಗಿರಬೇಕು' ಎಂದು ಹೇಳಿ ತಪ್ಪಿಸಿಕೊಳ್ಳಲು ಪ್ರಯತ್ನಿಸಿದಳು. ಆದರೆ ರೋಮಿಯೊ ಸರ್ ಬಿಡಬೇಕಲ್ಲ.

ಮೊದಲೇ ಹತಮಾರಿ, ಆಕೆಯ ವರ್ತನೆಯಿಂದ ಇನ್ನಷ್ಟು ಕೆರಳಿದ್ದ ಅವರು 'ಹಾಗಾದರೆ ಗಾಡಿ ಹತ್ತು. ಮೌಸ್ ಕೊಟ್ಟ ನಂತರವಷ್ಟೇ ನೀನಿವತ್ತು ನಿದ್ದೆ ಮಾಡಿದರೆ ಸಾಕು' ಎಂದರು.

ಆಗ ಶೀಲ 'ಹಾಗಾದರೆ ಮಗುವಿಗೆ ಸ್ನಾನ ಮಾಡಿಸಿ ಹೊಟ್ಟೆಗೇನಾದರೂ ಕೊಟ್ಟ ನಂತರ ಹೊರಟರೆ ಸಾಲದೇ' ಎಂದು ಕೋರಿಕೊಂಡಳು. ಪೊಲೀಸ್ ಅಧಿಕಾರಿ ಎಂಬ ದರ್ಪ ಇದ್ದರೂ ಖಾಕಿಯೊಳಗೆ ನಿಷ್ಕಲ್ಮಶವಾದ ಕಲಾಹೃದಯ ಇರುವ ರೋಮಿಯೊ ಸರ್ ಅದಕ್ಕೆ ಒಪ್ಪಿಕೊಂಡರು. ಮಗಳಿಗೆ ಸ್ನಾನ ಮಾಡಿಸಿ ದೋಸೆ ಮಾಡಿಕೊಟ್ಟ ಶೀಲ ತಾನೂ ಸ್ನಾನ ಮಾಡಿಕೊಂಡು ಬಂದು ತುರುಬು ಕಟ್ಟಿ ಹಣೆಗೆ ತಿಲಕವಿಟ್ಟು ಕಣ್ಣಿಗೆ ಕಾಡಿಗೆ ಹಚ್ಚಿಕೊಂಡು ಹೊರಟಳು. ಕಾದು ಕಾದು ಕೋಪದಿಂದ ಕುದಿಯುತ್ತಿದ್ದ ರೋಮಿಯೊ ಸರ್ ವಾಯುವೇಗದಲ್ಲಿ ವಾಹನವನ್ನು ರಾಮನಾಟುಕರದತ್ತ ಅಟ್ಟಿದರು. ಗುಡ್ಡದ ಇಳಿಜಾರಿನಲ್ಲಿದ್ದ ಆ ಮನೆಯನ್ನು ಹುಡುಕಿ ತೆಗೆಯುವಷ್ಟರಲ್ಲಿ ಕತ್ತಲಾಗಿತ್ತು. ಆದರೆ ಮನೆಯಲ್ಲಿ ಯಾರೂ ಇರಲಿಲ್ಲ. ಆಗ ಶೀಲ 'ರಮೇಶ, ತಿರೂರಂಗಾಡಿಯಲ್ಲಿ ವಾಸವಿರುವ ದೊಡ್ಡಪ್ಪನ ಮಗಳು ಶ್ರೀವಿದ್ಯಾಳ ಮನೆಗೆ ಹೋಗಿರಬಹುದು' ಎಂದಳು. ರೋಮಿಯೊ ಸರ್ ಬಿಡಲಿಲ್ಲ. ತನಗಿಂತ ಸಣ್ಣವರ ಎದುರು ಸೋಲೊಪ್ಪಿಕೊಳ್ಳಲು ದೊಡ್ಡ ವ್ಯಕ್ತಿಗಳು ಯಾರೂ

ಸಿದ್ಧರಿರುವುದಿಲ್ಲ ಎಂಬ ಮಹಾಸತ್ಯ ಅವರು ಅಂದು ಮಾಡಿದ ಸಾಹಸದಿಂದ ನನ್ನ ಅರಿವಿಗೆ ಬಂತು.

ಹೇಗಾದರೂ ಮಾಡಿ ಒಂದೂವರೆ ತಾಸಿನಲ್ಲಿ ತಿರೂರಂಗಾಡಿಗೆ ತಲುಪಿದರೂ ಅಲ್ಲಿ ಶ್ರೀವಿದ್ಯ ಮತ್ತು ಆಕೆಯ ಹಸುಗೂಸು ಬಿಟ್ಟರೆ ಬೇರೆ ಯಾರೂ ಇರಲಿಲ್ಲ. ರಮೇಶ ಕೋಟ್ಟಕ್ಕಲ್‌ನಲ್ಲಿ, ಸಣ್ಣತ್ತೆಯ ಮನೆಯಲ್ಲಿ ಇರುವ ಸಾಧ್ಯತೆ ಇದೆ ಎಂದು ಶೀಲ ಹೇಳಿದಳು. ಮೋಸಗಾರರನ್ನು ಹೆಡೆಮುರಿ ಕಟ್ಟಿ ಎಳೆದುಕೊಂಡು ಬಂದು ಬುದ್ಧಿ ಹೇಳುವ ರೋಮಿಯೋ ಸರ್ ಬಳಿ ಒಬ್ಬ ಸಾಮಾನ್ಯ, ಮೂರುಕಾಸಿನ ಬೆಲೆಯುಳ್ಳ ಹೆಣ್ಣುಮಗಳ ಆಟವೇ? ರೋಮಿಯೊ ಸರ್ ಒಂದರೆ ಕ್ಷಣವೂ ಯೋಚಿಸದೆ ಕಾರನ್ನು ಕೋಟ್ಟಕ್ಕಲ್‌ನತ್ತ ಓಡಿಸಿದರು. ಶೀಲಳ ಮಗಳಿಗೆ ದಾರಿಯಲ್ಲಿ ಬಾಯಾರಿದಾಗ ನೀರು ಕುಡಿಯಬೇಕೆಂದೂ, ಹೊಟ್ಟೆ ಉಬ್ಬರಿಸಿದಾಗ ಉಚ್ಚೆ ಹೊಯ್ಯಬೇಕೆಂದೂ, ಹಸಿದಾಗ ಬಿಸ್ಕತ್ ತಿನ್ನಬೇಕೆಂದೂ ಅನಿಸಿತು. ನೀರು ಬೇಕೆಂದು ಹೇಳಿದಾಗ 'ಈಗ ನೀರು ಕುಡಿಯುವ ಸಮಯವೇ? ಏನೂ ಕೇಳುವ ಹಾಗಿಲ್ಲ. ಸುಮ್ಮನೆ ಕುಳಿತುಕೋ' ಎಂದು ರೋಮಿಯೊ ಸರ್ ಗದರಿಸಿದರು.

ಆಗ ಶೀಲ 'ಪಾಪ ಮುಗ್ಧ ಮಗುವನ್ನು ಕರೆದುಕೊಂಡು ಬಂದು ಹೊಟ್ಟೆಗೆ ಏನೂ ಕೊಡದೆ ಹಸಿವಿಗೆ ಕೆಡಹುವುದು ಸರಿಯೇ? ನನ್ನ ಮಗು ಹಸಿವೆಯಿಂದೇನಾದರೂ ಸತ್ತರೆ ನಿಮ್ಮ ಸಂತತಿಯೆಲ್ಲ ಹೊಟ್ಟೆಗಿಲ್ಲದೆ ನರಳಿ ಪ್ರಾಣ ಬಿಡುವುದು ಖಚಿತ' ಎಂದು ಹೇಳಿದಳು.

ಆಕೆಯ ಮಾತು ಕೇಳಿ ಕೆಂಡಾಮಂಡಲವಾದ ರೋಮಿಯೊ ಸರ್ ವಾಹನದ ವೇಗಕ್ಕೆ ಬ್ರೇಕ್ ಹಾಕಿದರು. ಮನುಷ್ಯ ಏನಾದರೂ ಕಳೆದುಕೊಳ್ಳುವ ಆತಂಕದಲ್ಲಿರುವಾಗಲೇ ಆತನಲ್ಲಿ ವಿನಯವೂ ವಿಧೇಯತ್ವವೂ ಮೂಡುವುದು ಎಂಬ ಮಹತ್ವದ ಪಾಠವನ್ನು ಶೀಲಳ ಬದುಕು ನನಗೆ ಕಲಿಸಿತು. ಬಾಹ್ಯನೋಟಕ್ಕೆ ಉಕ್ಕಿನ ಮನುಷ್ಯನಂತೆ ಕಂಡರೂ ರೋಮಿಯೊ ಅವರ ಅಂತರ್ಯ ಮೃದುವಾದ ಬೆಣ್ಣೆ ಎಂದು ನಿಮಗೆಲ್ಲ ಗೊತ್ತೇ ಇದೆಯಲ್ಲ. ಸಣ್ಣಪುಟ್ಟ ವಿಷಯಗಳಿಗೂ ಕರಗುವಂಥ ಮನಸ್ಸು ಅವರದು. ರಾತ್ರಿ ಸರಿಯಾಗಿ ಹನ್ನೆರಡೂವರೆಗೆ ಕೋಟ್ಟಕ್ಕಲ್‌ನಲ್ಲಿರುವ ಅತ್ತೆಯ ಮನೆಗೆ ತಲುಪಿದರೂ ಪ್ರಯೋಜನವಾಗಲಿಲ್ಲ. ಎಲ್ಲ ಲೆಕ್ಕಾಚಾರಗಳನ್ನು ಬುಡಮೇಲು ಮಾಡಿ ರಮೇಶ ಅಲ್ಲಿಂದ ಹೊರಟಿದ್ದ.

ಆತ ಅಷ್ಟರಲ್ಲಿ ಕುನ್ನಂಕುಳಂನಲ್ಲಿರುವ ತನ್ನ ಬಾಸ್ ಅಬ್ಬಾಸ್ ಮನೆಗೆ ಹೋಗಿದ್ದಾನೆಂದು ತಿಳಿಯಿತು. ನಿರಂತರವಾಗಿ ಕಾರು ಓಡಿಸಿ ಸುಸ್ತಾಗಿದ್ದ ರೋಮಿಯೊ ಸರ್ ಚಾಲಕನಾಗಿ ಸ್ಥಳೀಯ ಸ್ಟೇಷನ್‌ನ ಕಾನ್‌ಸ್ಟೇಬಲ್ ಒಬ್ಬರನ್ನು ಜೊತೆಯಲ್ಲಿ ಕರೆದುಕೊಂಡರು.

ಆದರೇನು ಮಾಡುವುದು? ಕಾರು ಕುನ್ನಂಕುಳಂ ತಲುಪುವಷ್ಟರಲ್ಲಿ ಎರ್ನಾಕುಳಂ ಮತ್ತು ಆಲಪ್ಪುಳದಲ್ಲಿ ಪ್ಲಾಸ್ಟಿಕ್ ಲೋಡ್ ಇಳಿಸಿದ ನಂತರ ಕೊಲ್ಲಂನಿಂದ ಗೇರುಬೀಜ ಲೋಡ್ ಮಾಡಿಸಿಕೊಂಡು ಬರಲೆಂದು ರಮೇಶ ಟೆಂಪೊ ತೆಗೆದುಕೊಂಡು ಹೊರಟಾಗಿತ್ತು. ಆದರೂ ಬೆನ್ನತ್ತಲು ರೋಮಿಯೊ ಸರ್ ನಿರ್ಧರಿಸಿದರು. ಆದರೆ ಎರ್ನಾಕುಳಂ ತಲುಪಿದಾಗ ರಮೇಶ ಆಲಪ್ಪುಳಕ್ಕೆ ಹೋಗಿ ಆಗಿತ್ತು. ಆಲಪ್ಪುಳ ತಲುಪುವಷ್ಟರಲ್ಲಿ ಕೊಲ್ಲಂಗೆ ಹೊರಟಾಗಿತ್ತು. ಹೀಗೆ ಕೊಲ್ಲಂನತ್ತ ಅವರ ಪಯಣ ಸಾಗುತ್ತಿದ್ದಾಗ, ನಾನು ಸ್ವಲ್ಪ ಮುಂಚೆ ಪ್ರಸ್ತಾಪಿಸಿದ ಆ ಪ್ರಸಂಗ ನಡೆದದ್ದು. ಧರ್ಮರಾಜ ಸರ್ ಮತ್ತು ರೋಮಿಯೊ ಸರ್ ಅವರ ಸ್ನೇಹಕ್ಕೆ ಕಾರಣವಾದ ಪ್ರಸಂಗ.

ಅಂದು ಕೊಲ್ಲಂನಲ್ಲಿ ಅನಭಿಷಿಕ್ತ ಮಾಧ್ಯಮ ದೊರೆಯಾಗಿದ್ದವರು ಧರ್ಮರಾಜ ಸರ್. ಅದಕ್ಕೂ ಮೊದಲು ಅವರು ಹೆಚ್ಚಾಗಿ ಕೇರಳದ ಹೊರಗೆಯೇ ಇದ್ದರು ಎಂಬುದನ್ನು ಮತ್ತೊಮ್ಮೆ ನೆನಪಿಸಿಕೊಡುತ್ತೇನೆ. ಕೊಲ್ಲಂ ಆವೃತ್ತಿಯ ಮುಖ್ಯಸ್ಥನಾಗಿ ಅಧಿಕಾರ ವಹಿಸಿಕೊಂಡ ನಂತರ ಧರ್ಮರಾಜ ಸರ್ ಮೊದಲು ಮಾಡಿದ ಕಾರ್ಯವೆಂದರೆ ತಮ್ಮ ವ್ಯಾಪ್ತಿಗೆ ಬರುವ ಗ್ರಾಮಗಳ ಭೇಟಿ. ಒಂದು ಪಾಕೆಟ್ ರೆಕಾರ್ಡರ್, ಕೊಡಾಕ್ ಕಂಪೆನಿಯ ಒಂದು ಪಾಕೆಟ್ ಕ್ಯಾಮರಾ ಮತ್ತು ಕಾರು ತುಂಬ ಯುವ ಪತ್ರಕರ್ತರನ್ನು ಕುಳ್ಳಿರಿಸಿಕೊಂಡು ಹಳ್ಳಿಗಳ ಮೂಲೆಮೂಲೆಗೂ ತೆರಳಿದ ಅವರು ಸ್ಮರಣೀಯರು.

ಮೊನ್ನೆ ಮೊನ್ನೆ ಮಾಧ್ಯಮಲೋಕಕ್ಕೆ ಕಾಲಿಟ್ಟ ನನ್ನನ್ನು ಕೂಡ ಅವರ ಆ ಕಾರ್ಯ ಸದಾ ಕಾಡುತ್ತಿದೆ. ನಿಮ್ಮಲ್ಲಿ ಅನೇಕರು ಆ ಅನುಭವ ಸಾಗರದಲ್ಲಿ ಮಿಂದಿರಬೇಕು ಎಂದು ನಾನು ಭಾವಿಸಿಕೊಳ್ಳಲೇ...? ಕಚೇರಿಯಿಂದ ಬೆಳಿಗ್ಗೆ ಏಳು ಗಂಟೆಗೆ ಹೊರಟರೆ ಮೊದಲ ನಿಲ್ದಾಣ ಸುದರ್ಶನ್ ಹೋಟೆಲ್‌ನ ಮುಂದೆ. ಅಂದು ಅದೊಂದು ಬಾರ್ ಲೈಸೆನ್ಸ್ ಇದ್ದ ಹೋಟೆಲ್ ಆಗಿತ್ತು ಎಂಬುದನ್ನು ವಿಶೇಷವಾಗಿ ಹೇಳಬೇಕಾದ ಅಗತ್ಯವಿಲ್ಲವಲ್ಲ. ಕೊಲ್ಲಂ ಆವೃತ್ತಿಯ ವ್ಯಾಪ್ತಿಗೆ ಬರುವ ಗ್ರಾಮಗಳಲ್ಲಿ ಮದ್ಯಪಾನ ಮಾಡುವುದಕ್ಕೂ ಮೂತ್ರ ವಿಸರ್ಜನೆಗೂ ಇರುವ ಸೌಲಭ್ಯಗಳ ಕುರಿತು ಸಮಗ್ರ ಅಧ್ಯಯನ ಮಾಡಿದ್ದ ಅವರು ಆ ವಿಷಯಕ್ಕೆ ಸಂಬಂಧಿಸಿದ ಎನ್‌ಸೈಕ್ಲೋಪೀಡಿಯಾದಂತಿದ್ದರು.

ಹಾಗೆಂದ ಮಾತ್ರಕ್ಕೆ, ಹಳೆಯ ಸಿನಿಮಾಗಳಲ್ಲಿ ತೋರಿಸುತ್ತಿದ್ದಂತೆ ಕುಡಿದು ಗಮ್ಮತ್ತಾಗಿ ರಸ್ತೆ ತುಂಬ ಓಲಾಡುತ್ತ ಬೈದಾಡುತ್ತ ಸಾಗುವ ಪತ್ರಕರ್ತರ ಚಿತ್ರಣ ನಿಮ್ಮ

ಮನಸ್ಸಿನಲ್ಲಿ ಮೂಡಬಹುದು. ಧರ್ಮರಾಜ ಸರ್ ಅವರ ಪರಿಚಯ ಇಲ್ಲದವರಿಗೆ ಅಥವಾ ಅವರನ್ನು ಭೇಟಿ ಮಾಡದೇ ಇರುವವರಿಗೆ ಹಾಗೆ ಅನಿಸಿದರೆ ಅಚ್ಚರಿ ಇಲ್ಲ. ಮೂರನೇ ಪೆಗ್ ಏರಿಸಿದಾಗ ತಲೆಕೆದರುವ, ನಾಲ್ಕನೇ ಪೆಗ್ ಮುಗಿದಾಗ ಗಡ್ಡ ಸವರುವ, ಐದನೇ ಪೆಗ್‌ಗೆ ಫಿಟ್ ಆಗಿ ಉಟ್ಟ ಬಟ್ಟೆಯನ್ನು ಕಿತ್ತೆಸೆಯುವ ಮತ್ತು ಸ್ವಲ್ಪ ಹೊತ್ತಿನಲ್ಲೇ ಫ್ಲ್ಯಾಟ್ ಆಗುವವರೇ ನಮ್ಮಲ್ಲಿ ಬಹುತೇಕರು. ಆದರೆ ಧರ್ಮರಾಜ ಸರ್ ಹಾಗಲ್ಲ.

ಮದ್ಯ ಹೊಟ್ಟೆ ಸೇರಿದಂತೆಲ್ಲ ಉತ್ಸಾಹ ಹೆಚ್ಚುವ, ಯೌವನ ಪುಟಿದೇಳುವ ಮತ್ತು ವ್ಯಕ್ತಿತ್ವದ ಗಾಂಭೀರ್ಯ ಹೆಚ್ಚುವ ಅಪರೂಪದ ವ್ಯಕ್ತಿಯಾಗಿದ್ದರು ಅವರು. ಮದ್ಯ, ಹಣ, ಪ್ರೇಮ ಮುಂತಾದವೆಲ್ಲ ಕೊಡುವ ಕಿಕ್ ಒಂದೇ ಅಲ್ಲವೇ? ಒಳಗೆ ಅಡಗಿರುವ ನೈಜ ವ್ಯಕ್ತಿತ್ವವನ್ನು ಎಳೆದು ಹೊರಹಾಕುವ ಸಾಮರ್ಥ್ಯ ಈ ಮೂರಕ್ಕೆ ಇವೆ ಎಂಬ ಸತ್ಯವನ್ನೂ ನಾನು ಕಲಿತದ್ದು ಧರ್ಮರಾಜ ಸರ್ ಅವರಿಂದಲ್ಲದೆ ಬೇರೆ ಯಾರಿಂದಲೂ ಅಲ್ಲ. ಧರ್ಮರಾಜ ಸರ್ ಮತ್ತು ಅವರ ಪಟಾಲಂನ ವಾಹನ ಆಡಾಡುತ್ತ ನೀಂಡಕರ ಸೇತುವೆ ಮೇಲೆ ತಲುಪಿದಾಗ ಸಮಯ 10 ಗಂಟೆಯಾಗಿತ್ತು. ರಮೇಶನನ್ನು ಹುಡುಕುತ್ತ ಹೊರಟಿದ್ದ ರೋಮಿಯೊ ಸರ್ ಕೂಡ ಅದೇ ಸಮಯಕ್ಕೆ ಅಲ್ಲಿಗೆ ತಲುಪಿದ್ದನ್ನು ವಿಧಿಯಾಟವೆಂದಲ್ಲದೆ ಬೇರೇನೆಂದು ಹೇಳುವುದು? ಅಲ್ಲಿ ಎರಡು ಧ್ರುವನಕ್ಷತ್ರಗಳು ಎದುರುಬದುರಾದವು. ಎರಡು ಮೇರುಪರ್ವತಗಳು ಪರಸ್ಪರ ಅಪ್ಪಳಿಸಿದವು. ಇಬ್ಬರ ಕಾರುಗಳೂ ಡಿಕ್ಕಿ ಹೊಡೆದವು.

ಧರ್ಮರಾಜ ಸರ್ ತಕ್ಷಣ ಕೆಳಗಿಳಿದು ಕಾರಿನ ಚಾಲಕ ಮತ್ತು ಮಾಲೀಕನನ್ನು ದರಿದ್ರ ಭಾಷೆಯಲ್ಲಿ ಬೈದರು. ಅಷ್ಟರಲ್ಲಿ ರೋಮಿಯೊ ಸರ್ ಧಾವಿಸಿ ಬಂದು ಧರ್ಮರಾಜ ಸರ್‌ನ ಕತ್ತು ಪಟ್ಟಿ ಹಿಡಿದು ತಳ್ಳಿದರು. ಕಾರಿನೊಳಗಿದ್ದ ಉಪಸಂಪಾದಕರುಗಳು ಓಡಿಬಂದು ರೋಮಿಯೊ ಸರ್ ಮೇಲೆ ಹಲ್ಲೆ ನಡೆಸಿದರು. ಸುತ್ತಮುತ್ತಲಿನ ಜನರು ಸೇರಿದರು. ಪೊಲೀಸ್ ವಾಹನವೂ ಬಂತು. ರೋಮಿಯೊ ಸರ್ ಹಿರಿಯ ಅಧಿಕಾರಿ ಎಂದು ತಿಳಿದ ಪೊಲೀಸರು ಪತ್ರಕರ್ತರನ್ನೆಲ್ಲ ಜೀಪಿನೊಳಗೆ ತಳ್ಳಿ ಕರೆದುಕೊಂಡು ಹೋದರು. ಪೊಲೀಸ್ ಸ್ಟೇಷನಿಗೆ ಹೋಗಿ ನೋಡಿದರೆ ಒಬ್ಬ ವ್ಯಕ್ತಿ ಮಾತ್ರ ಕಾಣಿಸಲಿಲ್ಲ. ಯಾರೆಂದು ಗೊತ್ತೇ...? ಧರ್ಮರಾಜ್ ಸರ್ ಅಲ್ಲದೆ ಮತ್ಯಾರು! ಪತ್ರಕರ್ತರನ್ನು ಪೊಲೀಸರು ಎಳೆದುಕೊಂಡು ಹೋಗುವಾಗ ಧರ್ಮರಾಜ ಸರ್ ಯಾರಿಗೂ ಗೊತ್ತಾಗದೆ ತಪ್ಪಿಸಿಕೊಂಡಿದ್ದರು.

ಎಲ್ಲ ರಗಳೆ ಮುಗಿದ ನಂತರ ಕೊಲ್ಲಂನ ಗೇರುಬೀಜ ಫ್ಯಾಕ್ಟರಿಗೆ ರೋಮಿಯೊ ಸರ್ ತಲುಪುವಷ್ಟರಲ್ಲಿ ರಮೇಶ ಅಲ್ಲಿಂದ

ಕುನ್ನಂಕುಳಂಗೆ ವಾಪಸ್ ಹೋಗಿಯಾಗಿತ್ತು. ಅಲ್ಲಿಂದ ಬೇರೊಬ್ಬ ಚಾಲಕನ ವ್ಯವಸ್ಥೆ ಮಾಡಿಕೊಂಡು ರೋಮಿಯೊ ಸರ್ ವಾಯುವೇಗದಲ್ಲಿ ವಾಪಸ್ ಸಾಗಿದರು. ಆದರೆ ಕುನ್ನಂಕುಳಂ ತಲುಪುವಷ್ಟರಲ್ಲಿ ರಮೇಶ ಕೋಯಿಕ್ಕೋಡ್‌ಗೆ ಹೊರಟುಹೋಗಿದ್ದ. ಹಾಗೆ ಕಾರು ಆ ದಾರಿಯಾಗಿ ಸಾಗಿತು. ಏಳೂವರೆ ವೇಳೆಗೆ ಕೋಯಿಕ್ಕೋಡ್ ನಗರ ವ್ಯಾಪ್ತಿಗೆ ಅವರು ತಲುಪಿದರು. ಆಗ ತಮ್ಮನ ಫೋನ್ ಕರೆ ಬಂತು. ನಾಪತ್ತೆಯಾಗಿದ್ದ ಮೌಸ್ ಸಿಕ್ಕಿದ ಶುಭಸುದ್ದಿ ತಿಳಿಯಿತು. ಮೌಸೊಂದು ಮತ್ತೊಂದು ಮೌಸಿಗೆ ಆಕರ್ಷಿತವಾಗಿದ್ದರಿಂದಲೋ ಅಥವಾ ಅದನ್ನು ಇರಿಸಿದ್ದ ಕಾರ್ಡ್ ಬೋರ್ಡ್ ಪೆಟ್ಟಿಗೆ ಮೌಸಿನ ಹೌಸಿಂಗ್ ಬೋರ್ಡ್ ಆಗಿದ್ದರಿಂದಲೋ ಏನೋ ಈ ಮೌಸನ್ನು ಆ ಮೌಸ್ ಎಳೆದುಕೊಂಡು ಹೋಗಿ ಫೈಲೊಂದರ ಒಳಗೆ ಇರಿಸಿತ್ತು. ಬಾಲವನ್ನು ಕತ್ತರಿಸಿ ಹಾಕಿತ್ತು.

ತನ್ನನ್ನು ತಾನು ನಿಯಂತ್ರಿಸಿಕೊಳ್ಳಲಾಗದ ರೋಮಿಯೊ ಸರ್ ಕಾರಿನಿಂದ ಇಳಿದು ಹಿಂಬಾಗಿಲು ದಢಾರ್ ಎಂದು ಎಳೆದು 'ಛೀ...ಸೂ...ಮಗಳೇ, ಈ ರೋಮಿಯೊನನ್ನೇ ಆಟವಾಡಿಸುವಷ್ಟು ಬೆಳೆದಿದ್ದೀಯಾ' ಎಂದು ಹೇಳಿ ಕೆನ್ನೆಗೆ ಬಾರಿಸಲು ಕೈ ಎತ್ತಿದರು. ಮಗಳನ್ನು ಮಡಿಲಲ್ಲಿ ಮಲಗಿಸಿ ಹೊರಗಿನ ದೃಶ್ಯಗಳನ್ನು ಆಸ್ವಾದಿಸುತ್ತಿದ್ದ ಶೀಲ, ರೋಮಿಯೊನ ಅವತಾರ ಕಂಡು ಬೆದರಲಿಲ್ಲ. ಜೋರಾಗಿ ನಕ್ಕು ಅವರ ಕೈಯನ್ನು ಹಿಡಿದು ತಿರುಗಿಸಿ ಮೊಣಕೈ ಮುರಿದಳು. ಶೀಲ ಮತ್ತು ಮಗಳನ್ನು ರಸ್ತೆಯಲ್ಲಿ ಇಳಿಸಿ ರೋಮಿಯೊ ಸರ್ ಕೋಯಿಕ್ಕೋಡ್‌ನಲ್ಲಿರುವ ತಮ್ಮ ಮನೆಯತ್ತ ಧಾವಿಸಿದರು. ನಾನು ಆಗಲೇ ಹೇಳಿದ್ದೆನಲ್ಲ. ಮೇಲ್ನೋಟಕ್ಕೆ ಬಂಡೆಕಲ್ಲಿನಂತೆ ಕಂಡರೂ ರೋಮಿಯೊ ಸರ್ ಒಳಗೆ ಹತ್ತಿಯಂಥ ಮೃದುವಾದ ಮನಸ್ಸಿನ ವ್ಯಕ್ತಿ.

ಮರುದಿನ ಮುಂಜಾನೆ ಇನ್ನೂ ಸೂರ್ಯ ಅಂಬರವೇರುವ ಮೊದಲೇ ಐಜಿಯಿಂದ ಹಿಡಿದು ಎಲ್ಲ ಮೇಲಧಿಕಾರಿಗಳಿಂದಲೂ ಫೋನ್ ಮೇಲೆ ಫೋನ್. ಕಿವಿ ಕೊಚ್ಚೆಯಾಗುವಂಥ ಹೇಸಿಗೆಯ ಬೈಗುಳವನ್ನು ರೋಮಿಯೊ ಅಂದು ಕೇಳಬೇಕಾಗಿ ಬಂದಿತ್ತು ಎಂದು ವದಂತಿಯಾಗಿತ್ತು. ಆರ್ಕೈವ್‌ಗಳಿಂದ ಅಂದಿನ ಪತ್ರಿಕೆಯನ್ನು ತೆಗೆದು ಮುಖಪುಟದ ಮೇಲೆ ಕಣ್ಣಾಡಿಸಿದರೆ, ನಿಜವಾಗಿ ಈ ಧರ್ಮರಾಜ ಸರ್ ಯಾರು ಎಂದು ನಿಮಗೆ ಗೊತ್ತಾದೀತು.

'ಮೌಸ್ ಕದ್ದದ್ದು ಇಲಿ; ಪೆಟ್ಟು ತಿಂದದ್ದು ಶೀಲ' ಎಂಬ ತಲೆಬರಹದಡಿ ಕಳವು ಮಾಲು ಹುಡುಕುತ್ತ ಮಹಿಳೆ ಮತ್ತು ಆಕೆಯ ಮಗುವನ್ನು ಕಾರಿನಲ್ಲಿ ಕುಳ್ಳಿರಿಸಿ

ಉತ್ತರದಿಂದ ದಕ್ಷಿಣದವರೆಗೆ ಅಲೆದಾಡಿದ ಎಸ್‌ಪಿಯ ಕಥೆಯನ್ನು ಸೊಗಸಾಗಿ ನಿರೂಪಿಸಿದ ವರದಿ ಕೋಯಿಕ್ಕೋಡ್ ಡೇಟ್‌ಲೈನ್‌ನಲ್ಲಿ ಪ್ರಕಟವಾಗಿತ್ತು. ವಿಶೇಷ ಪ್ರತಿನಿಧಿ ಎಂಬ ಬೈಲೈನ್‌ನೊಂದಿಗೆ ಮುಖಪುಟದಲ್ಲಿ ಅದು ಸೂಪರ್ ಲೀಡ್ ಆಗಿತ್ತು. ಮಗುವನ್ನು ಎದೆಗಪ್ಪಿ ಹಿಡಿದಿದ್ದ, ಪೆಟ್ಟುತಿಂದು ಊದಿದ ಕೆನ್ನೆ ಎದ್ದು ಕಾಣುವ ಶೀಲಳ ಚಿತ್ರ ಮತ್ತು ಸಂದರ್ಶನ, 200 ರೂಪಾಯಿ ಬೆಲೆಯ ಮೌಸಿಗಾಗಿ ರೋಮಿಯೊ ಸರ್ ಪೆಟ್ರೋಲ್ ಮತ್ತಿತರ ಖರ್ಚಿಗಾಗಿ ಮಾಡಿದ ವೆಚ್ಚದ ಪಟ್ಟಿ ಮುಂತಾದವು ಆ ಸುದ್ದಿಯ ಮೌಲ್ಯ ಹೆಚ್ಚಿಸಿದ್ದವು.

ಇಷ್ಟೊಂದು ಮಾಹಿತಿ, ಚಿತ್ರಗಳನ್ನು ಧರ್ಮರಾಜ ಸರ್ ಹೇಗೆ ಮತ್ತು ಎಲ್ಲಿಂದ ಕಲೆ ಹಾಕಿದರು ಎಂದು ನೀವು ಯೋಚಿಸುತ್ತಿರಬಹುದು ಅಲ್ಲವೇ? ಮಹಾನ್ ವ್ಯಕ್ತಿಗಳಿಗೆ ಇದೆಲ್ಲ ದೊಡ್ಡ ವಿಷಯವೇ? ರೋಮಿಯೊ ಸರ್ ಮತ್ತು ಉಪಸಂಪಾದಕರುಗಳು ಹೊಡೆದಾಡುತ್ತಿದ್ದಾಗ ಮತ್ತು ಚಾಲಕನಾಗಿದ್ದ ಕಾನ್‌ಸ್ಟೇಬಲ್ ಕೂಡ ಅದರಲ್ಲಿ ಭಾಗಿಯಾಗಿದ್ದಾಗ ಎಸ್‌ಪಿ ರೋಮಿಯೊ ಅವರನ್ನು ಗುರುತಿಸಿದ್ದ ಧರ್ಮರಾಜ ಸರ್ ಕಾರಿನ ಹಿಂಬದಿ ಸೀಟಿನಲ್ಲಿ ಕುಳಿತಿದ್ದ ಬಡ ತಾಯಿ-ಮಗುವನ್ನು ನೋಡಿದ್ದೇ ತಡ, ಅವರ 'ನೋಸ್ ಫಾರ್ ನ್ಯೂಸ್' ಜಾಗೃತವಾಗಿತ್ತು. ಗಲಾಟೆಯ ನಡುವೆಯೇ ಶೀಲಳನ್ನು ಮಾತನಾಡಿಸಿದ ಅವರು ಕೊಡ್ಯಾಕ್ ಕ್ಲಿಕ್ ಮಾಡಿದ್ದರು. ಕೋಯಿಕ್ಕೋಡ್‌ನಲ್ಲಿರುವ ರೋಮಿಯೊ ಸರ್ ಅವರ ತಮ್ಮನ ಮನೆಗೆ ಕರೆ ಮಾಡಿ 'ಕೊಲ್ಲಂ ಸ್ಟೇಷನ್‌ನಿಂದ ಎಸ್‌ಐ ಮಾತನಾಡುತ್ತಿರುವುದು, ರೋಮಿಯೊ ಸರ್ ಮನೆಗೆ ತಲುಪಿದ್ದಾರಾ? ಮೌಸ್ ಸಿಕ್ಕಿದೆಯಾ' ಎಂದು ಕೇಳಿ ಮಾಹಿತಿ ಕದ್ದಿದ್ದರು. ಇಂಥ ಸಾಹಸ ಪತ್ರಿಕೋದ್ಯಮ ಅವರಂಥ ಮಹಾನ್ ಪ್ರತಿಭೆಗಲ್ಲದೆ ಬೇರೆ ಯಾರಿಗಾದರೂ ಮಾಡಲು ಸಾಧ್ಯವೇ...?

ಆ ಸುದ್ದಿ ರಾಜ್ಯದಾದ್ಯಂತ ಕೋಲಾಹಲ ಸೃಷ್ಟಿಸಿತು. ಅಂದು ಇದ್ದದ್ದು ಒಂದೆರಡು ನ್ಯೂಸ್ ಚಾನಲ್ ಮಾತ್ರ. ಅವುಗಳಲ್ಲಿ ಕೂಡ ಸುದ್ದಿ ಬಿತ್ತರವಾಯಿತು. ರೋಮಿಯೊ ಅವರನ್ನು ಸರ್ಕಾರ ಅಮಾನತು ಮಾಡಿತು. ಶೀಲ ಟಿವಿ ಪರದೆಗಳಲ್ಲಿ ತುಂಬಿನಿಂತಳು. ಅಂದಿನಿಂದ ನಾನು ನಿತ್ಯವೂ ಪತ್ರಿಕೆ ಓದುವ ಹವ್ಯಾಸ ಬೆಳೆಸಿಕೊಂಡೆ ಎಂಬ ಸತ್ಯವನ್ನು ಈ ಸಂದರ್ಭದಲ್ಲಿ ಹೇಳಲು ಇಚ್ಛಿಸುತ್ತೇನೆ. ಮಾಧ್ಯಮಗಳು ಎಷ್ಟು ಪ್ರಬಲವಾಗಿವೆ ಎಂಬುದನ್ನು ಸಣ್ಣ ಮಗುವಿಗೂ ಮನದಟ್ಟು ಮಾಡುವಂತಿತ್ತು ಆ ಪ್ರಸಂಗ. ಪತ್ರಕರ್ತೆಯಾಗಲು ನನ್ನೊಳಗೆ ಆಸೆ ಮೂಡುವುದಕ್ಕೂ ಇದು ಕಾರಣವಾಯಿತು. 'ಮೌಸ್ ಹುಡುಕುವ ಧಾವಂತದಲ್ಲಿ ಲಂಗುಲಗಾಮಿಲ್ಲದೆ ಕಾರು ಓಡಿಸಲಾಗಿತ್ತು. ಸಂಚಾರ ನಿಯಮಗಳನ್ನು ಗಾಳಿಗೆ ತೂರಲಾಗಿತ್ತು. ಅಷ್ಟು

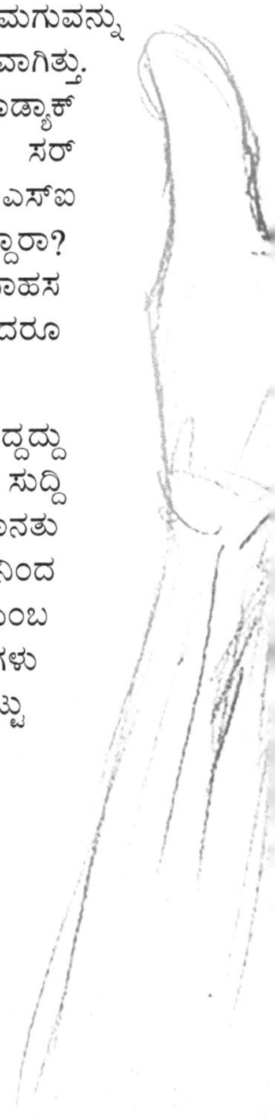

ಮಾತ್ರವಲ್ಲ, ಕಾರ್ಯನಿಮಿತ್ತ ಹೋಗುತ್ತಿದ್ದ ಪತ್ರಕರ್ತರ ಕಾರಿಗೆ ಆ ಕಾರು ಡಿಕ್ಕಿ ಹೊಡೆದಿತ್ತು. ಪರಿಹಾರ ಕೇಳಿದ ಪತ್ರಕರ್ತರನ್ನು ಬಂಧಿಸಿ ಇಲ್ಲಸಲ್ಲದ ಮೊಕದ್ದಮೆಗಳನ್ನು ದಾಖಲಿಸಲಾಗಿತ್ತು. ಎಸ್‌ಪಿ ಅಮಾನತಿಗೆ ಇದು ಪ್ರಮುಖ ಕಾರಣವಾಯಿತು' ಎಂಬ ಮಾಹಿತಿ ನನ್ನನ್ನು ಅಂದು ರೋಮಾಂಚನಗೊಳಿಸಿತ್ತು.

ಅಮಾನತು ಆದೇಶ ಕೈಸೇರಿದಾಗ ರೋಮಿಯೊ ಸರ್ ಪೆಟ್ಟುತಿಂದ ನಾಯಿಯಂತಾಗಿದ್ದರು. ತಕ್ಷಣ ಕೊಲ್ಲಂಗೆ ಹೊರಟರು. ನೇರವಾಗಿ ಧರ್ಮರಾಜ ಸರ್ ಅವರ ಕ್ಯಾಬಿನಿಗೆ ನುಗ್ಗಿದ ಅವರು 'ಕಾಪಾಡಬೇಕು' ಎಂದು ಗೋಗರೆಯುತ್ತ ಕಾಲಿಗೆ ಬಿದ್ದರು. ಅವರ ಕಣ್ಣೀರು ಕಂಡು ಕರಗಿದ ಧರ್ಮರಾಜ ಸರ್ ಮುಖ್ಯಮಂತ್ರಿಗೆ ಕರೆ ಮಾಡಿದರು. 'ಇನ್ನಾದರೂ ಸ್ವಲ್ಪ ಶಿಸ್ತಿನಿಂದ ನಡೆದುಕೊಳ್ಳುವಂತೆ ಆತನಿಗೆ ಹೇಳಿ' ಎಂದು ಮುಖ್ಯಮಂತ್ರಿ ಸೂಚಿಸಿದರು. ಏನಾದರೂ ಮಾಡಿ ಒಳ್ಳೆಯ ಹೆಸರು ಗಳಿಸಲೇಬೇಕು ಎಂದು ತೀರ್ಮಾನಿಸಿದ ರೋಮಿಯೊ ಅವರು ಧರ್ಮರಾಜ್ ಸರ್ ಅವರನ್ನು ಕರೆದುಕೊಂಡು ಆಶ್ರಮ ಅತಿಥಿ ಗೃಹದತ್ತ ಸಾಗಿದರು.

ಆಕಾಶದೆತ್ತರಕ್ಕೆ ಬೆಳೆದ ಮರಗಳಿಂದ ಉದುರುವ ಎಲೆಗಳ ಪಟ ಪಟ ಸದ್ದು ಆಲಿಸುತ್ತ ಕುಳಿತ ಧರ್ಮರಾಜ ಸರ್ ನಾಳೆ ಪ್ರಕಟಗೊಳ್ಳಬೇಕಾದ ಸುದ್ದಿಯನ್ನು ಮನಸ್ಸಿನಲ್ಲೇ ಬರೆದು, ಎಡಿಟ್ ಮಾಡಿ ಅಲ್ಲೆ ಪುಟ ವಿನ್ಯಾಸವನ್ನೂ ಮಾಡಿಕೊಂಡರು. ಧರ್ಮರಾಜ ಸರ್ ಅವರ ಪ್ರತಿಭೆ ಮತ್ತು ಪತ್ರಿಕೋದ್ಯಮದಲ್ಲಿ ಅವರಿಗಿದ್ದ ಬದ್ಧತೆಯನ್ನು ಈ ಘಟನೆಯ ನಂತರ ಜನರು ಇನ್ನಷ್ಟು ಕೊಂಡಾಡಿದರು. ರೋಮಿಯೊ ಅವರ ತಮ್ಮನ ಅಂಗಡಿಯಿಂದ ಕೆಲಸ ತೊರೆದ ಶೀಲಾಳಿಗೆ ತಕ್ಷಣ ಖಾಸಗಿ ಬ್ಯಾಂಕೊಂದರಲ್ಲಿ ಕಸ ಗುಡಿಸುವ ಕೆಲಸ ಸಿಕ್ಕಿತು. ಧರ್ಮರಾಜ ಸರ್ ಮತ್ತು ರೋಮಿಯೊ ಸರ್ ನಡುವೆ ಮಾತುಕತೆ ನಡೆದು ಎರಡೇ ದಿನಗಳಲ್ಲಿ ಹಳೆಯ ಪ್ರಕರಣವೊಂದರಲ್ಲಿ ಜಾಮೀನು ನಿಯಮ ಮುರಿದ ಎಂಬ ಕಾರಣಕ್ಕೆ ರಮೇಶ ಜೈಲು ಪಾಲಾದ. ಅದಾಗಿ ಎರಡೇ ದಿನಗಳಲ್ಲಿ ಶೀಲಾಳನ್ನು ಬ್ಯಾಂಕಿನವರು ಕೆಲಸದಿಂದ ತೆಗೆದು ಹಾಕಿದರು.

ಒಂದು ವಾರದಲ್ಲಿ ಆಕೆ ಮತ್ತೊಂದು ಕಡೆ ಕೆಲಸಕ್ಕೆ ಸೇರಿಕೊಂಡಳು. ಆದರೆ ಎರಡೇ ದಿನಗಳಲ್ಲಿ ಅಲ್ಲಿಂದಲೂ ಹೊರಹಾಕಿದರು. ಒಂದನೇ ತರಗತಿ ಸೇರಿರುವ ಮಗಳ ಶಿಕ್ಷಣಕ್ಕೆ ಇನ್ನೇನು ಗತಿ ಎಂದು ಕಣ್ಣೀರು ಹಾಕಿದ ಶೀಲಾಳ ಮುಂದೆ ಅಂದು ದಿಢೀರನೆ ಪ್ರತ್ಯಕ್ಷವಾದವರು ಯಾರು ಗೊತ್ತೇ? ಧರ್ಮರಾಜ ಸರ್

ಅಲ್ಲದೆ ಮತ್ಯಾರು? ಆಕೆಯ ಮುಂದೆ ಕುಳಿತು ರೋಮಿಯೊ ಸರ್‌ಗೆ ಕರೆ ಮಾಡಿದ ಧರ್ಮರಾಜ ಸರ್ ಚೆನ್ನಾಗಿ ಉಗುಳಿದರು. ಆದಷ್ಟು ಶೀಘ್ರ ಶೀಲಾಳಿಗೆ ಕೆಲಸವೊಂದನ್ನು ದೊರಕಿಸಿಕೊಡಬೇಕು ಎಂದು ತಾಕೀತು ಮಾಡಿದರು. ಹಳೆಯ ಕೆಲಸವನ್ನೇ ಕೊಡಿಸುವುದಾಗಿ ಹೇಳುತ್ತಿದ್ದಾರೆ ಎಂದು ಮೆತ್ತಗೆ ಶೀಲಾಳಿಗೆ ಹೇಳಿದರು. ನಂತರ ಏರು ದನಿಯಲ್ಲಿ 'ಬೇಡ, ಹಳೆಯ ಕೆಲಸ ಬೇಡ. ಆಕೆಗೆ ಸ್ವಲ್ಪ ಹಣ ಕೊಟ್ಟರೂ ಸಾಕು' ಎಂದರು. ಪ್ರಕರಣದಿಂದ ಮುಕ್ತನಾಗಲು ಸಹಕಾರ ನೀಡಿದರೆ ಹಣ ಕೊಡಲು ರೋಮಿಯೊ ಸರ್ ಸಿದ್ಧರಿದ್ದಾರೆ ಎಂದು ಶೀಲಾಳಿಗೆ ಹೇಳಿದರು.

ಮೊದಲು ಶೀಲಾ ಇದಕ್ಕೆ ಒಪ್ಪಲಿಲ್ಲ. ಆದರೆ ಧರ್ಮರಾಜ ಸರ್ ಎಂಥ ವ್ಯಕ್ತಿ ಎಂದು ನಿಮಗೆಲ್ಲ ಗೊತ್ತೇ ಇದೆಯಲ್ಲ. ಇಂಥ ಪ್ರಸಂಗಗಳನ್ನು ನಾಜೂಕಾಗಿ ನಿರ್ವಹಿಸಬಲ್ಲ ಕುಶಾಗ್ರಮತಿ ಅವರು. 'ನಿನಗೆ ಇನ್ನು ಕಳೆದುಕೊಳ್ಳಲು ಏನೂ ಉಳಿದಿಲ್ಲ. ಆದ್ದರಿಂದ ನಾನು ಹೇಳುವುದನ್ನು ಕೇಳು. ನೀನು ಪಾತಾಳದಲ್ಲಿ ಹೋಗಿ ಅಡಗಿ ಕೂತರೂ ಕಾಡಲು ರೋಮಿಯೊ ಸರ್‌ಗೆ ಸಾಧ್ಯ. ಸ್ವಲ್ಪ ವಿವೇಕ ಬಳಸು' ಎಂದು ಪುಸಲಾಯಿಸಿದ ಧರ್ಮರಾಜ ಸರ್ 'ಅಂದು ರೋಮಿಯೊ ಸರ್ ಕಾರಿನಲ್ಲಿ ಸುತ್ತಾಡಿಸಿದ್ದು ಮೌಸ್ ಪತ್ತೆ ಮಾಡಲು ಅಲ್ಲ, ಮಗಳ ಹೃದಯ ಶಸ್ತ್ರಚಿಕಿತ್ಸೆಗೆ ಸಹಾಯ ಮಾಡಬೇಕು ಎಂದು ನಾನು ಕಾಲಿಗೆರಗಿ ಕೋರಿಕೊಂಡಾಗ ವೈದ್ಯರಿಗೆ ತೋರಿಸುವುದಕ್ಕಾಗಿ ಕರೆದುಕೊಂಡು ಹೋಗಿದ್ದರು. ಆದರೆ ಅವರ ವಿರೋಧಿಗಳು ಆ ಪಯಣವನ್ನು ತಮ್ಮ ಲಾಭಕ್ಕೆ ಬಳಸಿಕೊಂಡು ರೋಮಿಯೊ ಸರ್ ಅವರ ತೇಜೋವಧೆ ಮಾಡಿದರು' ಎಂದು ಹೇಳುವಂತೆ ಗಿಳಿಪಾಠ ಮಾಡಿದರು.

ಮಗಳ ಶಾಲೆಯಲ್ಲಿ ಒಂದು ವರ್ಷದ ಶುಲ್ಕ ತುಂಬುವ ಮತ್ತು ಗಂಡನಿಗೆ ಜಾಮೀನು ದೊರಕಿಸಿಕೊಡುವ ಭರವಸೆಯೂ ಸಿಕ್ಕಿದಾಗ ಶೀಲ ಕರಗಿದಳು. ಮನುಷ್ಯ ತನ್ನ ವೈಯಕ್ತಿಕ ಜೀವನ ಸುಗಮವಾಗಿ ಸಾಗಲು ಎಂಥ ಕುತಂತ್ರಗಳಿಗೂ ಮುಂದಾಗುವರು ಎಂಬ ಪಾಠವನ್ನು ನಾನು ಶೀಲಾಳ ಬದುಕಿನಿಂದ ಕಲಿತೆ. 'ಶೀಲ ಎದೆಯೊಡೆದು ಅಳುತ್ತಿದ್ದಾಳೆ; ರೋಮಿಯೊ ಅವರನ್ನು ಬಲೆಯಲ್ಲಿ ಬೀಳಿಸಿದ್ದು ನಾನಲ್ಲ' ಎಂಬ ಶೀರ್ಷಿಕೆಯೊಂದಿಗೆ ಮರುದಿನ ಬೇರೊಂದು ಪತ್ರಿಕೆಯಲ್ಲಿ ದೊಡ್ಡ ಸುದ್ದಿ ಪ್ರಕಟವಾಯಿತು. ಪೊಲೀಸ್ ವೃತ್ತಿಯ ಜೊತೆಯಲ್ಲಿ ರೋಮಿಯೊ ಸರ್ ನಡೆಸುತ್ತಿರುವ ಜೀವಪರ ಕೆಲಸಗಳು ಮತ್ತು ಅವರ ಹೃದಯವೈಶಾಲ್ಯ ಜಗತ್ತಿಗೇ ತಿಳಿಯಿತು. ಅಮಾನತು ರದ್ದಾಯಿತು. ಮೊದಲಿಗಿಂತ ಹೆಚ್ಚು ನೈತಿಕಬಲದೊಂದಿಗೆ ಅವರು ಮತ್ತೆ ಖಾಕಿ ತೊಟ್ಟರು. ಇದನ್ನು ಅಂದಿನ ಪತ್ರಿಕೆಗಳ ಪುಟವನ್ನು ತಿರುವಿ ನೋಡಿದರೆ ನೀವೆಲ್ಲ ಗಮನಿಸಬಹುದು.

ಅಷ್ಟು ಮಾತ್ರವೇ? ಆ ವರ್ಷದ ಸ್ಥಳಾಂತರ ಮತ್ತು ಬಡ್ತಿ ಪಟ್ಟಿ ಬಿಡುಗಡೆಯಾದಾಗ ರೋಮಿಯೊ ಸರ್ ಕೊಲ್ಲಂ ಜಿಲ್ಲೆಯ ಎಸ್‌ಪಿಯಾಗಿದ್ದರು. ಹೊಸ ಹುದ್ದೆ ಅಲಂಕರಿಸಿದ ಕೂಡಲೇ ಧರ್ಮರಾಜ ಸರ್ ಬಳಿಗೆ ಬಂದ ರೋಮಿಯೊ ಸರ್ 'ಧರ್ಮಣ್ಣ, ನನಗೆ ಹೇಗಾದರೂ ಮಾಡಿ ಹೆಸರು ಗಳಿಸಬೇಕು' ಎಂದು ಕೋರಿದರು. ಅವರ ಮಾತಿನ ಮರ್ಮ ಧರ್ಮರಾಜ ಸರ್‌ಗೆ ತಿಳಿಯಲಿಲ್ಲ. ಅದನ್ನರಿತ ರೋಮಿಯೊ ಸರ್ 'ಧರ್ಮಣ್ಣ, ನನಗೆ ಪ್ರಸಿದ್ಧಿ ಗಳಿಸಬೇಕು, ಗೌರವಾನ್ವಿತ ವ್ಯಕ್ತಿಯಾಗಬೇಕು, ಸಿನಿಮಾಗಳ ನಾಯಕನನ್ನು ಪೂಜಿಸುವಂತೆ, ಮಕ್ಕಳು ಮತ್ತು ಯುವಕರು ನನ್ನನ್ನು ಕೊಂಡಾಡಬೇಕು. ಹೆಣ್ಮಕ್ಕಳು ಕದ್ದುಮುಚ್ಚಿ ಅಂತರಾಳದಲ್ಲಿ ನನ್ನನ್ನು ಪ್ರೇಮಿಸಬೇಕು. ಹಿರಿಯರು ಮತ್ತು ವೃದ್ಧರು ಬಹಿರಂಗವಾಗಿ ನನ್ನನ್ನು ಹೊಗಳಬೇಕು ಎಂಬುದು ನನ್ನ ಕನಸು. ಅದು ನನಸಾಗಬೇಕಾದರೆ ನೀವು ಮನಸ್ಸು ಮಾಡಬೇಕಷ್ಟೇ' ಎಂದು ಹೇಳಿ ಸಣ್ಣ ಮಗುವಿನಂತೆ ಕಣ್ಣೀರು ಹಾಕಿದರು. ದಾನ–ಧರ್ಮಾದಿಯಲ್ಲಿ ತೊಡಗಿಸಿಕೊಂಡಿರುವ, ಪರರ ಸಂಕಟಕ್ಕೆ ಕರಗುವ ಧರ್ಮರಾಜ ಸರ್ ರೋಮಿಯೊ ಅವರ ಕೈ ಹಿಡಿದು 'ರೋಮಿ, ನಿನಗೆ ನಾನಿಲ್ಲವೇ, ಹೆದರಬೇಡ. ಹೊಸ ಸುದ್ದಿಯೊಂದಕ್ಕೆ ನಾನು ಶೀರ್ಷಿಕೆ ಕೊಟ್ಟಾಯಿತು–ಕೊಲ್ಲಂ ಜಿಲ್ಲೆಯಲ್ಲಿ ರೋಮಾಂಚನ ಮೂಡಿಸಿದ ರೋಮಿಯೊ' ಎಂಬುದು ಆ ಶೀರ್ಷಿಕೆ ಎಂದು ಹೇಳಿ ಹುರಿದುಂಬಿಸಿದರು.

ಮುಂದಿನ ಹೆಜ್ಜೆಯಾಗಿ ಧರ್ಮರಾಜ ಸರ್ ಏನು ಮಾಡಿದರು ಎಂದು ನಮ್ಮ–ನಿಮ್ಮಂಥವರಿಗೆ ಊಹಿಸುವುದಕ್ಕೂ ಸಾಧ್ಯವಿಲ್ಲ. ಅವರು ನೇರ ಶೀಲಾಳ ಮನೆಗೆ ಹೋಗಿ 'ಮಗಳೇ, ನಮ್ಮ ರೋಮಿಯೊ ಸರ್‌ಗೆ ರಿಷಿ ಕಪೂರ್ ಅವರಂತೆ ಆಗಬೇಕಂತೆ, ಅದಕ್ಕೆ ನಿನ್ನ ಸಹಕಾರ ಬೇಕು' ಎಂದರು. ಕೆಲವು ಷರತ್ತುಗಳೊಂದಿಗೆ ಶೀಲ ಒಪ್ಪಿಕೊಂಡಳು. ಧರ್ಮರಾಜ ಸರ್ ಕಚೇರಿಯ ಸಮೀಪದ ರಸ್ತೆಯಲ್ಲಿ ಮಹಿಳೆಯೊಬ್ಬಳ ತುರುಬು ಬಿಚ್ಚಿ ಚಚ್ಚಿದ ರಮೇಶ ಎಂಬ ಗೂಂಡಾನನ್ನು ಹಿಡಿದು ರಸ್ತೆಯಲ್ಲೇ ಹೊಡೆದು ಬೀಳಿಸಿದರು. ನಂತರ ಎಲ್ಲರಿಗೂ ಕೇಳುವಂತೆ 'ನಾನು ಎಸ್‌ಪಿ ಆಗಿರುವವರೆಗೆ ಜಿಲ್ಲೆಯಲ್ಲಿ ಯಾವುದೇ ಮಹಿಳೆಯ ಮೇಲೆ ಯಾವನಾದರೂ ಸೂ...ಮಗ ಕೈಮಾಡಿದ ಎಂದು ಗೊತ್ತಾದರೆ ಅವನ ಅಂಡು ಸುಟ್ಟುಬಿಡ್ತೇನೆ' ಎಂದು ರೋಷಾವೇಶದಲ್ಲಿ ಹೇಳುವುದರೊಂದಿಗೆ ರೋಮಿಯೊ ಸರ್ ರಿಷಿ ಕಪೂರ್ ಆದರು.

ಅವರು ಅಂದು ಮೆರೆದ ವೀರಾವೇಶದ ಚಿತ್ರ ಮತ್ತು ದೃಶ್ಯಗಳು ಬೇರೆ ಪತ್ರಿಕೆಗಳಲ್ಲೂ ಪ್ರಕಟವಾದಾಗ ಧರ್ಮರಾಜ ಸರ್‌ಗೆ ಧರ್ಮಸಂಕಟವಾಯಿತು.

ಅಂದಿನಿಂದ ರೋಮಿಯೊ ಅವರ ಸಂದರ್ಶನಕ್ಕಾಗಿ ಚಾನಲ್‌ಗಳ ವರದಿಗಾರರು ಮುಗಿಬಿದ್ದರು. ಕೆಲವರು ಬೆಳಗಿನ ಕಾರ್ಯಕ್ರಮದ ಅಂಗವಾಗಿ ರೋಮಿಯೊ ಅವರ ವರ್ಕ್‌ಔಟ್, ಮನೆಯಲ್ಲೇ ನಿರ್ಮಿಸಿರುವ ಜಿಮ್ ಇತ್ಯಾದಿ ತೋರಿಸಿದರು. ಕೆಲವು ಮಹಿಳಾ ಮಾಸಪತ್ರಿಕೆಗಳು 'ರೋಮಿಯೊ ನೋಟ' ಎಂಬ ಶೀರ್ಷಿಕೆಯಡಿ ಮಹಿಳೆಯರು ಹೇಗೆ ಸ್ವಯಂ ರಕ್ಷಣೆ ಮಾಡಿಕೊಳ್ಳಬಹುದು ಎಂಬುದಕ್ಕೆ ಸಂಬಂಧಿಸಿ ಅಂಕಣಗಳನ್ನು ಆರಂಭಿಸಿದವು. ಇಷ್ಟೆಲ್ಲ ಆದ ನಂತರ ರೋಮಿಯೊ ಅವರ ವರ್ತನೆ ಬದಲಾಯಿತು. ಧರ್ಮರಾಜ ಸರ್ ಎದುರು ಸಿಕ್ಕಿದರೆ ಮೊದಲ ಬಾರಿ ನಟನೆಗೆ ಅವಕಾಶ ನೀಡಿದ ನಿರ್ದೇಶಕನನ್ನು ಕಂಡಾಗ ಸೂಪರ್ ಸ್ಟಾರ್‌ಗಳು ಹೇಗೆ ವರ್ತಿಸುತ್ತಾರೆಯೋ ಹಾಗೆ ಮಾಡಲು ಶುರುಹಚ್ಚಿಕೊಂಡರು.

ರೋಮಿಯೊ ಸರ್ ಹೀಗೆ ಏಕಾಏಕಿ ಗೋಸುಂಬೆಯಾಗಿ ತನ್ನನ್ನು ಮರೆತೇ ಬಿಟ್ಟಾಗ ಧರ್ಮರಾಜ ಸರ್ ಒಳಗಿನ ಪತ್ರಕರ್ತ ಮತ್ತೆ ಪುಟಿದೆದ್ದ. ಇದನ್ನೆಲ್ಲ ಗಮನಿಸುತ್ತಿದ್ದ ಓದುಗರಿಗೆ ಭರ್ಜರಿ ಸುದ್ದಿ ನೀಡಲು ಅವರು ಸಂಚು ಹೂಡಿದರು. ಆ ಸಂಚಿನ ಭಾಗವಾಗಿ ಕೈ ಮುರಿದ ರಮೇಶನೊಂದಿಗೆ ಶೀಲ ತನ್ನ ಮಗುವಿನ ಕೈಹಿಡಿದುಕೊಂಡು ಅವರ ಕ್ಯಾಬಿನಿಗೆ ನುಗ್ಗಿದಳು.

'ಇಲ್ನೋಡಿ ಸರ್... ಈ ಮನುಷ್ಯನಿಗೆ ಇನ್ನು ದುಡಿದು ತಿನ್ನಲು ಸಾಧ್ಯವೇ? ನಾವು ಈ ಮಗುವನ್ನು ಸಾಕುವುದಾದರೂ ಹೇಗೆ?' ಎಂದು ಗೋಗರೆದಳು. ಆಕೆಯ ಸಂಕಟ ಕಂಡು ಕಚೇರಿಯಲ್ಲಿದ್ದ ಪತ್ರಕರ್ತರ ಕಣ್ಣಿಂದ ನೀರು ಜಿನುಗಿತು. ಹೆಣ್ಣೊಬ್ಬಳಿಗೆ ಅಷ್ಟು ಜೋರಾಗಿ ಬಾಯಿಬಡಿದುಕೊಳ್ಳಲು ಸಾಧ್ಯ ಎಂದು ಕೊಲ್ಲಂ ಕಡೆಯ ಕೆಲವರಿಗೆ ಗೊತ್ತಾದದ್ದೇ ಅಂದು. ಸುದ್ದಿಯೇ ತನ್ನನ್ನು ಹುಡುಕಿಕೊಂಡು ಬಂದಿದ್ದಾಗ ಎಡಗಾಲಿನಿಂದ ಒದ್ದು ಕಳುಹಿಸಲು ಪತ್ರಕರ್ತನಾದವನಿಗೆ ಸಾಧ್ಯವೇ? ಪೊಲೀಸ್ ವರಿಷ್ಠಾಧಿಕಾರಿಯ ದೌರ್ಜನ್ಯಕ್ಕೆ ತುತ್ತಾಗಿ ಮಾರಣಾಂತಿಕ ಗಾಯಗೊಂಡ ರಮೇಶ ಮತ್ತು ಬದುಕು ಕಟ್ಟಿಕೊಳ್ಳಲು ಹೆಣಗಾಡುತ್ತಿರುವ ಕುಟುಂಬದ ಕಥನ ದೊಡ್ಡ ಸುದ್ದಿಯಾಯಿತು.

ಪತ್ರಿಕೆಗಳ ಕಟಿಂಗ್ ಮತ್ತು ಚಾನಲ್‌ಗಳ ಕ್ಲಿಪಿಂಗ್ ಸಮೇತ ರೋಮಿಯೊ ಸರ್ ವಿರುದ್ಧ ಶೀಲ ಮಾನವ ಹಕ್ಕುಗಳ ಆಯೋಗ ಮತ್ತು ಉಚ್ಚ ನ್ಯಾಯಾಲಯಕ್ಕೆ ದೂರು ಸಲ್ಲಿಸಿದಳು. ಅಲ್ಯುಮಿನಿಯಂ ಪಾತ್ರೆಯ ಒಳಗೆ ಬಾಯಿ ಹಾಕಿ ಸಿಕ್ಕಿಕೊಂಡ ನಾಯಿಯಂತಾಯಿತು ರೋಮಿಯೊ ಸರ್ ಸ್ಥಿತಿ. ಇದರಿಂದ ತಪ್ಪಿಸಿಕೊಳ್ಳಲು ಏನಾದರೊಂದು ದಾರಿ ತೋರಿಸುವಂತೆ ಕೋರಿ ರೋಮಿಯೊ

ಅವರು ಧರ್ಮರಾಜ ಸರ್ ಬಳಿಗೆ ಹೋದರು. ಆದರೆ ಪತ್ರಿಕಾಧರ್ಮದ ಕುರಿತು ಉದ್ದನೆಯ ಭಾಷಣ ಕೇಳಿ ವಾಪಸಾಗಬೇಕಾಯಿತು. ದೂರು ವಾಪಸ್ ಪಡೆದುಕೊಳ್ಳುವಂತೆ ರಮೇಶ ಮತ್ತು ಶೀಲಳ ಮನವೊಲಿಸಲು ರೋಮಿಯೊ ಸರ್ ಪಂದೀರಾಂಗಾವಿಗೆ ಹೋದರು. ಆದರೆ ಅವರು ಅಲ್ಲಿ ಇರಲಿಲ್ಲ. ಅವರನ್ನು ಹುಡುಕುವ ಪ್ರಯತ್ನಗಳೆಲ್ಲವೂ ವಿಫಲವಾದಾಗ ರೋಮಿಯೊ ಸರ್ ಮತ್ತು ಧರ್ಮರಾಜ ಸರ್ ಅವರ ಶರಣು ಹೋದರು.

‘ಇನ್ನು ಯಾವ ದಾರಿಯೂ ಉಳಿದಿಲ್ಲ ರೋಮಿ. ರಮೇಶ ಈಗ, ನಿಮ್ಮ ಆಜನ್ಮ ವೈರಿಯಾದ ಐಜಿ ಜೋಸೆಫ್ ಅಲೆಕ್ಸ್ ಅವರ ಕಾರಿನ ಚಾಲಕ. ಶೀಲ, ಐಜಿಯವರ ಮಾವನ ಶಾಲೆಯಲ್ಲಿ ಆಯಾ. ದೂರು ವಾಪಸ್ ಪಡೆದುಕೊಳ್ಳುವ ಯಾವ ಸಾಧ್ಯತೆಯೂ ಇಲ್ಲ’ ಎಂದು ಧರ್ಮರಾಜ ಸರ್ ಹೇಳಿದರು. ಪಾತ್ರೆಯೊಳಗೆ ಕಾಲು ಸಿಕ್ಕಿಹಾಕಿಕೊಂಡ ಒಂಟೆ ಅದರಿಂದ ಬಿಡಿಸಿಕೊಳ್ಳಲು ಒದ್ದಾಡುತ್ತ ಕಾಲನ್ನು ಹಿಂದಕ್ಕೆ ಒದೆಯುತ್ತ ಓಡುವಂತೆ ಕಚೇರಿಯಿಂದ ಹೊರಹೋದ ರೋಮಿಯೊ ಅವರ ಹಿಂಭಾಗದ ಚಿತ್ರ ಸಮೇತ ಧರ್ಮರಾಜ ಸರ್ ಪ್ರಕಟಿಸಿದ ಸುದ್ದಿಯ ಶೀರ್ಷಿಕೆಯಲ್ಲಿದ್ದ ಒಳನೋಟದ ಬಗ್ಗೆ ಪ್ರಬಂಧವನ್ನೇ ಬರೆಯಬಹುದೇನೋ...‘ಮತ್ತೆ ಗುಂಡಿಗೆ ಬಿದ್ದ ರೋಮಿಯೊ’ ಎಂಬುದಾಗಿತ್ತು ಆ ತಲೆಬರಹ.

ರೋಮಿಯೊ ಸರ್ ಮತ್ತು ಧರ್ಮರಾಜ ಸರ್ ನಡುವಿನ ಸ್ನೇಹದ ಕೊಂಡಿ ನಿಜವಾಗಿ ಕಳಚಿಕೊಂಡದ್ದು ಮತ್ತು ಅವರು ಪರಸ್ಪರ ವಿಮುಖರಾದದ್ದು ಈ ಘಟನೆಯ ನಂತರ ಎಂದು ನಾನು ವಿಶೇಷವಾಗಿ ಹೇಳಬೇಕಾದ ಅಗತ್ಯವಿಲ್ಲವಲ್ಲ. ಇದರ ನಂತರ ಧರ್ಮರಾಜ ಸರ್ ಬರೆದ ಸುದ್ದಿಗಳು ಮತ್ತು ಲೇಖನಗಳು ಸೃಷ್ಟಿಸಿದ ರೋಮಾಂಚನದ ಬಗ್ಗೆ ಹೆಚ್ಚೇನೂ ಹೇಳುವುದಿಲ್ಲ. ಅದನ್ನು ಬಣ್ಣಿಸಬೇಕಾದರೆ ಸಮಯ ತುಂಬಾ ಬೇಕು. ವಾಸ್ತವದಲ್ಲಿ ನಾವು ಇಲ್ಲಿ ಸೇರಿದ ಈ ದಿನ ಅವರಿಬ್ಬರ ಗೆಳೆತನಕ್ಕೆ ಸಾಣೆ ಹಿಡಿಯುವ ದಿನವಾಗಬೇಕಾಗಿತ್ತು, ನಾನು ಅದಕ್ಕೊಂದು ನೆಪ ಆಗಬೇಕಿತ್ತು. ಆದರೆ ವಿಧಿ ಬೇರೆಯೇ ಆಟ ಆಡಿತು. ಪದವಿ ಮುಗಿದ ನಂತರ ಪತ್ರಿಕೋದ್ಯಮದಲ್ಲಿ ಡಿಪ್ಲೋಮಾ ಮಾಡಲು ನನಗೆ ಪ್ರೇರಣೆಯಾದದ್ದು ಧರ್ಮರಾಜ ಸರ್. ಅವರ ಬಳಿ ಒಂದು ದಿನವಾದರೂ ಕೆಲಸ ಮಾಡಬೇಕು ಎಂಬ ಅದಮ್ಯ ಆಸೆಯಿಂದ ನಾನು ಈ ಕ್ಷೇತ್ರಕ್ಕೆ ಬರಲು ಬಯಸಿದ್ದೆ. ಸಂದರ್ಶನದ ದಿನ ನನ್ನ ಪ್ರಮಾಣಪತ್ರಗಳನ್ನು ನೋಡಿ ಅವರು ಕೇಳಿದ ಪ್ರಶ್ನೆ, ಅವರಂಥ ಪತ್ರಿಕಾಸಾರ್ವಭೌಮನೊಬ್ಬನಿಗೆ ಮಾತ್ರ ಕೇಳಲು ಸಾಧ್ಯ ಎಂಬುದು ನನ್ನ ಬಲವಾದ ನಂಬಿಕೆ.

ಅವರು ಮೊದಲು ಕೇಳಿದ್ದು: 'ಓಕೆ ದೇನ್, ಸುದ್ದಿ ಎಂದರೆ ಏನು ಎಂದು ಹೇಳಬಲ್ಲಿರಾ?' ತಂದೆ ತಾಯಿಗೆ ಮತ್ತು ಧರ್ಮರಾಜ ಸರ್ ಅವರ ಪಾದಕ್ಕೆ ಮನಸ್ಸಿನಲ್ಲೇ ನಮಿಸುತ್ತ ನಾನು ಉತ್ತರಿಸಿದೆ: 'ಹ್ಹಾಂ... ಮತ್ತೆ... ಮತ್ತೇನಾಯಿತು? ಎಂದು ಕುತೂಹಲ ಕೆರಳಿಸುವಂತಿರುವುದೇ ಸುದ್ದಿ' ಎಂದೆ.

ನನ್ನ ಉತ್ತರ ಕೇಳಿ ಅವರ ಮುಖದಲ್ಲಿ ನಸುನಗೆ ಮೂಡಿತು. ನಂತರ 'ಸುದ್ದಿಯಲ್ಲಿ ಎಷ್ಟು ಬಗೆ' ಎಂದು ಕೇಳಿದರು. 'ಸುದ್ದಿಗಳು ನಾಲ್ಕು ಬಗೆ. ಒಂದು ತಕ್ಷಣದ ಮಹತ್ವವಿರುವುದು, ಮತ್ತೊಂದು ಅಂದಿನ ದಿನದ ಮಟ್ಟಿಗೆ ಮಹತ್ವ ಇರುವುದು, ಇನ್ನೊಂದು ನಾಳೆಯವರೆಗೆ ಮಹತ್ವ ಇರುವುದು, ಕೊನೆಯದು ಶಾಶ್ವತವಾದದ್ದು' ಎಂದು ಉತ್ತರಿಸಿದೆ. ತಕ್ಷಣ ಅಂದಿನ ಪತ್ರಿಕೆಯನ್ನು ನನ್ನ ಮುಂದೆ ಇರಿಸಿ 'ಓಕೆ, ಇದರಲ್ಲಿ ನಾಲ್ಕೂ ಬಗೆಯ ಸುದ್ದಿಗೆ ಉದಾಹರಣೆ ಯಾವುದು' ಎಂದು ಕೇಳಿದರು.

'ಅದಿರಪ್ಪಳ್ಳಿಯಲ್ಲಿ ಮರಗಳನ್ನು ಕಡಿಯಲು ಅನುಮತಿ ಕೋರಿ ಅರ್ಜಿ ಸಲ್ಲಿಸಿರುವುದು ಸಾರ್ವಕಾಲಿಕ ಮಹತ್ವ ಇರುವ ಸುದ್ದಿ, ನಟಿಯ ಮೇಲೆ ದಾಳಿ ನಡೆಸಿದ ಪ್ರಕರಣಕ್ಕೆ ಸಂಬಂಧಿಸಿ ಸಿಮ್ ಕಾರ್ಡ್ ಮತ್ತು ಫೋನ್ ಪತ್ತೆಯಾಗಿರುವುದು ನಾಳೆಗೆ ಮಹತ್ವ ಇರುವ ಸುದ್ದಿ, ನಿತ್ಯಬಳಕೆಯ ವಸ್ತುಗಳ ಬೆಲೆ ಏರುತ್ತಿರುವುದು ಇಂದಿನ ಮಹತ್ವ ಇರುವ ಸುದ್ದಿ, 'ರಾಷ್ಟ್ರಪತಿ ಇಂದು ಕೊಚ್ಚಿಗೆ' ತಕ್ಷಣದ ಮಹತ್ವ ಇರುವ ಸುದ್ದಿ' ಎಂದು ನಾನು ವಿವರಿಸಿದೆ. 'ಸರಿ, ಹೊಸತೊಂದು ಚಾನಲ್ ಆರಂಭಿಸಲು ಸೂಕ್ತ ಸುದ್ದಿ ಯಾವುದು' ಎಂದು ಕೇಳಿದರು. 'ವಿಮಾನಾಪಘಾತ ಅಥವಾ ಲೈಂಗಿಕ ಪ್ರಕರಣದ ಅಪವಾದ' ಎಂದಾಗ ಸಮೃದ್ಧವಾಗಿ ಬೆಳೆದಿದ್ದ ಬೆಳ್ಳಿಗೂದಲನ್ನು ಹಿಂದಕ್ಕೆ ತಳ್ಳಿ 'ಈ ಎರಡು ಸುದ್ದಿಗಳನ್ನು ಸೃಷ್ಟಿಸಲು ಸಾಧ್ಯವೇ' ಎಂದು ಅವರು ಕೇಳಿದ ಧಾಟಿ ಈಗಲೂ ಕಿವಿಯಲ್ಲಿ ಮೊಳಗುತ್ತಿದೆ. ತಕ್ಷಣ ನಾನು 'ಮೊದಲನೆಯದು ನನ್ನಿಂದ ಸಾಧ್ಯವಿಲ್ಲ, ಎರಡನೆಯದು ಸಾಧ್ಯ' ಎಂದಿದ್ದೇ ತಡ, 'ಯು ಆರ್ ಅಪಾಯಿಂಟೆಡ್' ಎಂದು ಹೇಳಿ ನನಗೆ ನೇಮಕಾತಿ ಪತ್ರ ನೀಡಿದ ಆ ಮಹಾನ್ ವ್ಯಕ್ತಿಯನ್ನು ವರ್ಣಿಸಲು ನನ್ನಲ್ಲಿ ಮಾತುಗಳೇ ಇಲ್ಲ.

ಮತ್ತೆ ನಡೆದ ಪ್ರಸಂಗಗಳ ಬಗ್ಗೆ ಬಗೆ ಬಗೆಯ ವದಂತಿಗಳು ಹರಡಿದ್ದು ನಿಮಗೆಲ್ಲ ಗೊತ್ತಿದೆ ಎಂಬುದರಿಂದ ವಾಸ್ತವದಲ್ಲಿ ಏನು ನಡೆಯಿತು ಎಂದು ತಿಳಿಸಲು ನಾನು ಈ ಸಂದರ್ಭವನ್ನು ಬಳಸಿಕೊಳ್ಳುತ್ತೇನೆ. ಸುದ್ದಿಯ ಸೃಷ್ಟಿಗಾಗಿ ಧರ್ಮರಾಜ ಸರ್ ರೆಕಾರ್ಡರ್ ಇರುವಂಥ ಫೋನ್ ಮತ್ತು ಸಿಮ್ ಕಾರ್ಡೊಂದನ್ನು ನನಗೆ ನೀಡಿದರು. ರೋಮಿಯೊ ಅವರ ಸಂದರ್ಶನ ಮಾಡಲು ಹೋದ ನಾನು ನಂತರ ಪದೇ

ಪದೇ ಅವರಿಗೆ ಫೋನ್ ಮಾಡಿ ಮಾತನಾಡುತ್ತಿದ್ದೆ. ಕ್ರಮೇಣ ಅವರು ನನಗೆ ದಿನಾಲೂ ಕರೆ ಮಾಡಿ ಮಾತನಾಡುವುದನ್ನು ರೂಢಿಸಿಕೊಂಡರು. ಮನುಷ್ಯ ಪ್ರಾಮಾಣಿಕವಾಗಿ ಪ್ರೀತಿಸತೊಡಗಿದಾಗ ತಾವೆಷ್ಟು ದೊಡ್ಡ ಕಲಾವಿದರು ಎಂದು ಅವರವರಿಗೇ ಮನದಟ್ಟಾಗುತ್ತದೆ ಎಂಬ ಸತ್ಯವನ್ನು ನಾನು ತಿಳಿದುಕೊಂಡದ್ದು ರೋಮಿಯೊ ಸರ್ ಅವರಿಂದ. ನೀವೆಲ್ಲ ತಿಳಿದುಕೊಂಡಿರುವಂತೆ ಅವರು ಖಾಕಿ ತೊಟ್ಟ ಕಲಾವಿದ ಮಾತ್ರ ಆಗಿರಲಿಲ್ಲ.

ಖಾಕಿ ತೊಟ್ಟ ಕಾಮದೇವನೂ ಟೋಪಿ ಧರಿಸಿದ ಖಳನೂ ಆಗಿದ್ದರು. ಪ್ರಾಮಾಣಿಕತೆ ಇಲ್ಲದೆ ಯಾರಾದರೂ ನಮ್ಮನ್ನು ಪ್ರೇಮಿಸಿದಾಗಲೇ ನಾವೆಷ್ಟು ಪೆದ್ದರು ಎಂದು ನಮಗೆ ತಿಳಿಯುವುದು ಎಂಬ ದೊಡ್ಡ ಪಾಠವನ್ನು ನನಗೆ ಕಲಿಸಿದ್ದು ರೋಮಿಯೊ ಸರ್. ಅವರ ಮೋಹದ ಮಾತುಗಳು ಮತ್ತು ಪ್ರೇಮಗೀತೆಗಳನ್ನು ಕೇಳುತ್ತಾ ಕುಳಿತಿರುವಾಗ, ದಶಕದ ಹಿಂದೆ ಕಿಷ್ಕಿಂದೆಯಂಥ ಕೊಠಡಿಯಲ್ಲಿ ಪ್ಲಾಸ್ಟಿಕ್ ಮೇಜಿನ ಮೇಲೆ ಪುಸ್ತಕಗಳನ್ನು ಇರಿಸಿಕೊಂಡು ಹೋಂವರ್ಕ್ ಮಾಡುತ್ತಿದ್ದ ವೇಳೆ ಧಾವಿಸಿ ಬಂದು ಗದರಿದ ರೋಮಿಯೊ ಅವರ ಭೀಕರ ಮುಖ ಮನದಲ್ಲಿ ಮೂಡಿತು. ಅಮ್ಮನ ಕೆನ್ನೆಗೆ ಛಟಾರ್ ಎಂದು ಬಾರಿಸಿದ ಸದ್ದು ಮಾರ್ದನಿಸಿದಂತಾಯಿತು. ಮನುಷ್ಯ ಯಾವತ್ತೂ ಹಾಗೆಯೇ ಆತನಿಗೆ ಇಷ್ಟ ಇರುವುದನ್ನು ಮಾತ್ರ ನೆನಪಿಟ್ಟುಕೊಳ್ಳಲು ಬಯಸುತ್ತಾನೆ. ನೆನಪಿಟ್ಟುಕೊಳ್ಳಲು ಸಾಧ್ಯವಿರುವಂಥಾದ್ದನ್ನು ಮಾತ್ರ ಇಷ್ಟಪಡುತ್ತಾನೆ. ಅಂದು ನನ್ನ ಮುಂದೆ ರೋಮಿಯೊ ಮತ್ತೊಮ್ಮೆ ತನಗೆ ಹೊಡೆಯದಿರಲಿ ಎಂದುಕೊಂಡು ಅಮ್ಮ ಮೌಸ್ ಕದ್ದಿರುವುದಾಗಿ ಒಪ್ಪಿಕೊಂಡಿದ್ದಳು ಎಂಬುದು ನನಗೆ ತಡವಾಗಿ ತಿಳಿದಿತ್ತು. ಆದರೆ ಮೌಸ್ ಕಳವು ನೆಪದಲ್ಲಿ ಕೋಯಿಕ್ಕೋಡ್‌ನಿಂದ ಕೊಲ್ಲಂವರೆಗೆ ರೋಮಿಯೊ ಅವರನ್ನು ಸುಖಾಸುಮ್ಮನೆ ಓಡಾಡಿಸಿದ ಅಮ್ಮನ ಪ್ರಜ್ಞಾವಂತಿಕೆಯಲ್ಲಿ ನನಗೆ ಅಭಿಮಾನವಿದೆ. ಇಂಥ ಪ್ರಜ್ಞೆ ಮನುಷ್ಯನಿಗೆ ಲಭಿಸುವುದು ತಾಯಿಯಿಂದಲೇ ಎಂಬ ಪಾಠವನ್ನು ನಾನು ಕಲಿತದ್ದು ನನ್ನದೇ ಜೀವನದಿಂದ.

ಅದೇನೇ ಇರಲಿ, ನಮ್ಮ ನಡುವಿನ ಕೊನೆಯ ಮುಖಾಮುಖಿ ನಡೆದ ನಂತರದ ಭಾನುವಾರವೇ ರೋಮಿಯೊ ಸರ್ ಆತ್ಮಹತ್ಯೆ ಮಾಡಿಕೊಂಡಿದ್ದರು ಎಂಬುದು ನನಗೆ ಆಘಾತ ಉಂಟುಮಾಡಿದೆ. ಅದರಿಂದ ನನ್ನ ಹೃದಯದಲ್ಲಿ ಆಗಿರುವ ಗಾಯ ಸದ್ಯಕ್ಕೇನೂ ವಾಸಿಯಾಗದು. ಅವರ ಅಕಾಲಿಕ ಸಾವು ದುಃಖವೂ, ದಿಗ್ಭ್ರಮೆಯೂ ಉಂಟುಮಾಡಿದೆ. ಮೃತರ ಆತ್ಮಕ್ಕೆ ಶಾಂತಿ ಸಿಗಲಿ ಎಂದು

ಸದಾ ಪ್ರಾರ್ಥಿಸುವೆ. ಆತ್ಮಹತ್ಯೆ ಮಾಡಿಕೊಳ್ಳುವಾಗ ಬರೆದಿಟ್ಟಿರುವ ಪತ್ರದಲ್ಲಿ ಧರ್ಮರಾಜ ಸರ್ ಹೆಸರು ಉಲ್ಲೇಖಿಸಲಾಗಿದೆ ಎಂಬ ಮಾತ್ರಕ್ಕೆ ಅವರನ್ನು ಬಂಧಿಸಿರುವುದು ಪತ್ರಿಕಾ ಸ್ವಾತಂತ್ರ್ಯವನ್ನು ಧಮನ ಮಾಡುವ ಪ್ರಯತ್ನ. ಅದರ ವಿರುದ್ಧ ಪ್ರತಿಭಟಿಸಲು ನಾವೆಲ್ಲ ಮುಂದಾಗಬೇಕು. ಧರ್ಮರಾಜ ಸರ್ ಇಲ್ಲದೇ ಇದ್ದಿದ್ದರೆ ನನ್ನಂಥ ಅಸಂಖ್ಯ ಜನರ ಬದುಕಿಗೆ ಅರ್ಥವೇ ಇರುತ್ತಿರಲಿಲ್ಲ. ಅವರು ಬಂಧಮುಕ್ತ ಆಗುವವರೆಗೆ ಆ ಅಮೃತಹಸ್ತದಲ್ಲಿ ಬೆಳಗಿದ ದೀಪ ಆರದಂತೆ ಕಾಯ್ದಿಟ್ಟುಕೊಳ್ಳಬೇಕಾದ ಜವಾಬ್ದಾರಿ ನಮ್ಮೆಲ್ಲರದು. ಮನುಷ್ಯ, ಆತನಿಗೆ ಇಷ್ಟ ಇರುವುದನ್ನು ಮಾತ್ರವಷ್ಟೇ ನಂಬುತ್ತಾನೆ ಎಂಬ ಸತ್ಯವನ್ನು ನಮಗೆ ಹೇಳಿಕೊಟ್ಟವರು ಅವರಲ್ಲವೇ...?

***